ഇടയന്റെ സിംഫണി
&
ഇസബെല്ല

Edayante Symphony & Isabella
Two Novels

Andre Gide

Translation
Radhakrishnan Cheruvally

 CHINTHA PUBLISHERS
Thiruvananthapuram

First Edition
January 2024

Second Impression
April 2024

Published
Chintha Publishers, Thiruvananthapuram

Printed at
Repro India Ltd, Mumbai

Cover Design
Vinod Mangoes

ISBN : 978-81-19131-65-5

CO - 3429 / 6933

₹ 250

Email: chinthapublishers@gmail. com
Website: www. chinthapublishers. com

A version is available at National Libraries
Kolkata, Mumbai, Chennai and Delhi

Distribution
DESHABHIMANI BOOKHOUSE
H O Thiruvananthapuram 695035

Branch
Head Office Kunnukuzhi • Statue Thiruvananthapuram
Saphalyam Complex Thiruvananthapuram • KSRTC Bus Station Ernakulam
Machingal Lane Thrissur • IG Road Kozhikode
Mavoor Road Kozhikode • NGO Union Building Kannur
Central Bus Terminal Complex Thavakkara Kannur

ഇടയന്റെ സിംഫണി
&
ഇസബെല്ല

ആന്ദ്രെ ഴിദ്

പരിഭാഷ
രാധാകൃഷ്ണൻ ചെറുവല്ലി

ചിന്ത പബ്ലിഷേഴ്സ്
തിരുവനന്തപുരം-695 035
വില : ₹ 250

ആന്ദ്രേ ഴിദ്
(1869–1951)

ഫ്രഞ്ച് നോവലിസ്റ്റ്. 1947 ൽ സാഹിത്യത്തിനുള്ള നൊബേൽ പുരസ്കാര ജേതാവ്. സാമ്രാജ്യത്വത്തിന്റെ കടുത്ത വിമർശകൻ. അമ്പതിലേറെ പുസ്തകങ്ങൾ രചിച്ചു. കഴിഞ്ഞ നൂറ്റാണ്ടിലെ ഏറ്റവും മഹാനായ ഫ്രഞ്ച് എഴുത്തുകാരനെന്ന് ദ ന്യൂയോർക്ക് ടൈംസ് രേഖപ്പെടുത്തി. സ്വവർഗ്ഗാനുരാഗത്തിന്റെ പേരിൽ വിവാദങ്ങളിൽ പെട്ടു. ലോകത്തെ പുരോഗമന സാഹിത്യ സംഘടനകൾക്ക് നാന്ദിയായ 1935 ലെ International Congress for Defence of Culture ന്റെ പാരീസ് കോൺഫറൻസ് വിളിച്ചു ചേർത്തവരിൽ ഹെൻറി ബാർബുസെ ആന്ദ്രെ മൽറോ എന്നിവർക്കൊപ്പം പ്രധാന പങ്കുവഹിച്ചു.
ശ്രദ്ധേയ രചനകൾ: *The immoralist, The vatican Cellars, The Counterfeiters*

രാധാകൃഷ്ണൻ ചെറുവല്ലി

നോവലിസ്റ്റ്, പരിഭാഷകൻ, യാത്ര എഴുത്തുകാരൻ, ചലച്ചിത്ര നിരൂപകൻ. നിലവിൽ ചിന്ത പബ്ലിഷേഴ്സിൽ സബ് എഡിറ്റർ.

ഫോൺ   : 9447010396

Email   : radhakrishnancheruvally@gmail.com

ഉള്ളടക്കം

പ്രസാധകക്കുറിപ്പ്

നൊബേൽ പുരസ്കാര ജേതാവായ ഫ്രഞ്ച് നോവലിസ്റ്റ് ആന്ദ്രേ ഴിദിന്റെ സവിശേഷമായ രണ്ടു പ്രണയ നോവലുകളാണ് ഈ പുസ്തകത്തിൽ. അന്ധയായ വളർത്തുമകളിൽ അനുരക്തനാകുന്ന ഒരു ക്രിസ്തീയ പുരോഹിതന്റെ സംഘർഷങ്ങളാണ് *ഇടയന്റെ സിംഹഗാനിയിൽ*. ക്രിസ്തീയ മതദർശനം മുന്നോട്ടുവയ്ക്കുന്ന സദാചാര സങ്കല്പവും മനുഷ്യമനസ്സിന്റെ സങ്കീർണ്ണ സഞ്ചാരങ്ങളും ഒരു മനുഷ്യനിൽ സൃഷ്ടിക്കുന്ന സംഘട്ടനങ്ങളുടെ സൂക്ഷ്മ വിവരണമാണീ കൃതിയെ സവിശേഷമാക്കുന്നത്. രഹസ്യങ്ങൾ പേറുന്ന ലാ ക്യാഫുഷ് എന്ന ഗ്രാമീണ മാളികയിൽ പുരാതന രേഖകൾ തേടിയെത്തിയ ഗവേഷകനായ ലക്കാദ് എന്ന യുവാവ് ആ മാളികയിലെ അജ്ഞാത സാന്നിദ്ധ്യമായ ഇസബെല്ലയിൽ അനുരക്തനാവുന്നതിന്റെ സംഭ്രമജനകമായ കഥയാണ് *ഇസബെല്ലയിൽ*. മുൾമുനയിൽ നിർത്തുന്ന ആഖ്യാനം ഈ നോവലിന്റെ സവിശേഷതയാണ്.

ചിന്ത പബ്ലിഷേഴ്സ്

ഇടയന്റെ സിംഫണി

ഒന്നാമത്തെ നോട്ടുപുസ്തകം

10 ഫെബ്രുവരി, 189–

തുടർച്ചയായി മഞ്ഞുവീഴ്ചയുണ്ടായതുകാരണം മൂന്നു ദിവസമായി റോഡുഗതാഗതമാകെ താറുമാറായിക്കിടക്കുകയായിരുന്നു. കഴിഞ്ഞ പതി നഞ്ചുവർഷങ്ങളായി ഒരിക്കൽപ്പോലും മുടങ്ങാതെ മാസത്തിൽ രണ്ടു പ്രാവശ്യം വീതം ഞാൻ രാ....യിലേക്ക് ശുശ്രൂഷ നടത്താൻ പോയിവന്നി രുന്നു. മഞ്ഞുവീഴ്ചമൂലം ആ പതിവ് മുടങ്ങി. ഇന്നു രാവിലെ മുപ്പതോളം വരുന്ന എന്റെ കൂട്ടർ ലാ ബെഹേവിൻ ചാപ്പലിൽ കൂടിയിട്ടുണ്ടാവണം.

ഒട്ടും നിനയ്ക്കാതെ വന്നുചേർന്ന ഈ ഒഴിവുവേളയിൽ കഴിഞ്ഞ കാലങ്ങളെ ഓർത്തെടുക്കാനും എപ്രകാരമാണ് ജെർട്രൂഡ് എന്റെ സംര ക്ഷണയിൽ വന്നുചേർന്നതെന്നും പറയാൻ പോവുകയാണ്.

കഴിഞ്ഞ രാത്രിയിൽ നിർമ്മലമായ അവളുടെ ആത്മാവ്, സ്നേ ഹത്തെ പ്രതി, എന്നെ സന്ദർശിക്കുകയാൽ അവളുടെ കഥ മുഴുവൻ ഇവിടെ കുറിക്കുകയാണ്. ഈ ചുമതല എന്നെ ഏല്പിച്ചതിന് ഞാൻ ദൈവത്തെ സ്തുതിക്കുന്നു!

രണ്ടര വർഷങ്ങൾക്കുമുമ്പ് ഒരു വൈകുന്നേരത്ത് ഞാൻ ലാ ഷു ദ ഫോന്തിൽനിന്നും മടങ്ങിയെത്തിയിട്ടേ ഉണ്ടായിരുന്നുള്ളൂ. അപ്പോൾ അപ രിചിതയായ ഒരു പെൺകുട്ടി ധൃതിയിൽ എന്നെ കാണാനെത്തി. അഞ്ചു മൈലുകൾക്കപ്പുറത്തുള്ള ഒരിടത്ത് മരണക്കിടക്കയിലുള്ള ഒരു വൃദ്ധയ്ക്ക രികിലേക്ക് എന്നെ കൊണ്ടുപോകാനായാണവൾ എത്തിയത്.

വണ്ടിയിൽനിന്നും കുതിരയെ അഴിച്ചുമാറ്റിയിരുന്നില്ല. അതിനാൽ ഞാൻ ഒരു റാന്തൽ ജ്വലിപ്പിച്ചശേഷം ആ പെൺകുട്ടിയെയും കയറ്റി അവി ടേക്ക് വേഗത്തിൽ പുറപ്പെട്ടു. രാത്രിയാവുന്നതിനുമുമ്പ് മടങ്ങിയെത്താ

നാവില്ലെന്ന് എനിക്കപ്പോൾ ഉറപ്പായിരുന്നു.

എന്റെ ഇടവകയുടെ സമീപസ്ഥങ്ങളായ നാട്ടിൻപുറങ്ങൾ കൃത്യ മായി അറിഞ്ഞിരിക്കേണ്ടത് എന്റെ ഉത്തരവാദിത്വമാണ്. എന്നാൽ ഞാൻ ലാ സുദ്‌ഹായ് കൃഷിത്തോട്ടം കടന്നുപോയപ്പോൾ ആ കുട്ടി ഞാൻ ഇതു വരെ പോയിട്ടില്ലാത്തൊരു വഴിയിലേക്കു തിരിയാൻ പറഞ്ഞു. ഏകദേശം രണ്ടു മൈലോളം പോയപ്പോൾ ഇരുവശത്തായി നിഗൂഢമായൊരു ചെറിയ തടാകം കണ്ടു. യുവാവായിരുന്ന കാലത്ത് ഞാനിവിടെ സ്കേറ്റിങ്ങിനായി വന്നിരുന്നതായൊരു ഓർമ്മ തെളിഞ്ഞുവന്നു. കഴിഞ്ഞ പതിനഞ്ചു വർഷ മായി ഞാനിതുവഴി കടന്നുപോയിട്ടില്ല. കാരണം എന്റെ പൗരോഹിത്യ ചുമതലകൾ എന്നെ ആ വഴിയേ കൊണ്ടുപോയിട്ടില്ല എന്നതുതന്നെ. ആ തടാകം എവിടെയാണെന്ന കാര്യം ഓർക്കാനാവാത്ത വിധത്തിൽ എന്റെ മനസ്സിൽനിന്നും മാഞ്ഞുപോയിരുന്നു. എന്നാൽ വശ്യമനോഹരമായ റോസാപ്പൂക്കളുടെ നിറമാർന്ന പുള്ളികളുള്ള സന്ധ്യാകാശത്തിന്റെ പശ്ചാ ത്തലത്തിൽ ഓർമ്മയിലേക്ക് കടന്നുവന്നപ്പോൾ സ്വപ്നത്തിലായിരിക്കും ഞാനിത് മുമ്പ് കണ്ടതെന്ന് തോന്നിപ്പോയി.

തടാകത്തിൽനിന്നും ഒഴുകിപ്പോകുന്ന ചെറിയൊരു കൈത്തോടിന രികിലെ പാതയിലൂടെയാണ് ഞങ്ങൾ പൊയ്ക്കൊണ്ടിരുന്നത്. ആ കൈത്തോട് പിന്നീട് വനാതിർത്തിയിലെത്തി, അവിടെ അതിരുപോലെ കാണപ്പെട്ട ഉണങ്ങിയ കീരിപ്പന്നകൾക്കിടയിൽ അപ്രത്യക്ഷമായി. തീർച്ച യായും ഞാനിതിനുമുമ്പ് ഈ വഴി വന്നിട്ടില്ല.

സൂര്യൻ അസ്തമിക്കുകയായിരുന്നു. ഏറെ നേരം നിശ്ശബ്ദതയിലൂടെ വണ്ടി ഓടിക്കൊണ്ടിരുന്നു. എന്റെ വഴികാട്ടിയായ പെൺകുട്ടി ഒരു വീടി ലേക്കു വിരൽ ചൂണ്ടിയപ്പോൾ, പുകക്കുഴലിൽനിന്നും നേർത്തൊരു പുക പുറത്തേക്കുവരികയായിരുന്നില്ലെങ്കിൽ ആൾപ്പാർപ്പില്ലാത്ത വീടാണതെന്ന് തോന്നുമായിരുന്നു. സ്വർണ്ണഛായയിലായിരുന്ന ആകാശത്തിന്റെ പശ്ചാ ത്തലത്തിലാണ് നീലാകാശത്തിലേക്ക് പുക ഉയർന്നുപൊങ്ങിയത്. ആപ്പിൾമരത്തിൽ കുതിരയെ ബന്ധിച്ചശേഷം ഞാൻ ആ പെൺകുട്ടിക്കു പുറകേ, അപ്പോൾ മാത്രം മരണമടഞ്ഞ വൃദ്ധയ്ക്കരികിലേക്ക് നടന്നു ചെന്നു.

ഭൂപ്രകൃതിയുടെ ഗാംഭീര്യവും നിശ്ശബ്ദതയും ആ നിമിഷത്തിന്റെ ശാന്തതയും എന്റെ ഹൃദയത്തിൽ തൊട്ടു. യുവത്വം കടന്നിട്ടില്ലാത്ത ഒരു സ്ത്രീ കട്ടിലിനരികിൽ മുട്ടുകുത്തി നില്ക്കുന്നുണ്ടായിരുന്നു. ആ വൃദ്ധ യുടെ പേരമകളായിരിക്കും എന്നെ കൂട്ടാൻ വന്ന കുഞ്ഞെന്ന് ഞാൻ കരു തിയിരുന്നു. എന്നാൽ അവൾ പരിചാരികയായിരുന്നു. അവിടെയുണ്ടാ യിരുന്ന മെഴുകുതിരികൾ കത്തിച്ചശേഷം അവൾ കിടക്കയ്ക്കരികിൽ ചല നമറ്റു നിന്നു. യാത്രയ്ക്കിടയിൽ ഞാൻ അവളോടു കാര്യങ്ങൾ ചോദിച്ച റിയാൻ ശ്രമിച്ചിരുന്നുവെങ്കിലും അവൾ ഒന്നുംതന്നെ മിണ്ടിയിരുന്നില്ല.

മുട്ടുകുത്തി ഇരുന്നിരുന്നവൾ എഴുന്നേറ്റു. ഞാൻ കരുതിയിരുന്നതു

പോലെ അവൾ ആ വൃദ്ധയുടെ ബന്ധുവായിരുന്നില്ല. വൃദ്ധ മരണവക്രത ത്തിലായപ്പോൾ കൂട്ടിരിക്കാൻ ആ ബാലിക വിളിച്ചുവരുത്തിയ അയൽക്കാ രിയാണവൾ. വൃദ്ധയുടെ മൃതദേഹത്തിന് കാവലിരിക്കുകയായിരുന്നു അവ ളിപ്പോൾ. വേദനയറിയാതെയാണ് വൃദ്ധ മരിച്ചതെന്ന് അവൾ പറഞ്ഞു. ശവസംസ്കാരത്തിന്റെ കാര്യങ്ങൾ ഞങ്ങൾ തമ്മിൽ സംസാരിച്ചുറപ്പാക്കി. 'ലോകത്തിനു പുറത്തുള്ള' ഇത്തരമിടങ്ങളിലെ ഉത്തരവാദിത്വങ്ങൾ പല പ്പോഴും എന്റെ ചുമലിലായിരിക്കും വന്നുവീഴുക. കൊടിയ ദാരിദ്ര്യത്തിൽ കഴിയുന്ന ഈ അയൽക്കാരിയെയും ജോലിക്കാരിയായ ആ പാവം കുഞ്ഞി നെയും ചുമതലകൾ ഏല്പിച്ച് മടങ്ങിപ്പോകുന്നതിൽ എനിക്ക് അല്പം വൈമനസ്യവുമുണ്ടായിരുന്നു.

ശാപഗ്രസ്തമായ ഈ വീടിനുള്ളിൽ എവിടെയെങ്കിലും നിധി യൊന്നും ഒളിപ്പിച്ചുവച്ചിരിക്കാൻ ഒരു സാദ്ധ്യതയുമില്ലല്ലോ! എന്താണ് ഞാൻ ചെയ്യുക? മരണമടഞ്ഞ ഈ വൃദ്ധയ്ക്ക് ബന്ധുക്കളൊരെങ്കിലുമു ണ്ടോയെന്ന് ഞാൻ അന്വേഷിച്ചു.

അപ്പോൾ ആ സ്ത്രീ മെഴുകുതിരിയെടുത്ത് അടുപ്പിന്റെ മൂല കാണാ വുന്നവിധത്തിൽ ഉയർത്തിപ്പിടിച്ചു. അപ്പോൾ നെരിപ്പോടിനടുത്ത് ഉറങ്ങി ക്കിടക്കുന്ന ഒരു വിചിത്രജീവിയെ കണ്ടു. കട്ടിയുള്ള മുടിവന്നുകൂടിയിട്ട് അതിന്റെ മുഖം മറഞ്ഞിരുന്നു.

"അന്ധയായ കുട്ടിയാണവൾ. വൃദ്ധയുടെ അനന്തിരവൾ. ഈ കുടും ബത്തിന്റെ അനന്തരാവകാശിയായി ഇവൾ മാത്രമേയുള്ളൂ. അവളെ അനാഥമന്ദിരത്തിലാക്കാം. മറ്റെന്തു ചെയ്യണമെന്ന് എനിക്കറിയില്ല."

പരിചാരികയായ പെൺകുട്ടി പറഞ്ഞു.

ആ പാവം കുട്ടിയുടെ മുന്നിൽവച്ചുതന്നെ അവളുടെ ഭാവിയെപ്പറ്റി ചർച്ചചെയ്തു തീരുമാനിക്കുന്നത് എന്നിൽ ഞെട്ടലുണ്ടാക്കി. അതവൾക്ക് എന്തുമാത്രം വേദനയുണ്ടാക്കുമെന്നു ഞാൻ ഭയപ്പെട്ടു.

"അവളെ ഉണർത്തല്ലേ"

ഞാൻ മൃദുവായി പറഞ്ഞു. അതൊരു സൂചനയായിരുന്നു. ആ സ്ത്രീ ചുരുങ്ങിയപക്ഷം മെല്ലെ സംസാരിക്കാനെങ്കിലും അത് ഇടയാക്കുമെന്നു ഞാൻ കരുതി.

"അയ്യോ. അവൾ ഉറങ്ങുകയെയൊന്നുമല്ല. അവൾക്ക് സംസാരിക്കാനോ എന്തെങ്കിലും മനസ്സിലാക്കാനോ കഴിയില്ലെന്നാണു പറയുന്നത്. രാവിലെ മുതലേ ഞാനീ മുറിയിൽ ഇരിക്കുകയായിരുന്നു. അവൾ എന്നോട് ഒരൊറ്റ അക്ഷരം മിണ്ടിയിട്ടില്ല. അവൾ ബധിരയാണെന്നാണ് ഞാൻ ആദ്യം വിചാ രിച്ചത്. എന്നാൽ പരിചാരിക പറയുന്നത് അവൾക്ക് കേൾക്കാമെന്നാണ്. എന്നാൽ വൃദ്ധ ബധിരയായിരുന്നു. അവളോട് ഒറ്റ വാക്കുപോലും മിണ്ടി യിരുന്നില്ല. മറ്റുള്ളവരോടും അങ്ങനെതന്നെ. എത്രയോ കാലമായി എന്തെ ങ്കിലും കഴിക്കാനല്ലാതെ അവർ വായ തുറന്നിട്ടേയില്ല."

"എത്ര വയസ്സുണ്ടിവൾക്ക്?"

"പതിനഞ്ചായി കാണും. അതിനെപ്പറ്റി നിങ്ങൾക്കറിയാവുന്നതിൽ കൂടുതലൊന്നും എനിക്കുമറിയില്ല."

നിരാലംബയായ ആ കുട്ടിയുടെ സംരക്ഷണം ഏറ്റെടുക്കണമെന്ന് പെട്ടെന്ന് എനിക്കു തോന്നിയില്ല. അതിനുശേഷം ഞാൻ പ്രാർത്ഥിച്ചു. കൂടുതൽ കൃത്യമായി ആ സ്ത്രീക്കും പരിചാരികയായ പെൺകുട്ടിക്കു മിടയിൽ മുട്ടുകുത്തിനിന്നു പ്രാർത്ഥിക്കുമ്പോൾ പെട്ടെന്ന് ദൈവം എന്നെ ഒരു ചുമതല ഏല്പിക്കുന്നതായി തോന്നി. ഭീരുത്വത്തോടെയല്ലാതെ എനി ക്കതിൽനിന്നും ഒഴിഞ്ഞുമാറാൻ ആകുമായിരുന്നില്ല. പ്രാർത്ഥന കഴിഞ്ഞ് എഴുന്നേറ്റപ്പോൾ ആ കുട്ടിയെ അന്നു രാത്രി കൂട്ടിപ്പോകാൻ ഞാൻ തീരു മാനിച്ചു കഴിഞ്ഞിരുന്നു. അപ്പോൾ, അവളെ കൂട്ടിപ്പോയിട്ടെന്തു ചെയ്യു മെന്ന ചോദ്യം ഞാൻ എന്നോട് ചോദിച്ചിരുന്നില്ല. അവളുടെ സംരക്ഷണം ആരെ ഏല്പിക്കും എന്നും ഞാൻ തീരുമാനിച്ചിരുന്നില്ല. ആ വൃദ്ധയുടെ ഉറങ്ങുന്ന കണ്ണുകളെയും ചുളിവുവീണ മുഖത്തെയും നോക്കി അല്പ നേരം ഞാൻ നിന്നു. ഒരു പിശുക്കന്റെ മടിശ്ശീലപോലെതന്നെ ഒന്നും നഷ്ട പ്പെടാതെ പൂട്ടിവച്ചതായിരുന്നു അവരുടെ വായയും. എന്നിട്ട്, അന്ധയായ ആ പെൺകുട്ടിക്കു നേരെ തിരിഞ്ഞശേഷം, അയൽക്കാരിയോട് എന്റെ താല്പര്യം ഞാൻ അറിയിച്ചു.

"ശരി. നാളെ ശവമെടുക്കാൻ അവർ വരുമ്പോൾ അവൾ ഇവിടെ ഇല്ലാതിരിക്കുന്നതായിരിക്കും നല്ലത്." ഇത്രമാത്രമാണ് അവൾ പറഞ്ഞത്.

സാങ്കല്പികമായ പുതിയ പുതിയ തടസ്സങ്ങൾ കണ്ടെത്തുന്നതിൽ സന്തോഷം കണ്ടെത്തിയിരുന്നില്ലെങ്കിൽ എത്രയോ കാര്യങ്ങൾ നമുക്ക് എളുപ്പത്തിൽ ചെയ്യാമായിരുന്നു. നമുക്ക് ചെയ്യാൻ ഇഷ്ടമുണ്ടായിരുന്ന എത്രകാര്യങ്ങളാണ് ബാല്യംമുതൽ നാം ചെയ്യാതെ വിട്ടത്. അതും, 'ഓ... അവനതു ചെയ്യാനാവില്ല' എന്നു മറ്റുള്ളവർ പറയുന്നതുകേട്ട് വെറുതെ നിന്നു എന്ന ഒറ്റക്കാരണത്താൽ.

ജീവനില്ലാത്ത ഒരു കട്ടയെപ്പോലെ എടുത്തുകൊണ്ടുപോകാൻ ആ അന്ധയായ കുട്ടി അനുവദിച്ചു. അവളുടെ മുഖത്തിന് സവിശേഷമായി എന്തെങ്കിലുമുണ്ടായിരുന്നില്ല. മാത്രമല്ല അവൾ തികച്ചും ഭാവരഹിതയു മായിരുന്നു. മുകളിലേക്ക് കയറിപ്പോകാനുള്ള പടിക്കെട്ടുകൾക്കു ചുവ ട്ടിൽ ഒരു മൂലയിലായി കണ്ട, അവൾ സാധാരണയായി കിടക്കാനുപയോ ഗിച്ചിരുന്നതെന്ന് എനിക്കു തോന്നിയ കിടക്കയിൽനിന്നും ഒരു പുതപ്പെ ടുത്ത് ഞാനവളെ പുതപ്പിച്ചു. രാത്രി പ്രശാന്തവും തണുപ്പേറിയതുമായി രുന്നു. അയൽക്കാരി അനുസരണയോടെ അവളെ പുതപ്പിച്ചെടുക്കാൻ എന്നെ സഹായിച്ചു. വണ്ടിയിൽ വിളക്കു തെളിയിച്ചശേഷം ഞാൻ അവ ളെയും കൊണ്ട് വീട്ടിലേക്ക് ഓടിച്ചുപോയി. അവൾ എനിക്കരികിൽ ചുരു ണ്ടുകൂടി. അജ്ഞാതമായ ഒരു സൗഹാർദ്ദത്തിനപ്പുറം ജീവനില്ലാത്ത ഒരു പിടി മാംസം മാത്രമായിരുന്നു അവൾ. അവൾ ഉറങ്ങിയോ എന്നായിരുന്നു വഴിനീളെ എന്റെ ചിന്ത. ഈ കറുത്ത ആട്ടിൻകുട്ടി എങ്ങനെയിരിക്കും?

അവളുടെ ഉറക്കവും ഉണർവ്വും തമ്മിലുള്ള സമയ വേർതിരിവ് എപ്രകാ രമായിരിക്കും? ഈ കറുത്ത ശരീരത്തിനുള്ളിൽ എന്തോ ഒന്നു കുടിപ്പാർ പ്പുണ്ട്. 'അവന്റെ' കൃപയുടെ ഒരു രശ്മിക്കായി കാത്തിരിക്കുന്ന ഒരു ആത്മാവുണ്ടാവും. "ദൈവമേ അതിൽ നിന്റെ വിരലുകൾ തൊടൂ. എന്റെ സ്നേഹംകൊണ്ട് ഭയാനകമായ ഈ അന്ധകാരമകറ്റാൻ എന്നെ അനു വദിച്ചാലും...."

വീട്ടിൽ എത്തിച്ചേർന്നപ്പോൾ എനിക്കു ലഭിച്ച ഒട്ടും സന്തോഷകരമ ല്ലാത്ത സ്വീകരണത്തെപ്പറ്റി ഞാനിവിടെ നിശ്ശബ്ദമായി പറഞ്ഞുവയ് ക്കുന്നു. എനിക്ക് സത്യത്തോടുള്ള അമിതമായ പ്രതിപത്തി ഒന്നുകൊണ്ടു മാത്രമാണപ്രകാരം പറയുന്നത്. എല്ലാവിധ നന്മകളുടെയും വിളനിലമാ ണെന്റെ പ്രിയപത്നി. ഞങ്ങളുടെ ജീവിതം കടന്നുപോയിട്ടുള്ള പ്രയാസ ഘട്ടങ്ങളിൽ ഒരിക്കൽപ്പോലും അവളുടെ ഹൃദയം എന്തുകൊണ്ടാണ് സൃഷ്ടിക്കപ്പെട്ടിരിക്കുന്നത് എന്നതിനെപ്പറ്റി എനിക്കൊരിക്കലും സംശ യമുണ്ടായിട്ടില്ല. അതിനർത്ഥം അവളുടെ സ്വാഭാവികമായ ദീനാനുകമ്പ യിൽ അതിശയിക്കണമെന്നല്ല. അവൾ ഒരു സാധാരണ സ്ത്രീയാണ്. അവ ളുടെ കർത്തവ്യങ്ങൾക്ക് അപ്പുറമോ ഇപ്പുറമോ പോകാതിരിക്കാൻ അവൾ എപ്പോഴും ശ്രദ്ധിക്കാറുണ്ട്. അവളുടെ അനുകമ്പയ്ക്കും അതിരുകളുണ്ട്. സ്നേഹമങ്ങനെ ഒരു അക്ഷയപാത്രമൊന്നുമല്ലല്ലോ! ഈ ഒറ്റക്കാര്യത്തി ലാണ് ഞങ്ങൾക്ക് വിയോജിപ്പുള്ളത്.

ആ രാത്രിയിൽ ഞാൻ വീട്ടിലേക്കു കൂട്ടിക്കൊണ്ടുവന്ന പാവം പെൺകുട്ടിയെ കണ്ട മാത്രയിൽ അവൾക്കുണ്ടായ പ്രതികരണം അവള റിയാതെ പുറത്തുവന്നു.

"എന്തു പൊല്ലാപ്പാണ് നിങ്ങളീ കൊണ്ടുവന്നിരിക്കുന്നത്?"

എപ്പോഴും സംഭവിക്കാറുള്ളതുപോലെ, ഇക്കാര്യത്തിലും ഒരു സമ വായത്തിലെത്തണം. അതിനായി ഞാൻ ആദ്യം ചെയ്തത് ഞങ്ങൾക്കു ചുറ്റും വായും തുറന്ന് അത്ഭുതം കൂറിനില്ക്കുന്ന മക്കളോട് മുറിവിട്ടു പുറത്തുപോകാൻ പറയുകയായിരുന്നു. ഞാൻ പ്രതീക്ഷിച്ചതിൽനിന്നും എത്ര വ്യത്യസ്തമായ സ്വീകരണമാണ് ലഭിച്ചത്! വണ്ടിയിൽനിന്നും ജീവ നുള്ള പുതിയ എന്തോ ഒന്നിറങ്ങി വന്നുവെന്നു കണ്ടപ്പോൾ എന്റെ കുഞ്ഞുമകൾ ഷാർലറ്റ് മാത്രമാണ് കൈകൾ കൊട്ടി നൃത്തം ചെയ്യാൻ തുടങ്ങിയത്. അമ്മയുടെ ശിക്ഷണത്തിൽ വളർന്ന മറ്റുകുട്ടികൾ പെട്ടെന്ന് അവളുടെ ഉത്സാഹം കെടുത്തിക്കളയുകയും അവർക്കൊപ്പം അവളെ ചേർക്കുകയും ചെയ്തു.

ആശയക്കുഴപ്പം നിറഞ്ഞ നിമിഷമായിരുന്നു അത്. ആ കുഞ്ഞ് അന്ധ യാണെന്ന് എന്റെ ഭാര്യയോ കുഞ്ഞുങ്ങളോ ഇതുവരെ മനസ്സിലാക്കിയി രുന്നില്ല. അതിനാൽ അവളുടെ കാര്യത്തിൽ ഓരോ ചുവടും ഞാൻ എത്ര സൂക്ഷിച്ചാണ് വച്ചിരുന്നതെന്ന് അവർക്ക് അറിയില്ല. യാത്ര ചെയ്യാൻ തുട

ങ്ങിയതു മുതൽ ഞാനവളുടെ കൈകൾ എന്റെ കൈയോടു ചേർത്തുപി ടിച്ചിരിക്കുകയായിരുന്നു. അത് വേർപെടുത്തിയ ഉടൻ പരിഭ്രാന്തയായ ആ പെൺകുട്ടി ഞരങ്ങാൻ തുടങ്ങിയത് എന്നെ സംഭ്രമത്തിലാക്കി. അവ ളുടെ ശബ്ദത്തിന് മനുഷ്യ ശബ്ദവുമായല്ല പട്ടിക്കുഞ്ഞുങ്ങളുടെ ദയനീ യമായ മോങ്ങലിനോടായിരുന്നു കൂടുതൽ സാമ്യം. അവൾക്ക് ചിരപരി ചിതമായ ഇത്തിരിപ്പോന്ന വൃത്തത്തിൽ നിന്നും ജീവിതത്തിലാദ്യമായി പറിച്ചുമാറ്റപ്പെട്ടപ്പോൾ അവളുടെ കാലുകൾ അവളെ അനുസരിക്കാൻ തയ്യാറായില്ല. എന്നാൽ അവൾക്കായി കസേര നീക്കിയിട്ടപ്പോൾ തനിക്ക തിൽ ഇരിക്കാനാവില്ല എന്ന മാതിരി അവൾ ഒരു ചുമടുപോലെ നില ത്തേക്കു ചാഞ്ഞു. എന്നാൽ അവളെ നെരിപ്പോടിനടുത്തേക്കു ഞാൻ പിടി ച്ചുകൊണ്ടുപോയപ്പോൾ അവൾ ശാന്തത വീണ്ടെടുത്തു. മരണപ്പെട്ട വൃദ്ധ യുടെ വീട്ടിലെ ചിമ്മിനിയോടു ചേർന്ന് അടുപ്പിനരികിൽ ചുരുണ്ടുകൂടി ഇരിക്കുന്ന അവസ്ഥയിലാണല്ലോ ഞാനവളെ ആദ്യം കാണുന്നത്. അതേ നിലയിലേക്കവൾ വേഗത്തിൽ മാറി. വണ്ടിയിൽ വച്ചും അവൾ സീറ്റിൽ നിന്നും ചടഞ്ഞിറങ്ങി എന്റെ പാദങ്ങൾക്കരികിലാണ് യാത്രയിലുടനീളം ഇരുന്നത്. എന്റെ ഭാര്യ വേഗത്തിൽ എന്നെ സഹായിക്കാനെത്തി. അവ ളുടെ നൈസർഗ്ഗികമായ ഉൾപ്രേരണ പലപ്പോഴും അവളുടെ ഹൃദയത്തെ സദാ പറ്റിക്കാറുള്ളതിനാൽ എപ്പോഴും ഏറെ ഉചിതമായ തീരുമാനത്തി ലായിരിക്കും അവൾ എത്തിച്ചേരുക.

ആ പെൺകുട്ടി സ്വസ്ഥമായി ഇരുന്നുകഴിഞ്ഞപ്പോൾ അവൾ എന്നോടു ചോദിച്ചത് ഇങ്ങനെയായിരുന്നു.

"നിങ്ങൾ അതിനെ എന്തുചെയ്യാൻ പോവുകയാണ്."

'അതിനെ' എന്ന വാക്ക് അവൾ ഉപയോഗിച്ചതു കേട്ടപ്പോൾ എന്റെ ആത്മാവ് കോപം കൊണ്ടുവിറച്ചു. എന്നാൽ ഏറെ പ്രയാസപ്പെട്ട് ഞാനത് അടക്കി. എന്റെ ദീർഘമായ ധ്യാനാനുഭവങ്ങൾ ഇനിയും കൈമോശം വരാത്തതിനാലാണ് എനിക്കതിന് കഴിഞ്ഞത്. എനിക്കുചുറ്റും ഒരു വൃത്ത ത്തിലെന്നപോലെ നില്ക്കുകയായിരുന്ന മൊത്തംപേർക്കു നേരെയും നോക്കിയശേഷം ഞാനാ പെൺകുട്ടിയുടെ ഉച്ചിയിൽ കൈവച്ച് സഗൗ രവം പറഞ്ഞു.

"കാണാതായ ആട്ടിൻകുഞ്ഞിനെ ഞാൻ ഇതാ കൊണ്ടുവന്നിരി ക്കുന്നു."

ആ അവസരത്തിൽ ഇങ്ങനെ സുവിശേഷം പ്രസംഗിക്കാൻ വേണ്ടി മാത്രം അയുക്തികമായോ അതിയുക്തിപരമായോ ആയ എന്തെങ്കിലും സംഭവിച്ചു എന്നു സമ്മതിക്കാൻ അമിലി തയ്യാറായില്ല. അവൾ എതിർ ക്കാൻ തുടങ്ങുമ്പോഴേക്കും ഞാൻ ജാക്കിനും സാറായ്ക്കും ചില സൂച നകൾ നല്കിക്കഴിഞ്ഞിരുന്നു. ഞങ്ങളുടെ വൈവാഹിക ജീവിതത്തിലെ ഇത്തരം ചെറിയ ചില ഏറ്റുമുട്ടലുകൾ ഒരു ശീലമായി കഴിഞ്ഞതിനാ ലാവാം അവർക്കതിൽ സ്വാഭാവികമായ ആകാംക്ഷ നഷ്ടപ്പെട്ടിരുന്നു

(വേണ്ടത്ര ഇല്ലെന്ന് ഞാൻ പലപ്പോഴും ചിന്തിച്ചുപോയിട്ടുണ്ട്). ഞാൻ നല്കിയ സൂചനയനുസരിച്ച് അവർ ചെറിയ കുഞ്ഞുങ്ങളെ മുറിക്കു പുറ ത്തേക്കു കൊണ്ടുപോയി. എന്റെ ഭാര്യ അപ്പോഴും നിശ്ശബ്ദത തുടർന്നു. അവൾ അല്പം ശുണ്ഠിയിലാണെന്ന് മുഖത്തു നോക്കിയാലറിയാം.

അപ്പോഴാണ് ഞാൻ പുതിയതായി കടന്നുവന്നവളെപ്പറ്റി ഓർത്തത്.
"അവളുടെ മുന്നിൽവച്ച് സംസാരിക്കുന്നതിൽ കുഴപ്പമില്ല. ആ പാവ ത്തിനൊന്നും മനസ്സിലാവില്ല."

അതു കേട്ടയുടൻ അമിലി പ്രതിഷേധിക്കാൻ തുടങ്ങി. "എനി ക്കൊന്നും പറയാനില്ല – അത് ദീർഘമായ വിശദീകരണങ്ങളുടെ മുന്നോ ടിയാണ് - ഒന്നും ചെയ്യാനുമില്ല" എന്നായിരുന്നു അവളുടെ മറുപടി. എത്ര സദുദ്ദേശ്യത്തോടുകൂടിയായിരുന്നാലും എന്റെ അപ്രായോഗികവും നാട്ടു നടപ്പിന് എതിരായതുമായ ചാപല്യങ്ങളോട് അവളുടെ പതിവു പ്രതിക രണമാണത്. ഞാൻ നേരത്തെ പറഞ്ഞതുപോലെ, ഇപ്പോൾപ്പോലും ഈ കുഞ്ഞിനെ എന്തുചെയ്യണമെന്ന കാര്യത്തിൽ ഞാനൊരു തീരുമാനത്തിൽ എത്തിച്ചേർന്നിരുന്നില്ല. ആ കുഞ്ഞിനെ ഞങ്ങളുടെ വീട്ടിൽ സ്ഥിരമായി താമസിപ്പിക്കാൻ എന്തെങ്കിലും സാദ്ധ്യതയുണ്ടാവുമോ എന്ന കാര്യം ഞാൻ ആലോചിച്ചിരുന്നതേ ഇല്ല. അല്ലെങ്കിൽ, അവ്യക്തമായി മാത്രം ആലോചിച്ചിരുന്നു എന്നു വേണമെങ്കിൽ പറയാം. ആവശ്യത്തിലധികം പേർ ഇപ്പോൾത്തന്നെ ഈ വീട്ടിലില്ലേ എന്നു ചോദിച്ചതുവഴി അവളെ അവിടെ താമസിപ്പിക്കാമെന്നു ഭംഗ്യന്തരേണ സമ്മതിച്ചത് അമിലി തന്നെ യല്ലേയെന്നു ഞാൻ ചോദിക്കാൻ തുടങ്ങിയതാണ്. മറ്റുള്ളവരുടെ അഭി പ്രായങ്ങളോ താല്പര്യങ്ങളോ തെല്ലും കണക്കിലെടുക്കാതെ ഞാൻ എല്ലാ യ്പ്പോഴും ഓരോ കാര്യങ്ങളിലേക്ക് എടുത്തുചാടുമെന്ന് അവൾ ഒരു പ്രഖ്യാപനവും നടത്തി. അവളുടെ ഭാഗത്തുനിന്നും ചിന്തിച്ചാൽ അഞ്ചു കുട്ടികൾ തന്നെ ആവശ്യത്തിലും അധികമായാണവൾ കണക്കാക്കുന്നത്. ക്ലൂദിന്റെ ജനനത്തോടെ (തൊട്ടിലിൽ കിടന്ന് അവൻ ആ നിമിഷത്തിൽ മോങ്ങാൻ തുടങ്ങി. ആരോ അവന്റെ പേരെടുത്തു വിളിച്ചിട്ടെന്നപോലെ) അവൾ, താൻ താങ്ങാവുന്നിടത്തോളം ചെയ്തു കഴിഞ്ഞുവെന്നും ഇനി യുമത് സഹിക്കാനാവില്ല എന്ന നിലപാടിലാണ്.

അവൾ പൊട്ടിത്തെറിക്കാൻ തുടങ്ങിയപ്പോൾ ക്രിസ്തുവിന്റെ ചില വചനങ്ങൾ എന്റെ ഹൃദയത്തിൽനിന്നും ചുണ്ടുകളിലേക്കെത്തി. എന്നാൽ ഞാൻ സ്വയം നിയന്ത്രിച്ചു. എന്റെ ചെയ്തികൾക്ക് ന്യായീകരണം ചമ യ്ക്കാൻ ഞാൻ വിശുദ്ധഗ്രന്ഥത്തെ ഉപയോഗപ്പെടുത്തുകയാണോ എന്ന ആരോപണം ഉയർന്നുവന്നേക്കുമെന്ന്, എന്നാൽ, ഞാൻ ഒട്ടും ചിന്തിച്ചു മില്ല. താനാകെ തളർന്നു എന്ന അവളുടെ വാക്കുകൾ എന്നിൽ ചില ആശയക്കുഴപ്പങ്ങൾ സൃഷ്ടിച്ചു എന്നത് നേരാണ്. എന്റെ എടുത്തുചാട്ടം മൂലം ആദ്യമായിട്ടൊന്നുമല്ല അവൾ കഷ്ടപ്പെടേണ്ടി വന്നിട്ടുള്ളത് എന്ന കാര്യം സമ്മതിക്കാൻ എനിക്കൊട്ടും മടിയുമില്ല. ഇതിനോടകം തന്നെ

അവളുടെ കുറ്റപ്പെടുത്തലുകൾ എന്റെ ചുമതലബോധത്തെ ഉണർത്തി ക്കഴിഞ്ഞിരുന്നു. എനിക്ക് കഴിയുന്നതിൽവച്ച് ഏറ്റവും മൃദുവായി ഞാന വളോടു പറഞ്ഞു: "അമിലീ, എന്റെ സ്ഥാനത്ത് നീയായിരുന്നുവെങ്കിലും ഇങ്ങനെയൊക്കെയായിരിക്കില്ലേ ചെയ്യുന്നത്? നിസ്സഹായയായൊരു പെൺകുട്ടിയെ നിനക്ക് ഉപേക്ഷിച്ചുപോരാൻ കഴിയുമായിരുന്നോ? പുതി യൊരാൾകൂടി കുടുംബത്തിൽ വന്നുചേർന്നാൽ നിനക്കുണ്ടാകുന്ന അധി കഭാരത്തെപ്പറ്റി എനിക്കറിയില്ല എന്നാണോ നീ കരുതുന്നത്?" ഇതു പറ ഞ്ഞുകഴിഞ്ഞുടൻ തന്നെ അടുക്കളയിൽ അവളെ സഹായിക്കാൻ എനിക്ക് പലപ്പോഴും കഴിയാതെ പോയിട്ടുള്ളതിലുള്ള മനസ്താപം പ്രകടിപ്പിക്കാ നായില്ല. ഇത്തരത്തിൽ അവളെ പ്രീണിപ്പിക്കാനുള്ള പൊടിക്കൈകൾ പലതും ഞാൻ പ്രയോഗിച്ചു നോക്കി. എന്നോടുള്ള കോപമൊന്നും ആ നിഷ്കളങ്കയായ പെൺകുട്ടിക്കുമേൽ ഇറക്കിവയ്ക്കരുതെന്ന് ഞാനവ ളോടു യാചിച്ചു. കാരണം അവൾ അതിനുമാത്രം ഒരു കുറ്റവും ചെയ്തി ട്ടില്ലല്ലോ. സാറാ വളർന്നു കഴിഞ്ഞെന്നും ജാക്യൂസിന് ഇനിയവളുടെ പരി ചരണം ആവശ്യമില്ലാത്തതിനാൽ അവളുടെ സഹായം അടുക്കളയിൽ കൂടുതൽ ലഭിക്കുമെന്നും ഞാൻ പറഞ്ഞു. ചുരുക്കത്തിൽ, കൃത്യസമയത്ത് ദൈവം ശരിയായ വാക്കുകൾ എന്റെ വായിലേക്ക് ഇട്ടുതന്നു. അല്ലെ ങ്കിൽത്താന്നെയും അവൾ സ്വമേധയാ ഏറ്റെടുക്കുമായിരുന്ന ഒരു ദൗത്യത്തെ കൂടുതൽ സ്വീകാര്യമാക്കാൻ എന്റെ വാക്കുകൾ സഹായക രമായിട്ടുണ്ടാവണം. പ്രതികരിക്കാൻ അനുയോജ്യമായ ഒരു സാഹചര്യം ഒത്തുവന്നിരുന്നുവെങ്കിൽ അല്ലെങ്കിൽ ഞാൻ അവളോടാലോചിക്കാതെ അവളുടെ ചിന്തയെ തടഞ്ഞില്ലായിരുന്നുവെങ്കിൽ അവൾ ഇതേ തീരുമാ നത്തിൽത്തന്നെ സ്വാഭാവികമായും എത്തിച്ചേരുമായിരുന്നു.

പ്രിയപ്പെട്ട അമിലി ജെർട്രൂഡിനെ പരമാവധി കാരുണ്യത്തോടെ സമീ പിക്കുന്നുവെന്നും ഞാൻ എന്റെ ലക്ഷ്യം നേടുന്നതിൽ വിജയിച്ചുവെന്നും തോന്നിയ നിമിഷത്തിലാണ് കൈയിലേന്തിയ വിളക്കുമായി ആ പെൺകു ട്ടിയെ സൂക്ഷ്മമായി നിരീക്ഷിച്ച എമിലി ആപാദചൂഡം അഴുക്കിൽ മുങ്ങിയ ആ കോലംകണ്ട് ഞെട്ടി പുറകോട്ടു മാറുന്നത് ഞാൻ കണ്ടത്.

"അയ്യേ. ഇവളുടെ മേലിലും തുണിയിലും നിറയെ പേനാണ്! എന്ത് അഴുക്കാണിവളുടെ ദേഹം മുഴുവൻ. വേഗം പോയി മേലാകെ കഴുകി, തുണി കുടഞ്ഞുടുത്തു വാ. അകത്തുവേണ്ട. പുറത്തുപോയി ചെയ്യ്. ഇവിടെ കുട്ടികളുടെ മേലിലെല്ലാം പേനിഴഞ്ഞ് കയറും. ദൈവമേ ഈ പേൻ പോലെ ഞാൻ വെറുക്കുന്ന മറ്റൊന്നും ഈ ഭൂമുഖത്തില്ല."

ആ കുട്ടിയുടെ ശരീരത്തിൽ പേനുകൾ അരിച്ചു നീങ്ങുന്നു എന്ന വസ്തുത നിഷേധിക്കാനാവില്ല. ഇവൾക്കരികിലിരുന്ന് യാത്ര ചെയ്ത പ്പോൾ പേനുകൾ എന്റെ ശരീരത്തിലേക്കും കയറിയിട്ടുണ്ടാകുമോ എന്ന ചിന്ത എന്നിൽ അറപ്പുലവാക്കി.

ഏതാനും നിമിഷങ്ങൾക്കുശേഷം എനിക്കു കഴിയാവുന്ന വിധത്തി

ലെല്ലാം ദേഹശുദ്ധി വരുത്തി തിരികെയെത്തുമ്പോൾ സ്വന്തം താടി കൈക
ളിൽ താങ്ങി വിങ്ങിപ്പൊട്ടിക്കൊണ്ട് ചാരുകസേരയിൽ ചടഞ്ഞിരിക്കുന്ന
ഭാര്യയെയാണു ഞാൻ കണ്ടത്.

"നിന്റെ സഹനശക്തി പരീക്ഷിക്കാൻ ഞാനുദ്ദേശിച്ചിരുന്നില്ല,
അമിലി."

പരമാവധി സ്നേഹം പുരട്ടി ഞാൻ പറഞ്ഞു.

"എന്തായാലും നേരമിരുട്ടി. ഇന്നിനിയൊന്നും ചെയ്യാൻ കഴിയില്ല.
ഞാൻ പോയി നെരിപ്പോടെരിക്കാം. ഇവളവിടെ തണുപ്പേല്ക്കാതെ കഴി
ഞ്ഞോട്ടെ. നാളെ നമുക്കിവളുടെ തലമുടി മുറിച്ചുമാറ്റിയ ശേഷം കുളി
പ്പിച്ചു വൃത്തിയാക്കാം. നിന്റെ അറപ്പു മാറിക്കിട്ടുംവരെ നീ അങ്ങോട്ടു
വരേണ്ട."

ഇതൊന്നും കുഞ്ഞുങ്ങളറിയരുതെന്ന് ഞാനവളോടു ദയനീയമായി
അപേക്ഷിച്ചു.

അത്താഴത്തിനുള്ള സമയമായി. ഞാൻ കൈമാറിയ കുടുവൻ പാത്രം
നിറയെയുള്ള സൂപ്പ് അവൾ ആർത്തിയോടെ കഴിക്കുന്നത് അറപ്പോടെ
നോക്കി നില്ക്കുകയായിരുന്ന റോസിലി പെട്ടെന്ന് ഞങ്ങൾക്കു നേരെ
തിരിഞ്ഞു. എല്ലാവരും നിശ്ശബ്ദരാണ്. ദാരിദ്ര്യം എന്ന അവസ്ഥയുടെ
ഭീകരതയെപ്പറ്റി കുട്ടികളുടെ ഹൃദയത്തെ മഥിക്കുന്ന ഒരു പ്രഭാഷണം
ഞാൻ നടത്തിയേനെ. ദൈവം അയച്ചുതന്ന അതിഥിയുടെ മേൽ സഹാ
നുഭൂതിയും അനുപാതവും അവരുടെ ഹൃദയങ്ങളിൽ നിറച്ചേനെ. എന്നാൽ
അത്തരമൊരു പ്രഭാഷണം അമിലിയിൽ പുകഞ്ഞുനിന്ന അസ്വസ്ഥത
പൊട്ടിത്തെറിയിലേക്കെത്തുമോയെന്നു ഞാൻ ഭയന്നു. ആ വാക്കുകൾ
ആരുടെയും ശ്രദ്ധയിൽപ്പെടാതെയും ഇതുവരെ സംഭവിച്ച കാര്യങ്ങളെ
സ്പർശിക്കാതെയും കടന്നുപോയതായി തോന്നി. എന്നാൽ, യഥാർത്ഥ
ത്തിൽ, ഞങ്ങളിലാർക്കും അക്കാര്യങ്ങൾ ഒഴികെ മറ്റെന്തെങ്കിലും ആ അവ
സ്ഥയിൽ, ചിന്തിക്കുവാനേ കഴിയുമായിരുന്നില്ല എന്നതായിരുന്നു നേർ.

എല്ലാരും കിടക്കാൻ പോയിക്കഴിഞ്ഞ് ഒരു മണിക്കൂർ കഴിഞ്ഞിട്ടു
ണ്ടാവണം. അമിലിയും എന്റെയടുത്തുനിന്ന് എഴുന്നേറ്റു പോയിക്കഴിഞ്ഞു.
അപ്പോൾ എന്റെ കുഞ്ഞുമകൾ ഷാർലെറ്റ് പതുക്കെ പാതിയടഞ്ഞ വാതി
ലിലൂടെ നടന്നുവരുന്നത് ഞാൻ കണ്ടു. അവൾ നിശാവസ്ത്രം ധരിച്ചി
രുന്നു. ചെരുപ്പ് ഇട്ടിട്ടുണ്ടായിരുന്നില്ല. വേഗത്തിൽ ഓടിയെത്തി അവൾ
എന്റെ കഴുത്തിൽ കൈകൾ ചുറ്റി കെട്ടിപ്പിടിച്ചപ്പോൾ എന്റെ ഹൃദയം
വിങ്ങി. "ഞാൻ വേണ്ടരീതിയിൽ ശുഭരാത്രി പറഞ്ഞില്ലെന്നു തോന്നി"
അവൾ ചെവിയിൽ പിറുപിറുത്തു. നിറഞ്ഞ സമാധാനത്തോടെ മയങ്ങുന്ന
അന്ധയായ ആ പെൺകുട്ടിയെ തന്റെ പിഞ്ചു കുഞ്ഞുവിരലിനാൽ ചൂണ്ടി
അവൾ മെല്ലെ പറഞ്ഞു.

"അവൾക്ക് ഞാനൊരു ഉമ്മ കൊടുക്കട്ടെ."

യഥാർത്ഥത്തിൽ ഉറങ്ങുന്നതിനുമുമ്പ് അവൾക്ക് അന്ധബാലികയെ

ഒരിക്കൽക്കൂടി കാണണമെന്ന് തോന്നിയിട്ടുണ്ടാവണം.

ഞാൻ പറഞ്ഞു.

"നാളെ നിനക്കവളെ ഉമ്മവയ്ക്കാം. പാവം, അവൾ നല്ല ഉറക്കത്തി ലാണ്. ഇപ്പോഴവളെ ശല്യപ്പെടുത്തണ്ട."

ഇതും പറഞ്ഞ് ഞാനവളെ വാതിൽ വരെ അനുഗമിച്ചു. അതിനു ശേഷം ഞാൻ പോയി കസേരയിൽ ഇരുന്നു. അടുത്ത ദിവസത്തെ ആരാധനക്കു വായിക്കാനുള്ള ഭാഗങ്ങളെപ്പറ്റിയുള്ള കുറിപ്പുകൾ തയ്യാ റാക്കാനായി പുലരുവോളം ഒറ്റയിരുപ്പായിരുന്നു. "ഷാർലെറ്റ് മൂത്തവരെ ക്കാൾ കൂടുതൽ വൈകാരിക അടുപ്പമുള്ളവളാണ്. എന്നാൽ കുഞ്ഞുങ്ങ ളായിരുന്നപ്പോൾ അവരും എനിക്കു ചുറ്റും എപ്പോഴും ഉണ്ടായിരുന്നല്ലോ! എന്റെ മൂത്ത മകൻ ജാക്യൂസ് എത്ര മൗനിയും അകൽച്ചയുള്ളവനുമായി മാറിക്കഴിഞ്ഞു, ഇപ്പോൾ. നമ്മൾ കരുതും അവർ എത്ര സ്നേഹമുള്ള കുട്ടികളാണെന്ന്. എന്നാൽ ഇതെല്ലാം നമ്മളെ മയക്കി കാര്യങ്ങൾ നേടി യെടുക്കാനുള്ള സൂത്രപ്പണികളല്ലേ" ഞാൻ സ്വയം ചിന്തിച്ചുകൂട്ടി.

ഫെബ്രുവരി 27

കഴിഞ്ഞരാത്രിയിൽ വീണ്ടും ശക്തമായ മഞ്ഞുവീഴ്ചയുണ്ടായി. ഇനി ജനാലയിലൂടെ പുറത്തേക്കു ചാടാമല്ലോയെന്നോർത്ത് കുട്ടികൾ ആർത്തുല്ലസിച്ചു. വാസ്തവത്തിൽ ഇന്നു രാവിലെ മഞ്ഞുവീഴ്ചമൂലം മുൻവശത്തെ വാതിൽ തുറക്കാനാവാത്ത അവസ്ഥയിലായിരുന്നു. കുളി മുറിയിലൂടെ മാത്രമേ പുറത്തേക്കു കടക്കാൻ കഴിഞ്ഞുള്ളൂ. ഗ്രാമവാസി കൾ ആവശ്യത്തിന് പലവ്യഞ്ജനങ്ങൾ ശേഖരിച്ചിട്ടുണ്ടെന്ന് ഞാൻ ഉറ പ്പുവരുത്തിയിരുന്നു. വരുന്ന കുറേദിവസങ്ങളിൽ പുറംലോകവുമായുള്ള ബന്ധം മുറിഞ്ഞുപോകുമെന്ന് ഞങ്ങൾക്ക് അറിയാമായിരുന്നു. ശീതകാ ലത്ത് ഇത്രയേറെ മഞ്ഞുവീഴ്ചയുണ്ടാകുന്നത് ആദ്യമായിട്ടൊന്നുമല്ല. എന്നാലും ഇത്രയേറെ ശക്തമായ മഞ്ഞുവീഴ്ച എന്റെ ഓർമ്മയിലെങ്ങു മില്ല. ഈ സാഹചര്യം മുതലെടുത്ത് ഞാൻ ഇന്നലെ ആരംഭം കുറിച്ച കഥയുടെ പിന്നാലെ പോയി.

ഈ ആതുരയായ കുട്ടിയെ വീട്ടിലേക്കു കൂട്ടിക്കൊണ്ടുവന്ന അവസ രത്തിൽ അവളെ എവിടെ പാർപ്പിക്കും എന്ന കാര്യത്തെപ്പറ്റി ഞാൻ ഒട്ടും ആലോചിച്ചിരുന്നില്ല എന്നു പറഞ്ഞിരുന്നല്ലോ. എന്റെ ഭാര്യയുടെ സഹന ശക്തിയുടെ പരിമിതിയെപ്പറ്റി എനിക്ക് നല്ല ധാരണയുണ്ട്. അതുപോലെ ഞങ്ങളുടെ വീടിന്റെ സ്ഥലപരിമിതിയെപ്പറ്റിയും വരുമാനത്തെപ്പറ്റിയും എനിക്കു ബോധ്യമുണ്ട്. ഞാൻ സ്വാഭാവികമായി എങ്ങനെയാണോ പെരു മാറുന്നത് അതുപോലെത്തന്നെയായിരുന്നു ഇക്കാര്യത്തിലും ചെയ്തത്. ആ നിമിഷത്തിൽ ജീവിതത്തിൽ ഞാൻ ഉയർത്തിപ്പിടിക്കുന്ന മൂല്യങ്ങള ല്ലാതെ അതുമൂലമുണ്ടാകുന്ന സാമ്പത്തികപ്രയാസങ്ങൾ എന്റെ മനസ്സിൽ കടന്നുവന്നില്ല. ദൈവവചനങ്ങൾ പഠിപ്പിക്കുന്നതിനു വിരുദ്ധമാണിതെന്ന് ഞാനെപ്പോഴും ചിന്തിക്കാറുണ്ട്. ദൈവത്തോടുള്ള ഒരുവന്റെ പരിഗണ

നയും അതു മറ്റുള്ളവരുടെ ചുമലിലേക്ക് ഇറക്കിവയ്ക്കുന്നതും ഭിന്നകാ
ര്യങ്ങളാണ്. അമിലിയുടെ ചുമലിലേക്ക് വലിയ ഭാരമാണ് ഞാൻ ഇറക്കി
വച്ചതെന്ന് എനിക്കറിയാം. നാണക്കേടുകൊണ്ട് തലകുനിഞ്ഞു പോകു
ന്നത്ര വലുതായിരുന്നു അതെന്ന് എനിക്ക് ആദ്യമേ തോന്നിയിരുന്നു.

ആ പെൺകുട്ടിയുടെ മുടി വെട്ടിക്കൊടുക്കാൻ അമിലിയെ എന്നാ
ലാവുന്ന വിധത്തിലെല്ലാം ഞാൻ സഹായിച്ചു. അവൾ അതു ചെയ്തത്
അത്ര തൃപ്തിയോടെയായിരുന്നില്ല എന്ന് എനിക്കറിയാമായിരുന്നു.
അവളെ കഴുകി വൃത്തിയാക്കുന്ന കാര്യമെത്തിയപ്പോൾ അക്കാര്യം അമി
ലിയെ ഏല്പിച്ചു പുറത്തുകടന്നു. അത്തരത്തിലുള്ള കഠിനവും വിയോ
ജിപ്പുള്ളതുമായ ഉദ്യമങ്ങളിൽ നിന്നും ഞാൻ നിർബന്ധപൂർവ്വം രക്ഷപ്പെ
ടുകയാണെന്ന കാര്യവും എനിക്കറിയാം.

മറ്റുകാര്യങ്ങളിൽ ചെറിയ വിമുഖതപോലും അമിലി കാട്ടിയില്ല.
കഴിഞ്ഞ രാത്രി തന്നെ അവൾ കാര്യങ്ങൾ ചിന്തിച്ചുറപ്പിച്ചിട്ടുണ്ടാവണം.
പുതിയ ചുമതലകളിൽ അവൾ വേഗം വ്യാപൃതയായി. മാത്രമല്ല ഇക്കാ
ര്യങ്ങളിലെല്ലാം അവൾ ചെറിയ സന്തോഷം കണ്ടെത്തുന്നതായും ഞാൻ
മനസ്സിലാക്കി, പ്രത്യേകിച്ചും ജെർട്രൂഡിനെ കുളിപ്പിച്ച് വസ്ത്രങ്ങൾ ധരി
പ്പിക്കുന്ന വേളയിൽ. അവളുടെ തല വടിച്ച് കുഴമ്പു പുരട്ടുന്നതിൽ ഞാൻ
സഹായിച്ചു. എന്നിട്ട് ഒരു വെള്ളത്തൊപ്പി അവളുടെ തലയിൽ വച്ചു.
അവൾ ധരിച്ചിരുന്ന കീറിപ്പറിഞ്ഞ വസ്ത്രങ്ങൾ അമിലി തീയിട്ടു. ഒരു
വർഷം പഴക്കമുള്ള സാറയുടെ വസ്ത്രങ്ങൾ അവൾക്ക് നന്നായിണങ്ങി.
അവൾക്ക് ജെർട്രൂഡ് എന്ന പേര് നല്കിയത് ഷാർലെറ്റാണ്. അവളുടെ
യഥാർത്ഥ പേര് ഞങ്ങൾക്ക് അറിയാത്തതിനാൽ എല്ലാവരും ആ പേര്
അംഗീകരിച്ചു.   ചിലപ്പോൾ അവളുടെ പേര് എന്താണെന്ന് അവൾക്കു
പോലും അറിയില്ലായിരിക്കും. അവളുടെ യഥാർത്ഥ പേര് എങ്ങിനെ
കണ്ടുപിടിക്കും എന്ന കാര്യത്തെപ്പറ്റി എനിക്കൊരു രൂപവും ഉണ്ടായിരു
ന്നുമില്ല. സാറയുടെ തലേവർഷത്തെ വസ്ത്രങ്ങൾ ജെർട്രൂഡിന് ശരിയായി
ഇണങ്ങുന്നതിൽ നിന്ന് ആ കുട്ടി സാറയെക്കാൾ അല്പം ഇളപ്പമുള്ളവ
ളായിരിക്കുമെന്ന് എനിക്കു തോന്നി.

ആദ്യദിനങ്ങളിൽ എന്നുള്ളിൽ കട്ടപിടിച്ച നൈരാശ്യം ഞാൻ മറച്ചു
വയ്ക്കുന്നില്ല. ജെർട്രൂഡിന്റെ വിദ്യാഭ്യാസത്തെപ്പറ്റി ഞാൻ പണിതു
യർത്തിയ സങ്കല്പങ്ങളൊക്കെയും ക്രൂരമായ നൈരാശ്യത്തിനു വഴിമാറി.
അവളുടെ മുഖത്ത് ദൃശ്യമായ താല്പര്യക്കുറവും വിരക്തിയും വൈകാ
രിക മരവിപ്പും എന്റെ സദുദ്ദേശ്യത്തെ അതിന്റെ ഉറവിടത്തിൽത്തന്നെ
വറ്റിച്ചുകളഞ്ഞു. സദാ അവൾ നെരിപ്പോടിനടുത്തുതന്നെ ചടഞ്ഞിരുന്നു.
ആരുടെയെങ്കിലും ശബ്ദം കേൾക്കുകയോ ആരെങ്കിലും അടുത്തേക്കു
ചെല്ലുന്നതായി തോന്നിയാലോ അവളുടെ ഭാവം പെട്ടെന്നുമാറി അവൾ
അക്രമാസക്തയാവും. മൃഗങ്ങളെപ്പോലെ അവൾ അമറാൻ തുടങ്ങും. ഈ
വിമ്മിട്ടം ആകെ മാറിക്കാണുന്നത് ഭക്ഷണസമയത്തു മാത്രമാണ്. ഞാന
വൾക്ക് ഭക്ഷണം കൊടുക്കുമ്പോൾ വന്യമായ ആർത്തിയോടെ അവളത്

അകത്താക്കും. അവൾ ഭക്ഷണം കഴിക്കുന്നത് നോക്കിനില്ക്കുന്ന കാര്യം പ്രയാസകരമാണ്. സ്നേഹം സ്നേഹത്തെ അറിയുംപോലെ സ്വന്തം ആത്മാവിനെ വെളിപ്പെടുത്താത്ത നിർബ്ബദ്ധബുദ്ധിയോട് ഒരുതരം വെറുപ്പ് എന്നിലേക്കും അരിച്ചുകയറി. ആദ്യത്തെ പത്തു നാളുകൾ പിന്നിടുമ്പോൾ ഞാൻ നിരാശനാവാൻ തുടങ്ങി. ക്രമേണ അവളോടുള്ള താല്പര്യം എന്നിൽ കുറഞ്ഞുവന്നു. എടുത്തുചാടി അവളെ വീട്ടിലേക്കു കൂട്ടിക്കൊ ണ്ടുവരാൻ പാടില്ലായിരുന്നു എന്ന ചിന്ത എന്നിൽ ബലപ്പെട്ടുവന്നു എന്ന കാര്യം ഞാൻ മറച്ചു പിടിക്കുന്നില്ല. എനിക്കിതിൽ ഏറ്റവും പരിഹാസ്യ മായി തോന്നിയത് ഞാൻ പ്രതീക്ഷിച്ചതുപോലെ തന്നെ, ജെർട്രൂഡ് എനിക്ക് ഭാരമായിത്തീരുന്നുവെന്ന തോന്നലിൽ അമിലി കൂടുതൽ ഊർജ്ജസ്വലയായി കാണപ്പെട്ടു എന്നതാണ്. അവൾ ജർട്രൂഡിനുമേൽ പരിചരണം ചൊരിഞ്ഞു. മാത്രമല്ല ജെർട്രൂഡിന്റെ സാന്നിദ്ധ്യം ഞങ്ങൾക്കി ടയിൽ മനോവ്യഥയ്ക്ക് കാരണമായിത്തീരുന്നതായി ഞാൻ മനസ്സിലാ ക്കാൻ തുടങ്ങി.

വാൽ ട്രാവേഴ്സിൽനിന്ന് എന്റെ സുഹൃത്ത് ഡോ. മാർട്ടിൻസ് എത്തി ച്ചേരുമ്പോൾ കാര്യങ്ങൾ എത്തിനിന്നത് ഇവ്വിധത്തിലായിരുന്നു. ജെർട്രൂ ഡിന്റെ കഥ അദ്ദേഹത്തോടു പറഞ്ഞപ്പോൾ അദ്ദേഹമതിൽ വലിയ താല്പര്യം കാണിച്ചു. അവളുടെ അവസ്ഥയിൽ അദ്ദേഹം അന്തിച്ചുപോയി. അന്ധതമാത്രമാണ് അവളുടെ പ്രശ്നമെന്നാണ് അദ്ദേഹം ആദ്യം കരു തിയത്. എന്നാൽ അവളുടെ ഏക രക്ഷകർത്താവായിരുന്ന വൃദ്ധയുടെ ബധിരതമൂലം അവൾ ഏറെ കഷ്ടപ്പെട്ടിട്ടുണ്ട്. വൃദ്ധ ഒരിക്കലും അവ ളോട് സംസാരിച്ചിരുന്നില്ല. അവളെ പൂർണ്ണമായും അവഗണിക്കുകയാണ് അവർ ചെയ്തിരുന്നത്. കാര്യങ്ങൾ ഇപ്രകാരമാണെങ്കിൽ എന്റെ നൈരാ ശ്യത്തിന് അടിത്തറയില്ലെന്നും യഥാർത്ഥത്തിൽ ഞാൻ തെറ്റായ രീതി യാണ് അവലംബിക്കുന്നതെന്നും ഡോക്ടർ എന്നോടു പറഞ്ഞു.

"അടിത്തറയെപ്പറ്റി ധാരണയുണ്ടാക്കാതെയാണ് നിങ്ങൾ നിർമ്മാണ പ്രവൃത്തികൾ തുടങ്ങിയത്."

അദ്ദേഹം പറഞ്ഞു.

"അവളുടെ മനസ്സാകെ താറുമാറായിക്കിടക്കുകയാണെന്ന് നാം മന സ്സിലാക്കണം. മനസ്സിന്റെ പ്രാഥമിക ലക്ഷണങ്ങൾ പോലും അവളിൽ രൂപപ്പെട്ടു കാണില്ല. സ്പർശനം, രുചി എന്നീ അനുഭൂതികളുമായി അവളെ ബന്ധപ്പെടുത്തിയശേഷം അതിന്റെ അടയാളമെന്ന നിലയിൽ ഒരു ശബ്ദത്തെ – വാക്കിനെ – ഉറപ്പിച്ചെടുക്കുകയാണ് ആദ്യം ചെയ്യേണ്ടത്. ഈ പ്രക്രിയ അവൾക്കു മുന്നിൽ നിരന്തരം ആവർത്തിച്ചശേഷം അത് ആവർത്തിക്കാൻ അവളെ പ്രേരിപ്പിക്കുക.

ഏറ്റവും ശ്രദ്ധിക്കേണ്ട കാര്യം ഇതൊന്നും എടുപിടീന്നാവരുത്. സാവ ധാനം വേണം എല്ലാം ചെയ്യേണ്ടത്. കൃത്യമായ ഇടവേളകൾ നല്കി ഓരോ വട്ടവും ചുരുങ്ങിയ സമയം മാത്രമേ എടുക്കാവൂ.

മറ്റുള്ളവരിൽ ഇതു പ്രയോഗിച്ചാൽ അത്ഭുതകരമായി ഒന്നും സംഭ വിക്കില്ല.

കാര്യങ്ങളുടെ രത്നച്ചുരുക്കം വിശദീകരിച്ചു തന്നതിനുശേഷം ഡോ. മാർട്ടിൻസ് പറഞ്ഞു. "ഇത് എന്റെ കണ്ടുപിടുത്തമൊന്നുമല്ല. മറ്റുള്ളവരും ഇതു പരീക്ഷിച്ചിട്ടുണ്ട്. സ്കൂൾ ക്ലാസിൽ നമ്മുടെ അദ്ധ്യാപകൻ സമാന സ്വഭാവമുള്ള ഒരു സന്ദർഭം പഠിപ്പിച്ചത് ഓർമ്മയുണ്ടോ? കോൺഡിയാ ക്കിന്റെ ജീവനുള്ള പ്രതിമയെപ്പറ്റി. അല്ലല്ല" ഡോക്ടർ തിരുത്തി. "സ്കൂൾ ക്ലാസിലല്ല ഒരു മനശ്ശാസ്ത്ര മാസികയിൽ വന്ന ഒരു കത്തിലാണ്. അതു വായിച്ച് ഞാൻ സ്തംഭിച്ചുപോയിരുന്നു. ആ പെൺകുട്ടിയുടെ പേരു പോലും ഞാൻ ഓർക്കുന്നു. അവളുടെ അവസ്ഥ ജെർട്രൂഡിനെക്കാൾ മോശമായിരുന്നു. അവൾ ബധിരയും മൂകയും മാത്രമല്ല അന്ധയും കൂടി യായിരുന്നു. കഴിഞ്ഞ നൂറ്റാണ്ടിന്റെ മദ്ധ്യത്തിലെങ്ങോ ഇംഗ്ലണ്ടിലെവി ടെനിന്നും പഠിപ്പിക്കാൻ ജീവിതം ഉഴിഞ്ഞുവെച്ച ഒരു ഡോക്ടർ അവളെ കണ്ടെത്തുകയായിരുന്നു. ലോറാ ബ്രിഡ്ജ്മാൻ എന്നായിരുന്നു അവളുടെ പേര്. താങ്കൾ ചെയ്യാൻ ഉത്തരവാദപ്പെട്ടിരിക്കുന്നതുപോലെ അദ്ദേഹവും ദിനസരിക്കുറിപ്പുകൾ എഴുതുമായിരുന്നു. അതിൽ അവളുടെ പുരോഗതി കുറിക്കുമായിരുന്നു. പുരോഗതി എന്നല്ല പുരോഗതിയുണ്ടാക്കാൻ അദ്ദേഹം നടത്തുന്ന പരിശ്രമങ്ങൾ എന്നുവേണം അതിനെ പറയാൻ. ദിവ സങ്ങളും ആഴ്ചകളും കടന്നുപോയി. അദ്ദേഹം പരിശ്രമം മുടങ്ങാതെ തുടർന്നു. 'പിൻ' 'പെൻ' എന്നീ രണ്ടു വസ്തുക്കളെ തൊട്ടനുഭവിക്കാനും അത്തേുടർന്ന് ബ്രെയ്ലിയിലെഴുതിയ അതേ വസ്തുക്കളുടെ പേരുക ളിൽ വിരൽ തൊടുവിക്കാനും നിരന്തരം പരിശ്രമിച്ചു. പല ആഴ്ചകൾ കടന്നുപോയി. ഒരു ഫലവുമുണ്ടായില്ല. അവളുടെ ശരീരം വെറും ശൂന്യതയായിരുന്നു. അദ്ദേഹം ഒട്ടും നിരാശനായില്ല. ധൈര്യം കൈവിട്ടു മില്ല. ആഴക്കിണറിലേക്ക് വീഴാൻ പോകുന്നൊരുവൻ തൂങ്ങിക്കിടക്കുന്ന കയറിലേക്ക് പ്രത്യാശയോടെ നോക്കുന്നതുപോലെയായിരുന്നു അദ്ദേഹ ത്തിന്റെ അവസ്ഥ. കിണറിന്റെ ആഴങ്ങളിൽ ആരോ ഒരാൾ ഉണ്ടാകുമെന്നും അവസാനം കയറിന്റെ അറ്റം ആരെങ്കിലും പിടിച്ചിട്ടുണ്ടാവുമെന്നും അയാൾ ഒരുവേള സന്ദേഹപ്പെടാതിരിക്കുകയില്ലല്ലോ. ഒടുവിൽ ഒരുനാൾ ലോറയുടെ നിർവ്വികാരമായ മുഖത്ത് ചെറിയൊരു പുഞ്ചിരിപോലെന്തോ ഒന്ന് വിരിഞ്ഞുവരുന്നത് അദ്ദേഹം കണ്ടു. അദ്ദേഹത്തിന്റെ കണ്ണുക ളിൽനിന്നും ആനന്ദാശ്രുക്കൾ പൊഴിഞ്ഞിട്ടുണ്ടാവുമെന്നും നന്ദിയാൽ ആ നേത്രങ്ങൾ വിടർന്നിട്ടുണ്ടാവുമെന്നും അപ്പോൾത്തന്നെ മുട്ടുകുത്തിനിന്ന് ദൈവത്തോടു പ്രാർത്ഥിച്ചിട്ടുണ്ടാവുമെന്നും ഞാൻ കരുതുന്നു. ഡോക്ടർ എന്താണ് ആഗ്രഹിച്ചത്, അക്കാര്യം ലോറയിൽ നിന്നും ലഭിക്കാൻ തുട ങ്ങുന്നു! അവൾ രക്ഷിക്കപ്പെട്ടിരിക്കുന്നു! അന്നുമുതൽ അവൾ ശ്രദ്ധാലു വാകാൻ തുടങ്ങുന്നു. അത്ഭുതകരമായിരുന്നു അവളുടെ അതിജീവനം. വളരെ വേഗത്തിൽ അവൾ തനിയെ കാര്യങ്ങൾ ഗ്രഹിക്കാൻ തുടങ്ങു കയും കാലക്രമേണ അവൾ അന്ധർക്കുവേണ്ടി പ്രവർത്തിക്കുന്നൊരു

സ്ഥാപനത്തിന്റെ അധിപയായി വളരുകയും ചെയ്തു. അതുവരെ മറ്റാരോ ആയിരുന്നു ആ സ്ഥാനം വഹിച്ചിരുന്നത്. അടുത്തകാലത്തായി പത്രങ്ങളിൽ ഇത്തരത്തിലുള്ള പല കേസുകളും റിപ്പോർട്ടു ചെയ്യപ്പെടുന്നുണ്ട്. ചിലപ്പോഴെല്ലാം ആളുകൾ വിഡ്ഢികളെപ്പോലെ അത്ഭുതപ്പെടാറുമുണ്ട്. ഇക്കൂട്ടർക്കും സന്തോഷത്തോടെ കഴിയാനാകുമോയെന്ന്! ഇരുണ്ട ചുമരുകൾക്കകത്താക്കപ്പെട്ട ഈ തടവുകാർക്കും സന്തോഷത്തോടെ കഴിയുവാനാകും. അവർക്ക് എന്തെങ്കിലും പ്രകടിപ്പിക്കാൻ കഴിയുന്ന ആ നിമിഷമാണ് അവരുടെ ജീവിതത്തിലെ സന്തോഷം. ഇതെല്ലാം കണ്ട് അത്ഭുതം പൂണ്ട പത്രപ്രവർത്തകർ പഞ്ചേന്ദ്രിയങ്ങൾകൊണ്ട് ആസ്വദിക്കുകയും എന്നിട്ടും പരാതിപറയുന്ന അഹങ്കാരികളായ മനുഷ്യർക്കുള്ള ഗുണപാഠമായി ഈ സംഭവങ്ങളെ എടുത്തുകാട്ടുകയും ചെയ്തു."

ഇവിടെ ഞാനും മാർട്ടിൻസും തമ്മിൽ ഒരു തർക്കം ഉടലെടുത്തു. നമ്മുടെ പഞ്ചേന്ദ്രിയങ്ങൾ വഴി ലഭിക്കുന്ന അറിവ് ദീർഘകാലാടിസ്ഥാനത്തിൽ നമുക്ക് ദുഃഖം മാത്രമേ നല്കൂ എന്ന രീതിയിലുള്ള അശുഭ ചിന്തയെ എനിക്ക് എതിർക്കാതിരിക്കാനാവില്ല.

"അങ്ങനെയല്ല. ഞാൻ ഇത്രമാത്രമേ അർത്ഥമാക്കിയുള്ളൂ. മനുഷ്യന് സൗന്ദര്യം, സുഖം, ഒത്തൊരുമ എന്നീ അവസ്ഥകളേക്കാൾ എളുപ്പത്തിൽ സങ്കല്പിക്കാനുള്ള ശേഷിയുണ്ട്. അതുവഴി എല്ലാം നശിപ്പിക്കാൻ അവനു കഴിയും. മാത്രമല്ല ഇന്ദ്രിയങ്ങൾ വെളിപ്പെടുത്തിത്തരുന്നതും അതാണ്. ചെകുത്താന്റെ വഴികളെപ്പറ്റി ഒന്നും അറിയുമായിരുന്നില്ലെങ്കിൽ മനുഷ്യർ എത്ര സന്തുഷ്ടരാകുമായിരുന്നു!"

എന്നിട്ടദ്ദേഹം ഡിക്കൻസിന്റെ ഒരു കഥ പറഞ്ഞു. ലാറയുടെ ജീവിത സന്ദർഭത്തിൽനിന്നും പ്രചോദനം ഉൾക്കൊണ്ടാണ് ആ കഥ എഴുതപ്പെട്ടതെന്നദ്ദേഹം കരുതുന്നുണ്ടായിരുന്നു. ആ കഥ എനിക്ക് അയച്ചുതരാമെന്നേല്ക്കുകയും നാലു ദിവസങ്ങൾക്കുശേഷം എനിക്കത് ലഭിക്കുകയും ചെയ്തു. *ദ ക്രിക്കറ്റ് ഓൺ ദ ഹാർത്ത്* എന്നായിരുന്നു ആ കഥയുടെ പേര്. വളരെ താല്പര്യപൂർവ്വമാണ് ഞാനാ കഥ വായിച്ചത്. അല്പം നീണ്ടുപോകുന്ന ഒരു കഥയാണെങ്കിലും ചിലപ്പോഴൊക്കെ ഹൃദയത്തെ വല്ലാതെ ഉലയ്ക്കുവാനുള്ള കരുത്തുണ്ടായിരുന്നു ആ കഥയ്ക്ക്. കളിപ്പാട്ടങ്ങൾ നിർമ്മിക്കുന്ന ഒരു പാവപ്പെട്ട മനുഷ്യന്റെയും അയാളുടെ മകളായ അന്ധബാലികയുടെയും കഥയാണത്. അയാൾ ആ കുട്ടിയെ സുഖ സൗകര്യങ്ങളുടേതായ ഒരു സാങ്കല്പികലോകത്ത് നിലനിർത്തുന്നു. ആ ലോകത്ത് അവൾക്ക് ആവോളം സമ്പത്തും സന്തോഷവുമുണ്ട്. ഈ പ്രഹര നതയെ ഭക്തിയുമായി ബന്ധപ്പെടുത്തുന്നിടത്താണ് ഡിക്കൻസ് എന്ന എഴുത്തുകാരന്റെ കരവിരുത് പ്രകടമാവുന്നത്. എന്നാൽ ദൈവകൃപയാൽ ഞാൻ ജെർട്രൂഡിനോട് അത്തരം തന്ത്രങ്ങളൊന്നും കാണിക്കാൻ പോകുന്നില്ല.

മാർട്ടിൻസ് വന്നുപോയശേഷം എന്നാൽ കഴിയാവുന്ന വിധം ഞാന ദ്ദേഹത്തിന്റെ നിരീക്ഷണങ്ങൾ പ്രവൃത്തിപഥത്തിൽ കൊണ്ടുവരാൻ

നോക്കി. അദ്ദേഹം പറഞ്ഞ മാതിരി അരണ്ടവെട്ടത്തിലൂടെയുള്ള ജര്‍ട്രൂ ഡിന്റെ ആദ്യ ചുവടുകളെപ്പറ്റി കുറിപ്പുകളെടുക്കാന്‍ അവളെ പിച്ചവയ്പിച്ച എനിക്കു കഴിഞ്ഞില്ല എന്നു പറയാന്‍ എനിക്ക് വിഷമമുണ്ട്. ഞാന്‍ കരു തിയതിനെക്കാള്‍ ക്ഷമ ആദ്യ ആഴ്ചയില്‍ വേണ്ടിവന്നു. ഇത്തരത്തിലു ള്ളൊരു വിദ്യാഭ്യാസത്തിന് വേണ്ടിവരുന്ന സമയത്തെ പ്രതി മാത്രമല്ല അത്. അതിന്റെ പേരില്‍ ഞാന്‍ നേരിടേണ്ടിവന്ന നിന്ദയെ തരണം ചെയ്യാനും വലിയ ക്ഷമ വേണ്ടിവന്നു. അമിലിയുടെ ഭാഗത്തുനിന്നാണ് ഇത്തരം നിന്ദയുണ്ടായതെന്നു പറയാന്‍ എനിക്ക് വേദനയുണ്ട്. എന്നാല്‍ ഈ നിന്ദയെല്ലാം നേരിടുന്ന ഘട്ടങ്ങളിലൊന്നും തന്നെ ശത്രുതയുടെ ചെറിയൊരംശം പോലും എനിക്ക് ഉണ്ടായില്ല. ജെര്‍ട്രൂഡിനു മുന്നില്‍ ഞാന്‍ ചെലവിടുന്ന സമയത്തിന്റെ ദൈര്‍ഘ്യം അവള്‍ അംഗീകരിക്കാ ത്തതിലും എനിക്ക് ദേഷ്യമില്ല. ഞാനിങ്ങനെ ഇവിടെ കുറിക്കാന്‍ കാര ണം, പിന്നീടെപ്പോഴെങ്കിലും അവളീ എഴുത്ത് വായിക്കാന്‍ ഇടയാവുന്നു വെങ്കില്‍ അറിയട്ടെ എന്നു കരുതിയാണ്. (കാണാതായ കുഞ്ഞാടിനെ കണ്ടെത്തിക്കഴിയുമ്പോള്‍ മുറിവുകള്‍ വിസ്മൃതമാകും എന്ന ദൃഷ്ടാന്ത കഥ ക്രിസ്തു നല്‍കുന്ന പാഠവുമാണല്ലോ.) എന്റെ പരിശ്രമങ്ങളൊന്നും വിജയിക്കാന്‍ പോകുന്നില്ല എന്ന അവളുടെ നിലപാടാണ് എന്നെ ഏറ്റവും വിഷമിപ്പിച്ചത്. ഇക്കാര്യത്തിലുള്ള അവളുടെ വിശ്വാസക്കുറവ് എന്നെ വിഷ മിപ്പിച്ചുവെങ്കിലും ഒരു കാര്യം ഞാനിവിടെ തറപ്പിച്ചു പറയുന്നു: അതു മൂലം ഞാനൊട്ടും പിന്തിരിപ്പിക്കപ്പെട്ടില്ല. ഇതെല്ലാംകൊണ്ട് എന്തെങ്കിലും പ്രയോജനമുണ്ടായെങ്കില്‍ കാണാമായിരുന്നു: അവളിങ്ങനെ ആവര്‍ത്തി ക്കുന്നത് ഞാന്‍ എത്രവട്ടം കേട്ടിരിക്കുന്നു! എന്റെയീ പ്രവൃത്തി വൃഥാവി ലാണെന്ന കാര്യത്തില്‍ അവള്‍ക്ക് യാതൊരു സംശയവും ഉണ്ടായിരു ന്നില്ല. അതുകൊണ്ടുതന്നെ ജെര്‍ട്രൂഡിന്റെ വിദ്യാഭ്യാസകാര്യത്തില്‍ ഞാന്‍ ശ്രദ്ധ കേന്ദ്രീകരിക്കുന്നത് പാഴാണെന്നും മറ്റാര്‍ക്കെങ്കിലും വേണ്ടി ആ സമയം ചെലവഴിച്ചിരുന്നുവെങ്കില്‍ അതെത്ര നന്നായിരുന്നേനെയെന്നും അവള്‍ സ്വാഭാവികമായും ചിന്തിച്ചു. അവളുടെ ഈ പെരുമാറ്റത്തിനു പിന്നില്‍ ഒരു അമ്മയുടെ അസൂയ നിഴലിച്ചിരുന്നോയെന്ന് എനിക്ക് സംശ യമുണ്ട്. കാരണം "നിങ്ങളൊരിക്കലും സ്വന്തം മക്കളുടെ കാര്യത്തില്‍ ഇത്രയധികം പാടുപെട്ടിട്ടില്ല" എന്നവള്‍ ഒന്നിലേറെ തവണ പറഞ്ഞിരുന്നു. എന്നാല്‍ അവര്‍ക്കുവേണ്ടി അത്രയ്ക്ക് പാടുപെടേണ്ടത് എന്റെ ജോലി യായി ഞാനൊരിക്കലും കണ്ടിരുന്നുമില്ല.

ഹൃദയത്തിന്റെ ഉള്ളിന്റെയുള്ളില്‍ ക്രിസ്ത്യാനികള്‍ എന്ന് സ്വയം കരുതുന്ന പലര്‍ക്കും കാണാതെപോയ ആട്ടിന്‍കുട്ടിയുടെ ഉപമ സ്വാംശീ കരിക്കാന്‍ ഏറെ പ്രയാസമുള്ള ഒന്നാണെന്ന് എന്റെ അനുഭവത്തില്‍ നിന്നും ഞാന്‍ മനസ്സിലാക്കിയിട്ടുണ്ട്. മൊത്തം ആട്ടിന്‍കൂട്ടങ്ങളെക്കാള്‍ ഒരു ഇടയന് ഏറെ വിലപ്പെട്ടത് കാണാതെയാവുന്ന ഒറ്റപ്പെട്ട ആടുകളാ യിരിക്കും. ഈ ചിന്ത അവരുടെ മനസ്സിലാക്കല്‍ ശേഷിക്ക് അപ്പുറമാണ്.

"ഒരുവന് നൂറ് ആട് ഉണ്ടായിരുന്നിട്ട് അവയില്‍ ഒരെണ്ണം കാണാതെ

പോയാൽ, തൊണ്ണൂറ്റൊമ്പതിനെയും വിജനപ്രദേശത്ത് വിട്ടുംവച്ച്, കാണാതെ പോയതിനെ കണ്ടെത്തുവോളം അതിനെ അന്വേഷിക്കാത്ത വർ നിങ്ങളിൽ ആരുണ്ട്" ക്രിസ്തു ഒരിക്കൽ ചോദിച്ചു – അനുകമ്പയാൽ പ്രോജ്ജ്വലമാകുന്ന ഈ വാക്കുകളുടെ സാരാംശം മനസ്സിലാകാത്തവർ യഥാർത്ഥത്തിൽ അനീതി കാട്ടുവാൻ മടിയില്ലാത്തവരായിരിക്കും.

ജെർട്രൂഡിന്റെ മുഖത്തു വിരിഞ്ഞ ആദ്യ പുഞ്ചിരി ഞാൻ ചെയ്ത തിനെല്ലാം ആശ്വാസമേകി. ഞാൻ സഹിച്ച വേദനകൾക്ക് നൂറുമടങ്ങ് പ്രതി ഫലം തന്നു. "അതിനെ കണ്ടുകിട്ടിയാൽ അവൻ സന്തോഷിക്കും. അവന്റെ ചുമലുകളിന്മേൽ അതിനെ വഹിച്ചുകൊണ്ടു വീട്ടിലേക്കുവരും. കാണാതെ പോകാത്ത തൊണ്ണൂറ്റൊമ്പത് ആടുകളെക്കാൾ കൂടുതൽ അതിന്റെ പേരിൽ സന്തോഷിക്കും." നേരാണത്. വെണ്ണക്കല്ലു പോലുള്ള അവളുടെ മുഖത്ത് ഒരു പ്രഭാതത്തിൽ പുഞ്ചിരി വിടർന്നപ്പോൾ കഴിഞ്ഞ കുറേ ദിവ സങ്ങളായി അവളെ പഠിപ്പിക്കുവാൻ ഞാൻ ശ്രമിച്ചുകൊണ്ടിരുന്ന കാര്യ ങ്ങൾ അവളെ പെട്ടെന്നു സ്പർശിച്ചതായി തോന്നി. എന്റെ സ്വന്തം കുഞ്ഞുങ്ങൾപോലും ഒരിക്കലും നല്കിയിട്ടില്ലാത്തൊരു പരിശുദ്ധമായ സന്തോഷംകൊണ്ടെന്റെ ഹൃദയം നിറഞ്ഞു.

മാർച്ച് 5

ഒരു ജന്മദിനം എന്നപോലെ ഈ ദിവസം ഞാൻ കുറിച്ചിട്ടു. അവ ളുടെ ചിരി വെറുമൊരു രൂപപരിണാമമമായിരുന്നില്ല. ആ ശരീരമാകെ ജീവി തത്തിലേക്ക് തുടിച്ചുണർന്നു. ആൽപ്സ് പർവ്വതനിരകളിൽ പുലരിവെട്ടം വീഴുന്നതിനു തൊട്ടുമുമ്പുള്ള അരുണവർണ്ണം പോലെയായിരുന്നു അത്. മഞ്ഞു പുതച്ച കൊടുമുടിയെ ആനന്ദപുലകിതയാക്കിക്കൊണ്ട് പ്രകാശം ഇരുട്ടിൽനിന്നും പുറത്തേക്കുവരുന്നു – മാസ്മരിക വർണ്ണങ്ങളുടെ ഒഴുകി യെത്തൽപോലെയും അനുകമ്പയുടെ തടാകത്തിലെ നിശ്ശബ്ദ നിദ്രയി ലാണ്ട ജലത്തിലേക്ക് ഒരു മാലാഖ പറന്നെത്തുന്നതുപോലെയും തോന്നി, എനിക്കിപ്പോൾ. ജെർട്രൂഡിന്റെ മുഖത്ത് പെട്ടെന്നുവന്ന മാലാഖയുടെതു പോലുള്ള ഭാവം കണ്ടപ്പോൾ ഞാൻ ആനന്ദാനുഭൂതിയിലാണ്ടു. സ്വർഗ്ഗ ത്തിൽനിന്നുള്ള ഈ സഞ്ചാരി പ്രണയംപോലെ അത്ര സമർത്ഥയല്ലെന്ന് എനിക്കിപ്പോൾ ബോധ്യമായി. ചാരിതാർത്ഥ്യജന്യമായൊരു സന്തോഷം വന്നു മുട്ടിവിളിക്കയാൽ ഞാൻ ജെർട്രൂഡിന്റെ മൂർദ്ധാവിൽ പലവുരു ചുംബിച്ചു. ദൈവത്തോടുള്ള നന്ദി പ്രകടിപ്പിക്കുന്നതായാണ് എനിക്ക പ്പോൾ തോന്നിയത്. ആദ്യഘട്ടങ്ങൾ അല്പം മെല്ലെയായിരുന്നെങ്കിലും അവൾ കൈവരിച്ച പുരോഗതി അതിവേഗത്തിലായിരുന്നു. എപ്രകാരമാ യിരുന്നു ആ പുരോഗതി കൈവരിച്ചത് എന്ന കാര്യം ഇപ്പോൾ ഓർത്തെ ടുക്കാൻപോലും കഴിയുന്നില്ല. ചിലപ്പോഴൊക്കെ ഞാൻ വിചാരിക്കും ജെർട്രൂഡിന്റെ ഈ ഉണർവ്വ് എല്ലാ രീതികളെയും മറികടക്കുന്നതായിരു ന്നുവെന്ന്. അവൾക്ക് ഞാൻ പരിചിതമാക്കിയ വസ്തുക്കളുടെ മേന്മയി ലായിരുന്നു ആദ്യമൊക്കെ എന്റെ ശ്രദ്ധ പതിഞ്ഞിരുന്നതെന്ന് ഇപ്പോൾ ഞാൻ ഓർക്കുന്നു. എന്നാൽ അപ്പോഴൊന്നും അവയുടെ വൈവിധ്യ ത്തിൽ ഞാൻ വേണ്ടത്ര ശ്രദ്ധാലുവായിരുന്നില്ല. ചൂട്, തണുപ്പ്, മധുരം,

കയ്പ്, പരുക്കൻ, മൃദുലം തുടങ്ങിയ അനുഭവങ്ങളെയും എടുക്കുക, ഇടു
ക, അഴിച്ചുമാറ്റുക, സമീപിക്കുക, കെട്ടുക, മറികടക്കുക, കൂട്ടിച്ചേർക്കു
ക, വേർപെടുത്തുക തുടങ്ങിയ പ്രവൃത്തികളെയുമാണ് ഞാൻ ഉദ്ദേശിച്ച
ത്. ക്രമത്തോടെ എല്ലാത്തിനെയും സമീപിക്കാനുള്ള ശ്രമങ്ങൾ ഉപേക്ഷിച്ച്
അവൾക്ക് മനസ്സിലാകുന്നുണ്ടോ ഇല്ലയോ എന്നൊന്നും നോക്കാതെ
ഞാൻ അവളോട് സംസാരിക്കാൻ തുടങ്ങി. അവൾ ആഭിമുഖ്യം കാണി
ക്കാൻ തുടങ്ങിയ കാര്യങ്ങളിലേക്ക് ക്രമേണ അവളുടെ ശ്രദ്ധ കൊണ്ടു
ചെന്നു. ചിലപ്പോൾ അതുമായി ബന്ധപ്പെട്ട ചോദ്യങ്ങൾ ചോദിച്ച് അവളെ
പ്രകോപിപ്പിക്കാനും നോക്കി. ഒറ്റയ്ക്കിരിക്കാൻ അനുവദിച്ചപ്പോഴൊക്കെ
അവളുടെ മനസ്സ് പ്രവർത്തിച്ചുകൊണ്ടേയിരുന്നു. ഇടവേളകൾക്കുശേഷം
ഞാൻ അവൾക്കരികിലെത്തുമ്പോഴൊക്കെ ഞങ്ങൾക്കിടയിൽ നിലനിന്നി
രുന്ന അന്ധകാരത്തിന്റെ മതിലുകൾ നേർത്തു നേർത്തു വരുന്നതായി
ക്കണ്ട് ഞാൻ അത്ഭുതപ്പെട്ടു. വസന്തം വന്നണയുമ്പോൾ ശൈത്യത്തെ
തോല്പിച്ച് ഊഷ്മളമായ അന്തരീക്ഷത്തിന് പിറക്കാതിരിക്കുവാനാകി
ല്ലല്ലോയെന്ന് ഞാൻ എന്നോട് പറഞ്ഞു. മഞ്ഞുരുകാൻ തുടങ്ങുന്ന ഘട്ട
ത്തിൽ പുറമെ മാറ്റങ്ങളൊന്നും തന്നെ ദൃശ്യമാകാതിരിക്കുമ്പോഴും
മഞ്ഞിന്റെ വെള്ളപ്പുതപ്പ് അകമേ നേർത്തുനേർത്തു വരുന്ന അത്ഭുതം
ഞാനെത്രയോ വട്ടം കണ്ടിരിക്കുന്നു! എല്ലാ ശൈത്യത്തിലും അമിലി
കെണിയിൽപ്പെടും. "എപ്പോഴത്തെയുംപോലെ മഞ്ഞ് കഠിനമാണി
പ്പോഴും" അവൾ പറയും. ശരിക്കും അതങ്ങനെ തന്നെയാണ് കാണപ്പെ
ടുക. എന്നാൽ പെട്ടെന്നായിരിക്കും മാറ്റമുണ്ടാവുക. അവിടെയുമിവിടെയും
വിള്ളലുകൾ പ്രത്യക്ഷമാകുന്നു. ജീവിതം ഒരിക്കൽക്കൂടി തളിരിടാൻ തുട
ങ്ങുന്നു.

ഒരു വൃദ്ധയെപ്പോലെ തീകാഞ്ഞിങ്ങനെ കുനിക്കൂടിയിരുന്നാൽ
ജെർട്രൂഡിന് വിളർച്ച ബാധിക്കുമെന്ന് ഭയപ്പെടുകയാൽ ഞാനവളെ പുറ
ത്തേക്ക് കൊണ്ടുപോകാൻ തുടങ്ങി. എന്റെ കൈപിടിച്ചല്ലെങ്കിൽ അവൾ
പുറത്തിറങ്ങാൻ വിസമ്മതിക്കും. വീടിനു പുറത്തേക്ക് ആദ്യ ചുവടുവച്ച
നേരം അവൾക്കുണ്ടായ അത്ഭുതവും ഭയവും കണ്ടപ്പോൾ, വാക്കുകൾ
കൊണ്ടവൾ പറയാൻ തുടങ്ങും മുമ്പുതന്നെ, എനിക്കു മനസ്സിലായി
ഇതിനു മുമ്പൊരിക്കലും അവൾ പുറത്തേക്കിറങ്ങിയിട്ടുണ്ടായിരുന്നില്ലെന്ന്.
ഞാൻ അവളെ കണ്ടെത്തിയ വീട്ടിൽ അവളുടെ ജീവൻ നിലനിർത്താ
നുള്ള ഭക്ഷണം കൊടുത്തു എന്നതിനപ്പുറം ആരും അവളെ സഹായിച്ചി
രുന്നില്ല എന്നെനിക്ക് പറയുവാനാകില്ല. അവൾ ഒരിക്കലും പുറത്തേക്കു
കടക്കാത്ത ആ ഒറ്റ മുറിക്കുള്ളിലായിരുന്നു അന്ധകാരം നിറഞ്ഞ അവ
ളുടെ പ്രപഞ്ചം. വാതിലുകൾ പ്രകാശത്തിലേക്ക് തുറക്കപ്പെടുന്ന നിമിഷ
ങ്ങളിൽ ചിലപ്പോഴവൾ മുറ്റത്തൊന്നിറങ്ങിയെന്നു വരും. പക്ഷികളുടെ
കൂജനം കേൾക്കുമ്പോൾ അത് പ്രകാശത്തിന്റെ പ്രത്യേകമായൊരു പ്രഭാ
വമായിരിക്കുമെന്നാണവൾ കരുതിയതെന്ന് ഒരിക്കൽ അവളെന്നോടു
പറഞ്ഞു; പ്രകാശമേല്ക്കുമ്പോൾ കവിളിലും കൈകളിലും അനുഭവപ്പെ

ടുന്ന നേർത്തൊരു ഊഷ്മളതപോലെ, നാം പോലുമറിയാതെ വായു ഇളം ചൂടിൽ പാടിയകലുന്നത് തികച്ചും സ്വാഭാവികമാണെന്നവൾ കരുതി. ഏതാണ്ട്, തീകൊടുക്കുമ്പോൾ വെള്ളം തിളയ്ക്കുന്ന മാതിരി. സത്യമെ ന്താണെന്നുവച്ചാൽ ഞാനവളെ കണ്ടെത്തുന്നതുവരെ ഒന്നിലും ഒരു താല്പര്യം കാണിക്കാതെ ഒരുതരം മരവിപ്പുമായി കഴിഞ്ഞുകൂടുകയാ യിരുന്നു അവൾ എന്നുവേണം കരുതാൻ. യാതൊന്നും ചിന്തിക്കാൻ അവൾ മെനക്കെട്ടില്ല. ആ ശബ്ദം വരുന്നത് ഒരു ജീവിയിൽ നിന്നാ ണെന്നും അതിന്റെ ഏക ദൗത്യം സന്തോഷം പ്രകടിപ്പിക്കുകയും അത് പ്രകൃതിയിലേക്കാകെ വ്യാപിപ്പിക്കുകയുമാണെന്ന് ഞാനവളോടു പറഞ്ഞ പ്പോൾ അവൾക്കുണ്ടായ സന്തോഷത്തിന് അതിരുണ്ടായിരുന്നില്ല. ("ഞാനും ഒരു പക്ഷിയെപ്പോലെ സന്തോഷവതി"യാണെന്ന് അവൾ പറ യാൻ തുടങ്ങിയതും അന്നുമുതൽക്കാണ്). എന്നാൽ ഈ പാട്ടുകൾ അവൾക്ക് ദർശിക്കാനാകാത്ത അത്ഭുതകരമായൊരു പ്രതിഭാസത്തിന്റെ ഉദ്ഘോഷമാണെന്നത് അവളിൽ വിഷാദം നിറച്ചു.

"പക്ഷികൾ പാടുന്നതുപോലെ അത്ര മനോഹരമാണോ യഥാർത്ഥ ത്തിൽ ഈ ലോകം?" അവൾ ചോദിക്കും.

"ആളുകൾ എന്തുകൊണ്ട് അതെപ്പോഴും പറയുന്നില്ല. അങ്ങും ഒരി ക്കലുമങ്ങനെ പറയുന്നതു കേട്ടിട്ടില്ലല്ലോ? എനിക്കതൊന്നും കാണാനാ കില്ലല്ലോ എന്നോർത്ത് കരുതി വിഷമിക്കും എന്നു കരുതീട്ടാണോ? അത് തെറ്റാണ്. ഞാൻ എപ്പോഴും പക്ഷികളെ ശ്രദ്ധിക്കും. അവർ പറയുന്ന തൊക്കെ എനിക്കു മനസ്സിലാവുകയും ചെയ്യും."

"കാണുവാൻ കഴിയുന്നവർക്ക് നിന്നെപ്പോലെ കേൾക്കുവാനാകുന്നി ല്ലല്ലോ എന്റെ ജെർത്രൂഡ്."

അവളെ ആശ്വസിപ്പിക്കാനെന്നോണം ഞാൻ പറയും.

"മറ്റു മൃഗങ്ങൾ എന്തുകൊണ്ടാണ് പാടാത്തത്?" അവൾ ചോദിക്കും. അവളുടെ ചില ചോദ്യങ്ങൾക്കു മുന്നിൽ ഞാൻ ചിലപ്പോൾ ഒരുനിമിഷം പതറിപ്പോകും. ഇത്രയും കാലം ലാഘവത്തോടെ സമീപിച്ചിരുന്ന കാര്യ ങ്ങളെപ്പറ്റി കൂടുതൽ ആലോചിക്കാൻ ഇതെന്നെ നിർബ്ബന്ധിതനാക്കി. അപ്പോഴാണ് ഞാനൊരു കാര്യം ശ്രദ്ധിക്കാൻ തുടങ്ങിയത്. ഒരു മൃഗം ഭൂമിയോടു ചേർന്നു ജീവിക്കുന്തോറുമാണ് അതിന് ഭാരം കൂടിവരുന്നതും അത് കൂടുതൽ ആഹ്ലാദരഹിതനാകുന്നതും. ഇക്കാര്യം ഞാനവളെ പറഞ്ഞു മനസ്സിലാക്കിക്കാൻ ശ്രമിച്ചു. ഞാൻ അവളോട് അണ്ണാനെപ്പറ്റിയും അവയുടെ തുള്ളിച്ചാട്ടത്തെപ്പറ്റിയും പറഞ്ഞു. അപ്പോഴവൾ എന്നോടു ചോദിച്ചു പക്ഷികൾ മാത്രമാണോ പറക്കുന്ന മൃഗങ്ങൾ എന്ന്.

"ചിത്രശലഭങ്ങളുമുണ്ട്."

"അവയും പാടുമോ?"

"അവയ്ക്ക് സന്തോഷം പ്രകടിപ്പിക്കാൻ മറ്റു ചില രീതികളുണ്ട്. അവയുടെ ചിറകുകളിൽ ചിത്രപ്പണികളുണ്ട്..."

എന്നിട്ട് ഞാനവൾക്ക് ശലഭങ്ങളുടെ മഴവിൽവർണ്ണങ്ങളെപ്പറ്റി പറ ഞ്ഞുകൊടുത്തു.

ഫെബ്രുവരി 28

ഇന്നലെയല്പം ആവേശഭരിതനാകാൻ ഞാനെന്നെ അനുവദിച്ച കാരണം അല്പം പിറകോട്ടു സഞ്ചരിക്കാൻ എന്നെ അനുവദിച്ചാലും. ജെർത്രൂഡിനെ പഠിപ്പിക്കാനായി എനിക്ക് ബ്രെയിലി ലിപി പഠിക്കേണ്ടി വന്നു. അത്ഭുതമെന്നു പറയട്ടെ എന്നെ അതിശയിപ്പിച്ചുകൊണ്ട് അവൾ എന്നെക്കാൾ വേഗത്തിൽ വായിക്കാൻ പഠിച്ചു. എനിക്കത് വായിച്ചെടു ക്കാൻ അല്പം പ്രയാസം നേരിട്ടിരുന്നു. കാരണം കൈകൾക്കുമുന്നേ കണ്ണുകൾ അക്ഷരത്തെ തൊടും. അതുകാരണം ഞാൻ മാത്രമല്ല അവളെ പഠിപ്പിച്ചിരുന്നത്. ഇക്കാരണത്തിൽ ഇങ്ങനെ ആരെങ്കിലുമൊക്കെ അവ ളുടെ പഠനത്തിൽ സഹായിക്കുന്നതിൽ എനിക്ക് ആദ്യം സന്തോഷമാണ് തോന്നിയത്. എനിക്കാകട്ടെ എന്റെ ഇടവകയിൽ കണക്കിന് പണിയുണ്ട്. അവിടത്തെ വീടുകളൊക്കെ പലയിടങ്ങളിലായി ചിതറിയാണ് സ്ഥിതി ചെയ്തിരുന്നത്. പാവപ്പെട്ടവരെയും രോഗികളെയും സന്ദർശിക്കാൻ എനിക്ക് പലപ്പോഴും വയലേലകൾ പലത് താണ്ടിപ്പോകേണ്ടിവന്നിരുന്നു. ക്രിസ്തുമസ്കാലത്ത് സ്കേറ്റിങ് നടത്തി കൈ ഒടിച്ച് എത്തിയതുകാ രണം ജാക്യൂസ് ഞങ്ങളോടൊപ്പം വീട്ടിൽത്തന്നെയുണ്ട്. ക്ലാസുള്ളപ്പോ ഴൊക്കെ അവൻ ലൂസാനിലായിരിക്കും. അവിടെയാണ് അവൻ തന്റെ ആദ്യ കാല വിദ്യാഭ്യാസവും തുടർന്ന് ദൈവശാസ്ത്രപഠനവും നടത്തിവരുന്നത്. അവന്റെ കൈയിലെ ഒടിവ് അത്ര ഗുരുതരമൊന്നുമല്ല. ഞാൻ മാർട്ടിൻ സിനെ ആളയച്ചുവരുത്തി. അയാൾക്ക് ഒരു സർജ്ജന്റെ സഹായം കൂടാതെ തന്നെ ഒടിവ് വച്ചുകെട്ടാൻ കഴിഞ്ഞു. എന്നാൽ ജാക്യൂസ് കുറേദിവസ ത്തേക്ക് വീട്ടിനുള്ളിൽത്തന്നെ കഴിയാൻ അത് ഇടവരുത്തി. ഇത്രയും കാലം അവൻ ഒട്ടും ശ്രദ്ധകൊടുക്കാത്ത ജെത്രൂഡിന്റെ കാര്യത്തിൽ അവന് പെട്ടെന്നൊരു താല്പര്യം ഉടലെടുത്തു. അവളെ വായിക്കാൻ പഠിപ്പിക്കുന്ന

കാര്യത്തിൽ അവൻ എന്നെ സഹായിക്കാൻ തുടങ്ങി. ഒടിഞ്ഞ കൈ നേരെ യായി കിട്ടാനുള്ള മൂന്നാഴ്ചക്കാലം മാത്രമേ അവന്റെ സഹായം എനിക്കു ലഭിച്ചുള്ളൂ. എന്നാൽ ആ മൂന്നാഴ്ചക്കാലം അവളുടെ പുരോഗതി ത്വരി തഗതിയിലായി. അവൾക്ക് അസാധാരണമായ ചടുലത കൈവന്നു. ശൈശ വാവസ്ഥയിലായിരുന്ന അവളുടെ ബുദ്ധിവൈഭവം സ്തംഭനാവസ്ഥയും ഉത്സാഹരാഹിത്യവും വെടിഞ്ഞു. ആദ്യചുവടുകൾ വയ്ക്കാൻ തപ്പിത്തട ഞ്ഞിരുന്നയാൾ ഇപ്പോൾ ഓട്ടത്തിനു തയ്യാറെടുക്കുകയാണ്. ചിന്തകൾ ഉറപ്പിക്കുന്നതിൽ അവൾ കൈവരിച്ച വേഗം എന്നെ അത്ഭുതപ്പെടുത്തി. ഉറപ്പിച്ച ചിന്തകൾ പ്രകടിപ്പിക്കുന്നതിലും അവൾ വിജയിച്ചു. കുട്ടികളെ പ്പോലെയല്ല, വളരെശരിയായി, അവൾ ആശയങ്ങൾ പ്രകാശിപ്പിച്ചു. വസ്തുക്കളെ തിരിച്ചറിയാനായി അവളെ പരിശീലിപ്പിച്ച ചില അടയാള ങ്ങൾ തെറ്റുകൂടാതെ അവൾ പഠിച്ചു. സാധാരണയായി വസ്തുക്കളെ സ്പർശിച്ച് അതിനെപ്പറ്റി ഗ്രഹിക്കുകയാണ് പതിവ്. എന്നാൽ ചിലപ്പോൾ സ്പർശനം വഴി ഗ്രഹിക്കാനാകാത്തവയുടെ കാര്യത്തിൽ, പ്രത്യേകിച്ച് അവൾക്ക് പ്രാപ്യമാക്കാൻ കഴിയാത്തവയുടെ കാര്യത്തിൽ, ഭൂമി അളക്കു ന്നവർ ദൂരം കണക്കാക്കുന്ന രീതിയാണ് അവലംബിക്കാറ്.

അവളുടെ വിദ്യാഭ്യാസത്തിന്റെ ആദ്യഘട്ടങ്ങളെപ്പറ്റി വിശദമായി ഇവിടെ പ്രതിപാദിക്കേണ്ടതില്ല എന്നു ഞാൻ കരുതുന്നു. കാരണം അന്ധ രായവരുടെ വിദ്യാഭ്യാസം ഏറക്കുറെ ഒരുപോലെയായിരിക്കും. എനിക്കു തോന്നുന്നത് ഓരോ അദ്ധ്യാപകനും നിറങ്ങളെ സംബന്ധിച്ച പ്രശ്ന ങ്ങൾക്കുമുന്നിൽ ഇതേപോലെ അമ്പരന്നു നിന്നിരിക്കുമെന്നാണ്. (ഈ വിഷയം എന്നെ കൊണ്ടുചെന്നെത്തിച്ചത് സുവിശേഷങ്ങളിലൊന്നും നിറ ങ്ങളെപ്പറ്റി പരാമർശമില്ലെന്ന കാര്യത്തിലേക്കാണ്). മറ്റുള്ളവർ എങ്ങനെ യാണതു നിർണ്ണയിക്കുക എന്നെനിക്ക് അറിയില്ല. ഒരു പ്രിസത്തിലൂടെ കടന്നുപോകുന്ന പ്രകാശത്തിന്റെ വർണ്ണക്രമമമാണ് ഞാൻ ഉപയോഗിച്ചത്. മഴവിൽ വർണ്ണംപോലെ. എന്നാൽ അവളുടെ മനസ്സിൽ അപ്പോൾത്തന്നെ നിറങ്ങളും തിളക്കവും തമ്മിലുള്ള അന്തരത്തെപ്പറ്റി ആശയക്കുഴപ്പവും ഉണ്ടായി. എനിക്ക് അതിൽനിന്നും മനസ്സിലായത് അവളുടെ ഭാവനയ്ക്ക് നിറങ്ങളുടെ വൈവിധ്യവും ചിത്രകാരന്മാർ മൂല്യം എന്നു വിളിക്കുന്ന കാര്യവും വിവേചിച്ചറിയാൻ കഴിയുന്നില്ല എന്നാണ്. ഓരോ നിറത്തെയും അതിന്റെ ക്രമത്തിൽ മനസ്സിലാക്കാൻ വലിയ പ്രയാസം അവൾക്ക് നേരിട്ടു. അവളെ സംബന്ധിച്ച് ഓരോ നിറവും ഇരുണ്ടതാണ്. അവ തമ്മിലുള്ള മിശ്രണമാകട്ടെ പരിധിയില്ലാത്തതായി അവൾക്ക് തോന്നിയിരിക്കണം. ഇത് അവളെ അങ്ങേയറ്റം ആശയക്കുഴപ്പത്തിലാക്കിയതിനാലാവണം അതേ പ്പറ്റി അവൾ വീണ്ടുംവീണ്ടും ചോദിച്ചുകൊണ്ടിരുന്നു.

ഇതിനിടയ്ക്ക് നുഷത്തേലിൽ നടന്ന ഒരു സംഗീത സദസ്സിലേക്ക് അവളെ കൊണ്ടുപോകാനുള്ള അവസരമുണ്ടായി. സംഗീത സദസ്സിൽ മുഴങ്ങിയ സിംഫണിയിലെ ഓരോ ഉപകരണത്തിന്റെ നാദത്തിലും നിറ ത്തെപ്പറ്റിയുള്ള ചോദ്യങ്ങൾക്കുള്ള ഉത്തരം അടങ്ങിയിട്ടുള്ളതായി എനി

ക്കുതോന്നി. വ്യത്യസ്ത സംഗീത ഉപകരണങ്ങളിൽനിന്നും വരുന്ന സ്വര ഭേദങ്ങൾ ശ്രദ്ധിക്കാൻ ഞാൻ ജെട്രൂഡിനോടു പറഞ്ഞു. പിച്ചള, തന്ത്രി, തടിയുപകരണങ്ങൾ എന്നിവയിൽനിന്നും ഓരോ പ്രകാരത്തിലുള്ള ശബ്ദ മാണു വരുന്നതെന്നും അവയുടെ ആരോഹണാവരോഹണ ഭേദങ്ങൾ ശ്രദ്ധിക്കണമെന്നും ഞാനവളെ പഠിപ്പിച്ചു. പ്രകൃതിയിലെ നിറങ്ങളെ ഈ സ്വരങ്ങൾക്കനുസരിച്ച് സങ്കല്പിച്ചെടുക്കാൻ നിർദ്ദേശിച്ചു. ചുവപ്പും ഓറഞ്ചും നിറങ്ങളെ കൊമ്പുവാദ്യത്തോടും കാഹളവാദ്യത്തോടും മഞ്ഞ യെയും പച്ചയെയും വയലിനോടും തംബുരുവിനോടും ഇരട്ടതന്ത്രിവാ ദ്യത്തോടും പാടലവർണ്ണത്തെയും നീലനിറത്തെയും കുഴൽവാദ്യത്തോടും ഓടക്കുഴൽ വാദ്യത്തോടും ചേർത്തു സങ്കല്പിക്കാൻ അവളെ പരിശീലി പ്പിച്ചു. സംശയങ്ങളുടെയും അനിശ്ചിതത്വങ്ങളുടെയും സ്ഥാനത്ത് ആത്മ ഹർഷം വിരിയുന്നത് എനിക്കപ്പോൾ കാണാനായി.

"അതെത്ര മനോഹരമായിരിക്കും"

അവൾ പറഞ്ഞുകൊണ്ടേയിരുന്നു.

"അപ്പോൾ വെള്ളനിറമോ? വെള്ളനിറം എങ്ങനെയിരിക്കുമെന്ന് എനിക്കു മനസ്സിലാവുന്നില്ല."

അവൾ പെട്ടെന്ന് കൂട്ടിച്ചേർത്തു.

ഞാൻ നടത്തിയ താരതമ്യത്തിന്റെ അടിത്തറ തകരുന്നതായി എനിക്ക് അനുഭവപ്പെട്ടു.

"എല്ലാ സ്വരങ്ങളും ലയിച്ചുചേർന്നുണ്ടാകുന്ന ഉച്ചസ്ഥായിയാണ് വെള്ളനിറം. കറുപ്പുനിറം ഏറ്റവും താണസ്വരം അഥവാ കറുത്ത പരിധി എന്നതുപോലെ."

ഞാൻ വിശദീകരിക്കാൻ ഒരു ശ്രമം നടത്തി.

ഇത് എന്നെയോ അവളെയോ തൃപ്തരാക്കിയില്ല. അതിന്റെ ഉച്ചസ്ഥാ യിയിലും ഏറ്റവും താണസ്വരത്തിലും പിച്ചള ഉപകരണങ്ങളും തടിയു പകരണങ്ങളും വയലിനും വ്യതിരികതങ്ങളായിരിക്കുന്ന കാര്യം അവൾ എടുത്തുപറഞ്ഞു. ശരിയായ ഉത്തരമറിയാതെ പലപ്പോഴും ഞാൻ കുഴങ്ങി; മൗനം പാലിച്ചു. കൂടുതൽ ഇണങ്ങുന്ന താരതമ്യത്തിനായി പരതി.

"വെളുപ്പിനെ ഏറ്റവും പരിശുദ്ധമായ ഒന്നായും അതിൽ പ്രകാശമ ല്ലാതെ മറ്റൊന്നുമില്ലാത്തതായും കറുപ്പിനെ നിറങ്ങളെല്ലാം ചേർന്നു കറു പ്പായി മാറ്റുന്നതായും സങ്കല്പിച്ചു നോക്കൂ..." അവസാനം ഞാനിങ്ങനെ പറഞ്ഞു.

ഞാൻ ചെന്നുപെട്ട പ്രയാസങ്ങളിൽ ചിലതു മാത്രമേ ആകുന്നുള്ളൂ ഇത്. മറ്റു പലരും ചെയ്യുന്നതുപോലെ ഒന്നും മനസ്സിലായില്ലെങ്കിലും മന സ്സിലായെന്നു തലകുലുക്കുന്ന കൂട്ടത്തിലായിരുന്നില്ല ജെട്രൂഡ്. അതവ ളുടെ മേന്മയായിരുന്നു. കൃത്യതയില്ലാതെയോ തെറ്റായോ ഗ്രഹിച്ചാൽ അത് അവളുടെ യുക്തിഭദ്രതയെ താറുമാറാക്കിയേക്കും. അവൾ ഇതു വരെ ഇതേപ്പറ്റി ശരിയായ ഒരു ആശയമോ തോന്നലോ രൂപീകരിക്കാത്ത തിനാൽ അത് പലപ്പോഴും അവളുടെ ആകാംക്ഷയ്ക്കും അസ്വസ്ഥത

കൾക്കും ഇടവരുത്തി.

വെളിച്ചവും ചൂടും സംബന്ധിച്ച ധാരണകൾ സൃഷ്ടിക്കുന്നതിൽ ഏറെ പണിപ്പെടേണ്ടിവന്നു. അതു രണ്ടും ഒന്നായേ അവൾക്കു ഗ്രഹിക്കാനായുള്ളൂ. അതിൽനിന്നവളെ വേർപെടുത്തിയെടുക്കാൻ ഏറെ പണിപ്പെടേണ്ടിവന്നു.

അങ്ങനെ അവളുമായയുള്ള പരീക്ഷണങ്ങളിൽനിന്നും കാഴ്ചയുടെ ലോകം ശബ്ദങ്ങളുടെ ലോകത്തിൽനിന്നും എത്രയോ ഭിന്നമാണെന്ന് എനിക്ക് മനസ്സിലായി. അവ തമ്മിലുള്ള താരതമ്യം വെറും മുടന്തൻ ന്യായമാണെന്ന് എനിക്ക് ബോധ്യപ്പെട്ടു.

ഫെബ്രുവരി 29

ഇനിയും വെളിപ്പെടുത്താത്ത താരതമ്യങ്ങൾ തങ്ങിനിന്നു. നുഷ ത്തേലിലെ സംഗീത പരിപാടി എനിക്ക് എത്രമാത്രം ആനന്ദം പകർന്നെന്ന കാര്യവും ഞാൻ വെളിപ്പെടുത്തിയില്ല. യഥാർത്ഥത്തിൽ ഇടയന്റെ സിംഫ ണിയാണവിടെ അവതരിപ്പിക്കപ്പെട്ടത്. യഥാർത്ഥത്തിൽ അത് പറയാൻ കാരണം അത് എളുപ്പത്തിൽ മനസ്സിലാകാൻ വേണ്ടിയാണ്. ഇടയന്റെ സിംഫണിക്ക് അപ്പുറമുള്ള ഒന്ന് അവളെ കേൾപ്പിക്കാൻ ആഗ്രഹിച്ചില്ല. സംഗീത സദസ്സിൽനിന്നും പുറത്തിറങ്ങി ഏറനേരത്തേക്ക് ജെട്രൂഡ് ഒന്നും മിണ്ടിയില്ല. നിർവൃതിയിൽ ലയിച്ചതുപോലെയായിരുന്നു അവളുടെ ഇരിപ്പ്.

"അതിനോളം മനോഹരമായിരുന്നോ അങ്ങ് വാസ്തവത്തിൽ കണ്ടത്?"

അവസാനം അവൾ ചോദിച്ചു.

"ഏതിനോളം മനോഹരം, കുഞ്ഞേ?"

"അരുവിയുടെ കരയിലെ കാഴ്ചപോലെ?"

അതിനുള്ള ഉത്തരം ഞാൻ ഉടനെ പറഞ്ഞില്ല. ഞാൻ ഓർക്കുകയാ യിരുന്നു. അത്രയും അവാച്യമായ ശ്രുതിമധുരത്താലാണ് ഈ ലോകം വരയ്ക്കപ്പെട്ടിരുന്നതെങ്കിലെന്ന്. തിന്മയും പാപവും ഇല്ലാത്ത ലോകം! ഇപ്പോഴത്തേതുപോലെയല്ലാത്ത ഒരു ലോകം. തിന്മ, പാപം, മരണം എന്നി വയെപ്പറ്റിയൊന്നും ഞാനിതുവരെ ജെട്രൂഡിനോട് സംസാരിക്കാൻ മുതിർന്നിട്ടില്ല.

"കണ്ണുകളുള്ളവർ അവരുടെ സന്തോഷം തിരിച്ചറിയുന്നില്ല."

ഒടുവിൽ ഞാൻ പറഞ്ഞു.

"കണ്ണില്ലാത്തവളെങ്കിലും ഞാൻ കേൾവിയുടെ സന്തോഷമറിയുന്നു."

അപ്പോൾ കുഞ്ഞുങ്ങൾ ചെയ്യുന്നതുപോലെ അവൾ എന്റെ കൈകക ളിൽ തൂങ്ങി എന്നോട് ഒട്ടിച്ചേർന്നു.

"പാസ്റ്റർ, ഞാൻ എത്ര സന്തോഷത്തിലാണെന്ന് അങ്ങേക്ക് അറി
യാമോ? അങ്ങയെ സന്തോഷിപ്പിക്കാൻവേണ്ടി പറഞ്ഞതല്ല ഞാൻ. എന്റെ
നേരെ നോക്ക്. മനുഷ്യർ അസത്യം പറയുമ്പോൾ അത് അവരുടെ മുഖ
ത്തുനിന്നും അറിയാൻ കഴിയുകയില്ലേ? അവരുടെ ശബ്ദത്തിൽനിന്നും
എനിക്ക് അതറിയാം. ഓർമ്മയുണ്ടോ, അന്നൊരു ദിവസം എന്റെ ആന്റി
(അങ്ങനെയാണവൾ എന്റെ ഭാര്യയെ വിളിക്കുന്നത്) അവരെ അങ്ങ് ഒട്ടും
സഹായിക്കുന്നില്ലെന്ന് പറഞ്ഞപ്പോൾ അങ്ങ് കരയുകയായിരുന്നില്ലെന്ന്
പറഞ്ഞത്. അപ്പോൾ ഞാൻ പറഞ്ഞിരുന്നു. പാസ്റ്റർ, സത്യമല്ലെന്ന്. അങ്ങ
യുടെ ശബ്ദം കേട്ട മാത്രയിൽത്തന്നെ എനിക്കു മനസ്സിലായി, പറയു
ന്നത് സത്യമല്ലെന്ന്. സത്യമല്ല പറയുന്നതെന്നറിയാൻ എനിക്ക് കവിളിൽ
തൊട്ടുനോക്കേണ്ടതില്ല."

അവൾ ഉച്ചത്തിൽ ആവർത്തിച്ചു പറഞ്ഞു.

"അതിന് അങ്ങയുടെ കവിൾ തൊട്ടുനോക്കേണ്ട കാര്യമില്ല."

അതുകേട്ട് ഞാനാകെ ചുവന്നു. ഞങ്ങൾ അപ്പോഴും നഗരത്തിലൂടെ
നടക്കുകയായിരുന്നതിനാൽ വഴിപോക്കർ തിരിഞ്ഞു നോക്കി. എങ്കിലും
അവൾ പറഞ്ഞുകൊണ്ടേയിരുന്നു.

"എന്നെ പറ്റിക്കാൻ നോക്കണ്ട. ഒന്നാമത് ഒരു അന്ധയെ പറ്റിക്കു
ന്നത് അല്പത്തരമാണ്. രണ്ടാമത്തെ കാര്യം അങ്ങ് അതിൽ വിജയിക്കാൻ
പോകുന്നില്ല എന്നതും."

അവൾ ചിരിച്ചുകൊണ്ട് പറഞ്ഞു.

"പറയൂ പാസ്റ്റർ, അങ്ങ് അസന്തുഷ്ടനൊന്നും അല്ലല്ലോ, അല്ലേ?"

ഞാനവളുടെ കൈപിടിച്ച് എന്റെ ചുണ്ടുകളിൽ ചേർത്തു. എന്റെ
കുമ്പസാരം കൂടാതെ തന്നെ അവൾക്കത് അനുഭവപ്പെട്ടോട്ടെ എന്നു കരു
തിയാണത്. മാത്രമല്ല എന്റെ സന്തോഷം അവൾ കാരണമാണെന്നു കൂടി
ഞാൻ അർത്ഥമാക്കി. ഒടുവിൽ എനിക്ക് തുറന്നു പറയേണ്ടിവന്നു.

"ഇല്ല ജെർട്രൂഡ്, ഞാനൊട്ടും അസന്തുഷ്ടനല്ല. എന്തിന് ഞാൻ
അസന്തുഷ്ടനാകണം? നീ തന്നെ പറയൂ."

"എന്നിട്ടും ചിലപ്പോൾ കരയുന്നു?"

"അതെ, ചിലപ്പോൾ കരയാറുണ്ട്."

"അന്നുമുതൽക്കല്ലല്ലോ?"

"ഇല്ല. അന്നുമുതൽ ഞാൻ കരഞ്ഞിട്ടില്ല."

"എന്നിട്ടും കരച്ചിലിന്റെ വക്കോളം എത്തി."

"ഇല്ല, ജെർട്രൂഡ്."

"പിന്നെ, എന്നു മുതൽക്കാണ് സത്യം പറയുകയില്ല എന്നു തീരുമാ
നിച്ചത്?"

"ഇല്ല, കുഞ്ഞേ."

"എന്നെയിനി പറ്റിക്കുകയില്ലെന്നു വാക്കുതരാമോ?"

"ഞാൻ വാക്കുതരുന്നു."

"എന്നാൽ പെട്ടെന്നു പറയൂ, ഞാൻ സുന്ദരിയാണോ?"

പെട്ടെന്നുള്ള ഈ ചോദ്യത്തിനു മുന്നിൽ ഞാനൊന്നു പതറി. കാരണം ജെർട്രൂഡിന്റെ അനിഷേധ്യമായ സൗന്ദര്യത്തെ ഞാൻ കണ്ടില്ലെന്നു നടിക്കുകയായിരുന്നു. മാത്രമല്ല അക്കാര്യം അവളോടുതന്നെ പറയുന്നത് അനുചിതമായിരിക്കുമെന്നും ഞാൻ കരുതി.

"അത് നിന്നെ ബാധിക്കുന്നത് എങ്ങനെ?"

"എനിക്ക് അതറിയണം... ഞാൻ... അതെങ്ങനെ പറയണമെന്ന് എനിക്കറിയില്ല... ഞാൻ സിംഫണിയിലെ അപശ്രുതിയാവുമോ... വേറെ ആരോടാണു പാസ്റ്റർ ഞാനതു ചോദിക്കുക?"

"ആളുകളുടെ മുഖസൗന്ദര്യത്തെപ്പറ്റി ഉൽക്കണ്ഠപ്പെടുന്നത് ഒരു പുരോഹിതന്റെ ജോലിയല്ല."

തനിക്ക് കഴിയാവുന്നയത്ര ശക്തിയായി ഞാനെന്നെ പ്രതിരോധിക്കുകയാണെന്ന വിശ്വാസത്തോടെ ഞാൻ പ്രതികരിച്ചു:

"എന്തുകൊണ്ടല്ല?"

"കാരണം മനുഷ്യന്റെ സൗന്ദര്യം അവന്റെ ആത്മാവിന്റെ സൗന്ദര്യമാണ്."

"ഇതിലും ഭേദം ഞാൻ വിരൂപയാണെന്ന് സ്വയം കരുതുന്നതായിരിക്കും." കളി നിർത്തിയെന്ന ഭാവത്തിൽ കുറുമ്പോടെ ചുണ്ടു കൂർപ്പിച്ച് അവൾ പറഞ്ഞു.

"ജെർട്രൂഡ്, നിനക്കറിയാം നീ സുന്ദരിയാണെന്ന്." ഞാനവളെ പ്രീതിപ്പെടുത്താൻ നോക്കി.

അവൾ നിശ്ശബ്ദയായി. മുഖം വീർപ്പിച്ച് അവൾ നടക്കാൻ തുടങ്ങി. വീടെത്തുന്നതുവരെയ്ക്കും അവളുടെ മുഖം നേരെയായില്ല.

വീട്ടിൽ എത്തിച്ചേർന്നയുടൻ, അമിലി ഞാൻ ആ ദിവസം ചെലവഴിച്ച രീതിയിൽ അവൾക്കുള്ള നീരസമുണ്ടെന്ന് എന്നെ മനസ്സിലാക്കിപ്പിച്ചു. അവൾക്കു വേണമെങ്കിൽ അക്കാര്യം നേരത്തെ പറയാമായിരുന്നു. എന്നാൽ ഒരക്ഷരം പോലും ഉരിയാടാതെ അവൾ ജെട്രൂഡിനെയും എന്നെയും പോകാൻ അനുവദിച്ചു. ആളുകളെ ഓരോ കാര്യങ്ങൾ ചെയ്യാൻ വിടുകയും എന്നിട്ട് കുറ്റം പറയാനുള്ള അവളുടെ അവകാശം കരുതിവയ്ക്കുകയും ചെയ്യുന്നത് അവളുടെ പ്രകൃതമാണ്. അതുകാരണം അവൾ അപ്പോഴെന്നെ യഥാർത്ഥത്തിൽ അധിക്ഷേപിച്ചില്ല. എന്നാൽ അവളുടെ ഓരോ മൗനവും ഓരോ അധിക്ഷേപമായിരുന്നു. ജെർട്രൂഡിനെയും കൂട്ടി ഞാൻ സംഗീത പരിപാടിക്കാണു പോയതെന്ന് അവൾക്ക് വ്യക്തമായി അറിയാമെന്നിരിക്കെ അതെങ്ങനെയുണ്ടായിരുന്നു എന്ന ഒറ്റ വാചകം ചോദിച്ചിരുന്നെങ്കിൽ അതെത്ര സ്വാഭാവികമായേനെ! അതിൽ ഒരു ചെറിയ താല്പര്യമെങ്കിലും കാണിച്ചിരുന്നുവെങ്കിൽ ആ പാവം കുട്ടിക്ക് എത്ര സന്തോഷകരമാവുമായിരുന്നു? എന്നാൽ അമിലി മുഴുവൻ സമയവും നിശ്ശബ്ദയായി ഇരുന്നുമില്ല. അവൾക്ക് തീരെ താല്പര്യമില്ലാത്ത വിഷയങ്ങളുടെ കാര്യത്തിൽ ഒരുതരം നാട്യം കാണിക്കുക അവളുടെ പതിവാണ്. ആ നാട്യം രാത്രിയാവുന്നതുവരെ മാത്രമേ നിലനി

ന്നുള്ളൂ. കുഞ്ഞുങ്ങളെല്ലാം ഉറങ്ങാൻ പോവുകയും ജെർട്രൂഡുമൊത്ത് സംഗീത പരിപാടി കേൾക്കാൻ പോയതുകൊണ്ടാണോ നീ ഇങ്ങനെ പിണങ്ങിയിരിക്കുന്നതെന്നു ഞാൻ ചോദിച്ചപ്പോൾ അവളുടെ മറുപടി ഇങ്ങനെയായിരുന്നു: "നിങ്ങൾ നിങ്ങളുടെ സ്വന്തം കുഞ്ഞുങ്ങൾക്കായി ഒരിക്കലും ചെയ്തിട്ടില്ലാത്ത കാര്യങ്ങളാണ് അവൾക്കുവേണ്ടി ചെയ്യു ന്നത്."

അപ്പോൾ അവളുടേത് ആ പഴയ പരാതി തന്നെയാണ്. സദ്യയൊരു ക്കിയിരിക്കുന്നത് നമ്മുടെയടുത്തേക്ക് എത്തുന്ന കുഞ്ഞിനായാണ്; വീട്ടിൽത്തന്നെയുള്ളവർക്കായല്ല എന്ന് സാദൃശ്യവാക്യങ്ങളിൽ നാം വായി ക്കുന്നത് മനസ്സിലാക്കാനുള്ള അതേ വൈമുഖ്യം. ജെർട്രൂഡിന്റെ ശാരീ രിക വൈകല്യം അമിലി കണക്കിലെടുക്കാത്തത് എന്നെ കൂടുതൽ ദുഃഖി പ്പിച്ചു. പാവം കുഞ്ഞ്. അവൾക്ക് മറ്റെന്ത് സന്തോഷമാണുള്ളത്? സാധാ രണ തിരക്കുള്ള ഞാൻ ആ ദിവസം ദൈവാധീനംകൊണ്ട് മറ്റ് പരിപാടി കളൊന്നുമില്ലാതെ ഇരിക്കുകയായിരുന്നു എന്നു സങ്കല്പിക്കുക. അപ്പോഴും അമിലിയുടെ സമീപനം കൂടുതൽ നീതീകരിക്കാനാ വാത്തതാകുമായിരുന്നു എന്ന കാര്യം ഉറപ്പാണ്. കാരണം അവൾക്കറിയാം അവളോ മറ്റ് കുട്ടികളോ അപ്പോൾ ഒന്നല്ലെങ്കിൽ മറ്റൊരുകാര്യത്തിൽ വ്യാപൃതരായിരിക്കുമായിരുന്നേനെയെന്ന്. ഇനി അവളുടെ കാര്യം മാത്രം എടുക്കാം. ലോകത്തുള്ള അത്രയും സമയം അവൾക്കു ലഭ്യമായാലും അവൾ ഒരു സംഗീത സദസ്സിൽ പോവുകയില്ല; അത് ഞങ്ങളുടെ പടി വാതിൽക്കൽ നല്കിയാൽപ്പോലും!

എന്നെ കൂടുതൽ വിഷമിച്ച കാര്യം അമിലി ഇതെല്ലാം പറഞ്ഞത് ജെർട്രൂഡിനു മുന്നിൽ വച്ചാണ്. ഞാൻ എന്റെ ഭാര്യയെ ഒരറ്റത്തേക്ക് മാറ്റി നിർത്തിയാണ് ചോദിച്ചതെങ്കിലും അവൾ ജെർട്രൂഡുകൂടി കേൾക്കണ മെന്ന് കരുതിക്കൂട്ടിയാണ് ഉച്ചത്തിൽ പറഞ്ഞത്. ഇതിൽ എനിക്ക് സങ്കട ത്തെക്കാൾ ഏറെ ദേഷ്യം തോന്നി. കുറച്ചു സമയം കഴിഞ്ഞ് അമിലി പോയിക്കഴിഞ്ഞപ്പോൾ ഞാൻ ജെർട്രൂഡിനടുത്തേക്കു ചെന്ന് അവളുടെ ദുർബ്ബല കരങ്ങൾ ഗ്രഹിച്ച് എന്റെ മുഖത്തോടു ചേർത്തു പറഞ്ഞു.

"നോക്ക്, ഞാനിപ്പോൾ കരയുന്നില്ല."

"ഇല്ല." ചിരിക്കാൻ ശ്രമിച്ചുകൊണ്ടവൾ പറഞ്ഞു.

"ഇക്കുറി എന്റെ ഊഴമാണ്."

അപ്പോഴവൾ എനിക്കു നേരെ നോക്കി. അവളുടെ കണ്ണുകൾ നിറ ഞ്ഞൊഴുകുന്നത് ഞാൻ കണ്ടു.

മാർച്ച് 8

അമിലിക്കായി എനിക്ക് നല്കാനാവുന്ന ഏക സന്തോഷം അവൾ ക്കിഷ്ടമില്ലാത്തതിൽ നിന്നെല്ലാം ഒഴിഞ്ഞുനില്ക്കുക മാത്രമാണ്. സ്നേഹ ത്തിന്റെ ഈ വിപരീത ചിഹ്നങ്ങൾ മാത്രമാണ് അവൾ എനിക്ക് കല്പിച്ച നുവദിക്കുന്നത്. എന്റെ ജീവിതെ അവൾ എത്രമാത്രം ഇടുക്കിക്കളഞ്ഞു എന്ന കാര്യം അവൾക്ക് ഒരിക്കലും മനസ്സിലാക്കാൻ കഴിയുകയില്ല. ദൈവമേ എനിക്ക് ഒരിക്കലും ചെയ്യാനാകാത്ത എന്തെങ്കിലും ഒരു കാര്യം അവൾ എപ്പോഴെങ്കിലും എന്നിൽനിന്നും ആവശ്യപ്പെട്ടെങ്കിൽ! മുൻപിൻ നോക്കാതെ ഞാനതിനായി എടുത്തുചാടുമായിരുന്നു! സർവ്വസാധാരണ മല്ലാത്ത എന്തിനോടും അവൾ വലിയ അകലം പാലിച്ചിരുന്നു. ഒരു ദിവ സത്തിനോടൊപ്പം മറ്റൊരു ദിവസം ചേർക്കുന്നതിനപ്പുറം ഒന്നും പുരോ ഗതി എന്നതുകൊണ്ട് അവൾ അർത്ഥം കല്പിച്ചിരുന്നുമില്ല. പഴയതിൽ നിന്നുള്ള വളർച്ച എന്ന നിലയ്ക്കുപോലും പുതിയ സൗഭാഗ്യങ്ങളെ അവൾ ആഗ്രഹിച്ചില്ല. എന്നാൽ അവൾ ഒരിക്കലും അത് സമ്മതിച്ചു തരി കയുമില്ല. സഹജവാസനകളുടെ ഇണക്കിയെടുക്കലിനപ്പുറമുള്ള ക്രിസ്തു മതത്തിന്റെ ആത്മാവ് എന്നുകരുതുന്ന ഏതു കാര്യത്തെയും അവൾ സ്വീകരിക്കുന്നത് വിസമ്മതത്തോടെയല്ലെങ്കിൽ അവിശ്വാസത്തോടെയെ ങ്കിലുമായിരിക്കും.

നുഷത്തേലിലെ സംഗീത സദസ്സിൽ പോയ വൈകുന്നേരം ഞാൻ അമ്പേ മറന്നുപോയിരുന്ന പ്രധാനപ്പെട്ട ഒരു കാര്യം ഇവിടെ കുറിക്കാതി രിക്കാനാകില്ല. നൂൽക്കടയിൽ പോയി കണക്കുനോക്കി പഴയ തുക കൊടു ക്കുകയും അവൾക്കായി പുതിയ നൂൽ വാങ്ങുകയും ചെയ്യണമായിരു ന്നു. ഞാനതു മറന്നു. ഇക്കാര്യത്തിൽ അവൾക്കുണ്ടായേക്കാവുന്നതിൽ കൂടുതൽ വിഷമം എനിക്കുണ്ടായിരുന്നു. കാരണം അവൾ ചെയ്യാനേ

ല്പിച്ച കാര്യങ്ങളിൽ ഒട്ടും വീഴ്ചയുണ്ടാകാൻ പാടില്ല എന്ന് ഞാനെ പ്പോഴും ഉറച്ച തീരുമാനം എടുത്തിരുന്നു. "അല്പമായതിൽ വിശ്വസ്തൻ – അധികമായതിലും വിശ്വസ്തൻ. അല്പത്തിൽ അനീതിയുള്ളവൻ അധി കത്തിലും അനീതിയുള്ളവനത്രെ" എന്ന വചനം എനിക്ക് നല്ല ബോദ്ധ്യ മുള്ളതാണ്. അഥവാ മറന്നാൽ അതിൽനിന്നും അവൾ എത്തിച്ചേരുന്ന നിഗമനങ്ങളെ ഞാൻ ഏറെ ഭയപ്പെട്ടിമിരുന്നു. അതിന്റെ പേരിൽ അവൾ എന്നെ അധിക്ഷേപിച്ചാലും ഞാൻ സന്തുഷ്ടനായിരിക്കും. കാരണം ഞാനതിന് അർഹനാണല്ലോ. എന്നാൽ സാങ്കല്പികമായ പരാതികൾ യഥാർത്ഥ പരാതികളെ മറികടക്കുന്നതായാണ് പലപ്പോഴും അനുഭവ പ്പെടുന്നത്. യഥാർത്ഥ ചെകുത്താനെ നമുക്ക് നേരിടേണ്ടിവരികയാണെ ങ്കിൽ അത് സാങ്കല്പികഭൂതങ്ങളെയും രാക്ഷസരൂപികളെയും നേരിടേ ണ്ടിവരുന്ന ജീവിതത്തെക്കാൾ എത്രയോ മികച്ചതായിരിക്കും! ഇവിടെ ഞാൻ ഒരു പ്രബോധത്തിലേക്ക് അല്പം വഴിതെറ്റിക്കോട്ടെ – (ലൂക്കോസ് 12:29 – നിങ്ങൾ എന്തു തിന്നും എന്തു കുടിക്കും എന്ന് അന്വേഷിക്കേണ്ട. അവയെപ്പറ്റി നിങ്ങൾ പതറിപ്പോവുകയും വേണ്ട). ജെർട്രൂഡിന്റെ ബൗദ്ധി കവും ധാർമ്മികവുമായ വളർച്ചയുടെ ചരിത്രമാണ് ഞാൻ പറഞ്ഞുവ ന്നത്. ഞാൻ അതിലേക്കുതന്നെ മടങ്ങിപ്പോകുന്നു.

അതിന്റെ വഴികൾ ഘട്ടം ഘട്ടമായി പിന്തുടരാനാണ് ഈ കുറിപ്പു കളിലൂടെ ഞാൻ ആഗ്രഹിച്ചത്. അതുകൊണ്ടാണ് വിശദാംശങ്ങൾ പറ ഞ്ഞുകൊണ്ട് തുടങ്ങിയതും. എന്നാലിപ്പോൾ അതിന്റെ ഘട്ടങ്ങളെയും സൂക്ഷ്മതലങ്ങളെയും പറ്റി എഴുതാൻ ആവശ്യമായ സമയം എനിക്കില്ല. ഇല്ല എന്നു മാത്രമല്ല ഈ നിമിഷത്തിൽ സംഭവങ്ങളുടെ യഥാർത്ഥക്രമം അനുസരിച്ച് ഓർത്തെടുക്കുന്നത് അങ്ങേയറ്റം പ്രയാസകരവുമാണ്. കഥ പറഞ്ഞുവന്ന ആവേശത്തിൽ ജെർട്രൂഡിന്റെ അടുത്തകാലത്തെ പരാമർശ ങ്ങളെയും സംഭാഷണങ്ങളെയുമാണ് ഞാൻ എഴുതിത്തുടങ്ങിയത്. ഈ താളുകളിലൂടെ കടന്നുപോകുന്ന ഒരാൾ അവളുടെ കൃത്യതയോടെയുള്ള സംസാരങ്ങളും പരാമർശങ്ങളും കണ്ട് അത്ഭുതപ്പെട്ടേക്കാം; അത്രയ്ക്ക് കൃത്യതയോടെ സംസാരിക്കാൻ ഈ ചുരുങ്ങിയ സമയംകൊണ്ട് കഴി യുമോ? ഇതിലെ വസ്തുത എന്തെന്നാൽ അവൾ അത്ഭുതകരമായ വേഗ ത്തിലാണ് പുരോഗതി കൈവരിച്ചത്. അവൾക്കു ഞാൻ പകർന്നു നല്കിയ ബൗദ്ധികമായ ഭക്ഷണം എത്ര വേഗത്തിലാണവൾ ദഹിപ്പിച്ചെടുത്ത്? ആ മനസ്സിന് പിടിച്ചെടുക്കാവുന്നതെല്ലാം അത്ഭുതകരമായ വേഗത്തിൽ പിടിച്ചെടുക്കുകയും സ്വാംശീകരിക്കുകയും ചെയ്തു. എന്റെ ചിന്തകളെ മുൻകൂട്ടി തടയാനും പിന്നിലാക്കാനും അവൾ കാണിച്ച വൈഭവത്തിൽ ഞാൻ അന്ധാളിച്ചു പോയിട്ടുണ്ട്. ഒരു പാഠത്തിൽനിന്നും അടുത്തതിലേ ക്കുള്ള അവളുടെ പ്രയാണത്തിന്റെ ഗതിവേഗം കാണുമ്പോൾ എനി ക്കെന്റെ ശിഷ്യയെ തിരിച്ചറിയാനേ ആയില്ല.

ഏതാനും മാസങ്ങൾ പിന്നിട്ടു കഴിഞ്ഞപ്പോൾ അവളുടെ ബുദ്ധിവൈ ഭവത്തിന് ദീർഘകാലം സുഷുപ്താവസ്ഥയിലായിരുന്നതിന്റെ ലാഞ്ഛ

നപോലും ഉണ്ടായിരുന്നില്ല. സാധാരണ ഈ പ്രായത്തിലുള്ള പെൺകു ട്ടികളെക്കാൾ സവിശേഷമായ സാമാന്യബുദ്ധിയും വിലയിരുത്തൽശേ ഷിയും അവൾക്കുണ്ടായിരുന്നു. അവൾ പലപ്പോഴും തന്റെ അന്ധതയെ വച്ച് മുതലെടുക്കുന്നതായി എനിക്ക് ബോധ്യമായിട്ടുണ്ട്. ഒരു വൈകല്യം അനുഗ്രഹമായിത്തീരുന്നതും ഞാൻ കണ്ടു. എന്നോടു മാത്രമല്ല ഷാർലൈ റ്റിനോടും ഞാനവളെ താരതമ്യപ്പെടുത്തി നോക്കിയിരുന്നു. അവളാണെ ങ്കിലോ ചെറിയ കളിയാക്കലുകളിൽപ്പോലും ഭ്രാന്തുപിടിച്ചതുപോലെ പെരുമാറിക്കളയും. എന്നാൽ ജെർട്രൂഡിനെ പഠിപ്പിക്കുന്ന ചില സമയ ങ്ങളിൽ ഞാൻ ഇങ്ങനെ അത്ഭുതപ്പെട്ടു പോകാറുണ്ട്.

"ദൈവമേ! എത്ര കാര്യമായി അവൾ ശ്രദ്ധിക്കുന്നു. അവൾക്ക് കാണാൻ കൂടി കഴിഞ്ഞിരുന്നെങ്കിൽ!"

ജെർട്രൂഡ് വലിയൊരു വായനക്കാരിയായിരുന്നു. അവളുടെ മാന സിക വികാസം കഴിയുന്നിടത്തോളം അടുത്തുനിന്നു മനസ്സിലാക്കണമെന്ന് ചിന്തിച്ചിരുന്നതിനാൽ അവൾ അധികം വായിക്കാതിരിക്കുന്നതാണ് നല്ലതെന്ന് ഞാൻ ചിന്തിച്ചു. കുറഞ്ഞപക്ഷം ഞാനില്ലാത്തപ്പോഴെങ്കിലും. പ്രത്യേകിച്ചും അവളുടെ ബൈബിൾ വായന! പ്രൊട്ടസ്റ്റന്റു വിഭാഗ ത്തിൽപ്പെട്ട അവൾക്കത് ഗ്രഹിക്കാനായെന്നു വരില്ല. ഇതെല്ലാം ഞാൻ വിശദമായി പറയാം. എന്നാൽ അതിനുമുമ്പ് വളരെ പ്രധാനപ്പെട്ട ഒരു കാര്യം പറയേണ്ടതുണ്ട്. നുഷത്തേലിലെ സംഗീതവിരുന്നിനു ശേഷമു ണ്ടായ ഒരു സംഭവവുമായി ബന്ധപ്പെട്ടതാണതെന്നാണ് എന്റെ ഓർമ്മ.

വേനലവധിക്ക് ജാക്ക്വുസ് വീട്ടിലെത്തിയതിനും മൂന്നാഴ്ച മുന്നെ യായിരുന്നു ആ സംഗീത വിരുന്ന്. ഇതിനിടയ്ക്ക് ഞങ്ങളുടെ പള്ളിയിലെ ചെറിയൊരു ഹാർമോണിയത്തിനു മുന്നിലിരുന്ന് ഞാൻ ജെർട്രൂഡിനെ സംഗീതം അഭ്യസിപ്പിക്കുമായിരുന്നു. ഈ ഹാർമോണിയം മിലെ ദെ ലാ എം.... ആയിരുന്നു പള്ളിയിൽ വായിച്ചിരുന്നത്. അയാൾക്കൊപ്പമാണ് ഇപ്പോൾ ജെർട്രൂഡ് താമസിക്കുന്നത്. അപ്പോൾ ലൂയിസ് ദെ ലാ എം... ജെർട്രൂഡിന് സംഗീത ക്ലാസ് എടുത്തു തുടങ്ങിയിട്ടുണ്ടായിരുന്നില്ല. എനിക്ക് സംഗീതത്തോട് കടുത്ത സ്നേഹം ഉണ്ടെന്നതൊക്കെ ശരിതന്നെ. എന്നാൽ അതെക്കുറിച്ച് എനിക്ക് വലുതായൊന്നും അറിയില്ല. അവൾ ക്കൊപ്പം കീബോർഡിനു മുന്നിലിരിക്കുമ്പോൾ അവളെ എത്രമാത്രം പഠി പ്പിക്കാനാകും എന്ന ഭയം എനിക്കുണ്ടായിരുന്നു.

അറച്ചറച്ചുള്ള ആദ്യപാഠം തുടങ്ങിയപ്പോൾത്തന്നെ അവൾ പറഞ്ഞു: "വേണ്ട വേണ്ട. അങ്ങ് പോകുന്നതായിരിക്കും നല്ലത്. ഞാൻ തനിയെ പഠിച്ചു നോക്കട്ടെ."

മുമ്പെപ്പോഴത്തെയുംകാൾ സന്തോഷത്തോടെ ഞാനവളെ പള്ളി യിൽ വിട്ടു. കാരണം അവളുമായി മുറിയടച്ചിരിക്കാൻ പറ്റിയ ഇടമല്ല പള്ളി യെന്ന് എനിക്കറിയാം. പള്ളിയുടെ പവിത്രതയോടുള്ള ബഹുമാനം കൊണ്ടെന്ന പോലെതന്നെ കിംവദന്തികൾ പ്രചരിക്കപ്പെടും എന്ന ഉൽഭയം കൊണ്ടു കൂടിയായിരുന്നു അത്. സാധാരണഗതിയിൽ ഞാനത്തരം കാര്യ

ങ്ങൾ വകവയ്ക്കാറില്ല. ഇക്കാര്യം എന്നെ മാത്രമല്ല ആ പെൺകുട്ടിയെ ക്കൂടി ബാധിക്കും എന്ന കാര്യം ഞാൻ കണക്കിലെടുക്കേണ്ടതുണ്ട്. എന്റെ പതിവ് സന്ദർശനങ്ങൾക്കായി ഞാൻ പള്ളിക്കടുത്തുകൂടെ പോകേണ്ടി വരുന്ന സന്ദർഭങ്ങളിൽ ഞാൻ അവളെക്കൂടി ഒപ്പംകൂട്ടും. അവളെ പള്ളി യിലിരുത്തിയതിനുശേഷം ഞാൻ പോകും. ചിലപ്പോൾ അവൾ ഏറെ മണിക്കൂറുകൾ അവിടെ ചെലവിടും. മടങ്ങിപ്പോകുന്ന സമയത്ത് അവ ളെയും കൊണ്ടുപോകും. സ്വരങ്ങൾക്കു പുറകെയുള്ള അവളുടെ സഞ്ചാ രങ്ങൾ ഇങ്ങനെയാണ് നിർവ്വഹിക്കപ്പെട്ടത്. അവളെ മടക്കിവിളിക്കാനായി മിക്കവാറും വൈകുന്നേരങ്ങളിലാണ് പള്ളിയിലെത്തുന്നത്. അപ്പോൾ തന്ത്രീലയ സമന്വയത്തിന്റെ നിർവൃതിയിലായിരിക്കും അവൾ.

ഏകദേശം ആറുമാസങ്ങൾക്കുമുമ്പ്, ആഗസ്ത് മാസത്തിന്റെ ആദ്യ ദിനങ്ങളിലൊന്നിൽ, പാവപ്പെട്ട ഒരു വിധവയെ സമാശ്വസിപ്പിക്കാനായി അവരുടെ വീട്ടിൽ പോകേണ്ടതായി വന്നു. എന്നാൽ അവർ അവിടെ ഇല്ലാ ത്തതുകാരണം നേരത്തെ പള്ളിയിൽ വിട്ടിരുന്ന ജെർട്രൂഡിനെ കൂട്ടിപ്പോ കാനായി ഞാൻ പള്ളിയിലെത്തി. അവൾ ഞാൻ നേരത്തെ എത്തുമെന്ന് ഒട്ടും പ്രതീക്ഷിച്ചിരുന്നില്ല. അവിടെ ആ സമയത്ത് ജാക്യൂസിനെ അവൾക്കൊപ്പം കണ്ട് ഞാൻ അതിശയിച്ചു. ഇരുവരും ഞാൻ നടന്നു വരുന്ന ശബ്ദം കേട്ടില്ല. അഥവാ എന്റെ കാലൊച്ചകൾ ഉയർന്നിരുന്നെ ങ്കിൽത്തന്നെ സംഗീതോപകരണങ്ങളുടെ ശബ്ദത്തിൽ അതു മുങ്ങിപ്പോ യിരിക്കണം. ഇങ്ങനെ ഒളിച്ചും പതുങ്ങിയും ചാരന്മാരെപ്പോലെ പെരുമാ റുന്നത് എന്റെ രീതിയല്ല. എന്നാൽ ജെർട്രൂഡുമായി ബന്ധപ്പെട്ട എന്തും എന്നെയും ബാധിക്കുന്ന കാര്യം തന്നെയാണ്. അതുകൊണ്ടുതന്നെ പര മാവധി മൃദുവായ പാദങ്ങളൂന്നി ഞാൻ ഗാലറിയിലേക്കുള്ള പടവുകൾ കയറി. അത് രഹസ്യനിരീക്ഷണത്തിന് പറ്റിയ ഒരിടം തന്നെയായിരുന്നു. ഞാൻ അവിടെ ഉണ്ടായിരുന്ന സമയമത്രയും ഇരുവരിൽനിന്നും എന്തെ ങ്കിലും തരത്തിലുള്ള സംസാരം ഉണ്ടായതായി ഞാൻ കേട്ടില്ല. ചിലപ്പോൾ അവർ ഒന്നുതന്നെ മിണ്ടിയിട്ടുണ്ടാവില്ല. അവൻ അവളോട് വളരെ ചേർന്നാണ് ഇരുന്നിരുന്നത്. അവളുടെ കൈകൾ തന്റെ കൈകളിൽ ഗ്രഹിച്ച് അവനവൾക്ക് കീകൾ കാട്ടിക്കൊടുക്കുകയായിരുന്നു. അവ നിൽനിന്നും സംഗീതപാഠങ്ങൾ സ്വീകരിക്കുന്നു എന്നതിൽ അസാധാര ണമായി ഒന്നും തന്നെയില്ല. പക്ഷേ, ഞാനവൾക്ക് പാഠങ്ങൾ പറഞ്ഞു കൊടുക്കാൻ തുനിഞ്ഞപ്പോഴൊക്കെ അവളത് നിഷേധിക്കുകയും താൻ തനിയെ അഭ്യസിച്ചുകൊള്ളാം എന്നു പറയുകയാണുണ്ടായിട്ടുള്ളത്. അതിൽ അമ്പരക്കുക മാത്രമല്ല ഞാൻ സമ്മതിക്കുന്നതിനെക്കാൾ വലിയ വേദന അതെന്നിൽ ജനിപ്പിച്ചു. ഒരു ഘട്ടത്തിൽ പെട്ടെന്ന് അവൻ വാച്ചെ ടുത്ത് കെട്ടുന്നതായി ഞാൻ കണ്ടു. "എനിക്കുടനെ പോകണം. അച്ചൻ ഏതു നിമിഷവും ഇവിടെ എത്തിച്ചേർന്നേക്കും."

അവനിങ്ങനെ പറയുന്നത് ഞാൻ കേട്ടു. വിടപറയാൻ നേരം ഒരു എതിർപ്പിനും മുതിരാത്ത അവളുടെ കൈകളിൽ അവൻ ചുംബിച്ചു.

ഏതാനും നിമിഷങ്ങള്‍ കഴിഞ്ഞ് ഞാന്‍ ശബ്ദമുണ്ടാക്കാതെ പടിക്കെട്ടു കളിറങ്ങി പള്ളിയുടെ ഗേറ്റ് ശബ്ദത്തോടെ തുറന്നു. ഞാനിപ്പോള്‍ മാത്രമേ എത്തിച്ചേര്‍ന്നുള്ളൂ എന്നവളെ ബോദ്ധ്യപ്പെടുത്താന്‍ കൂടിയായിരുന്നു അത്. "ജെര്‍ട്രൂഡ്, വീട്ടിലേക്ക് പോകാറായോ? ഓര്‍ഗന്‍ പഠനം എങ്ങനെ? പുരോഗതിയുണ്ടോ?" അവള്‍ ഏറ്റവും സ്വാഭാവികമായ സ്വരത്തില്‍ പറഞ്ഞു. "നന്നായി പോകുന്നുണ്ട്. ഇന്ന് വാസ്തവത്തില്‍ ഞാന്‍ ഏറെ പുരോഗതി നേടിയിട്ടുണ്ട്."

എന്റെ ഹൃദയത്തില്‍ വിഷാദം നിറഞ്ഞു. എന്നാല്‍ ഞാന്‍ മുമ്പേ പറഞ്ഞ കാര്യങ്ങളെപ്പറ്റി പരോക്ഷ സൂചനപോലും കടന്നുവരാതെ ഇരു വരും സൂക്ഷിച്ചു.

ജാക്യൂസിനെ ഒറ്റയ്ക്കുകിട്ടുന്ന അവസരത്തിനുവേണ്ടി ഞാന്‍ അക്ഷ മയോടെ കാത്തിരുന്നു. എന്റെ ഭാര്യയും ജെര്‍ട്രൂഡും ചെറിയ കുട്ടികളും അത്താഴം കഴിഞ്ഞുടന്‍ കിടക്ക വിരിക്കും. ഞാനും ജാക്യൂസും പഠിക്കാ നിരിക്കും. ഈ നിമിഷത്തിനായാണ് ഞാന്‍ കാത്തിരിക്കുന്നത്. വ്യത്യസ്ത വികാരങ്ങള്‍ എന്റെ ഹൃദയത്തില്‍ വന്നു നിറഞ്ഞു. എന്നെ വേദനിപ്പി ക്കുന്നതും എന്നാല്‍ എനിക്ക് വെളിപ്പെടുത്താന്‍ കഴിയാത്തതോ വെളി പ്പെടുത്താന്‍ പാടില്ലാത്തതോ ആയ ആ വിഷയങ്ങളില്‍ നിന്നും തുടങ്ങാ നാവില്ലല്ലോ! ഒഴിവുകാലത്തിന്റെ ബാക്കി സമയമത്രയും ഞങ്ങളോടൊപ്പം വീട്ടില്‍ കഴിയാന്‍ പോകുകയാണെന്നു പ്രഖ്യാപിച്ച് ജാക്യൂസ് തന്നെ വിഷയത്തിലേക്കു കടന്നു. ഏതാനും ദിവസങ്ങള്‍ക്ക് മുമ്പ് അവന്‍ ആല്‍പ്സ് പര്‍വ്വതം കയറാന്‍ പോകുകയാണെന്ന വിവരം ചര്‍ച്ച ചെയ്തത് ഞാന്‍ ഓര്‍ത്തു. അക്കാര്യം ഞാനും ഭാര്യയും സമ്മതിച്ചതു മാണ്. ഇവന്റെ യാത്രാപങ്കാളിയായ പയ്യന്‍ ഇവനുവേണ്ടി കാത്തിരിക്കു കയാണെന്ന വിവരവും എനിക്കറിയാം. ഇവന്റെ പരിപാടിയില്‍ വന്നിട്ടുള്ള പെട്ടെന്നുള്ള മാറ്റത്തിനു കാരണം ഞാന്‍ ദൃക്‌സാക്ഷിയായ സംഭവം തന്നെയാണെന്നു വ്യക്തമാണ്. കഠിനമായ കോപം എന്റെയുള്ളില്‍ ചുഴ ലിക്കാറ്റുപോലെ ഉരുണ്ടുകൂടുന്നുണ്ടായിരുന്നു. അങ്ങനെ ചെയ്താല്‍ എന്റെ മകന് എന്നിലുള്ള വിശ്വാസം തകര്‍ന്ന് തരിപ്പണമാകുമെന്ന് ഞാന്‍ ഭയന്നു. പിന്നീട് ദുഃഖിക്കാന്‍ ഇടവരുത്തുന്ന വാക്കുകള്‍ പറയാന്‍ പാടില്ല എന്നും ഞാന്‍ പേടിച്ചിരുന്നു. അങ്ങനെ വളരെ നിയന്ത്രിച്ച്, പരമാവധി സ്വാഭാവികത വരുത്തി ഞാന്‍ പറഞ്ഞു.

"നിന്റെ കൂട്ടുകാരന്‍ കാത്തിരിക്കില്ലേ?"

"ഓ, അങ്ങനെയൊന്നുമില്ല. അവന് വേറൊരുത്തനെ കൂടെക്കിട്ടാന്‍ പാടുണ്ടാവില്ല. ഞാന്‍ ഇവിടെയോ ഒബര്‍ലാന്റിലോ കുറച്ച് വിശ്രമിക്കട്ടെ. മലകയറാന്‍ പോകുന്നതിനെക്കാള്‍ മെച്ചം അതായിരിക്കുമെന്നാണ് ഞാന്‍ കരുതുന്നത്."

"അപ്പോള്‍ വീട്ടില്‍ത്തന്നെ ചെയ്യാന്‍ കാര്യമായ എന്തോ നീ കണ്ടെ ത്തിക്കഴിഞ്ഞു എന്നര്‍ത്ഥം."

എന്റെ ശബ്ദത്തിലെ വിരോധാഭാസം അവന്‍ വേഗം മണത്തു.

അതിന്റെ ഉദ്ദേശ്യം എന്താവാം എന്നതിനെ സംബന്ധിച്ച് വ്യക്തത പോരാ ത്തതിനാൽ ഉദാസീന ഭാവത്തിൽ അവൻ പറഞ്ഞു.

"എനിക്ക് എവിടെയെങ്കിലും കയറുന്നതിനേക്കാൾ ഇഷ്ടം വായന യോടാണെന്ന് അച്ഛന് അറിയാമല്ലോ."

"അതെയതെ. ഹാർമോണിയം വായിക്കുന്നത് ചിലപ്പോൾ പുസ്തകം വായിക്കുന്നതിനെക്കാൾ നന്നായിരിക്കും?"

ചോദ്യരൂപേണ വന്ന അവന്റെ നോട്ടത്തിനു തക്ക മറുപടിയെ ന്നോണം ഞാൻ പറഞ്ഞു.

അവന്റെ മുഖത്ത് ചുവപ്പ് പടർന്നു എന്ന കാര്യം നിസ്സംശയം പറ യാം, എന്നാലവൻ വിളക്കിൽ നിന്നുള്ള വെട്ടം മുഖത്തടിക്കുന്നത് തട യാനെന്നോണം നെറ്റിമേൽ കൈവെച്ചു മറച്ചു. എങ്കിലും, ഞാൻ പ്രതീ ക്ഷിച്ചതിനെക്കാൾ വേഗത്തിൽ അവൻ സമചിത്തത വീണ്ടെടുത്തു പറ ഞ്ഞു.

"അച്ഛനെന്നെ വല്ലാതെയങ്ങ് കുറ്റപ്പെടുത്തേണ്ട. ഞാൻ നിങ്ങളിൽ നിന്നും ഒന്നും ഒളിച്ചുപിടിക്കാൻ നോക്കിയില്ല. എന്നാൽ ഞാൻ ചിലത് തുറന്നുപറയാൻ തയ്യാറായി വരികയായിരുന്നു. അത് മുൻകൂട്ടി തടയുക യായിരുന്നു നിങ്ങൾ."

അവന്റെ വാക്കുകൾ ഓരോന്നും ഒരു പുസ്തകത്തിൽനിന്നും വായി ക്കുന്നതുപോലെ കൃത്യമായിരുന്നു. അവൻ പറയുന്ന വാക്കുകളിന്മേൽ അവന് ഒട്ടും ഉൽക്കണ്ഠ തോന്നാത്ത രീതിയിലായിരുന്നു വാചകം പൂർത്തിയാക്കിയത്. അവന്റെ അസാധാരണമായ ആത്മനിയന്ത്രണം എന്റെ കോപത്തെ പാരമ്യത്തിലെത്തിച്ചു. ഞാനവനെ തടസ്സപ്പെടുത്താൻ പോകുന്നു എന്നു തോന്നിയിട്ടാവണം അവൻ കൈ ഉയർത്തി ഇങ്ങനെ പറയുന്നതായി എനിക്ക് അനുഭവപ്പെട്ടു.

"വേണ്ട. ഞാനാദ്യം പൂർത്തിയാക്കട്ടെ, എന്നിട്ട് നിങ്ങൾക്കു പറയാം." ഞാൻ പെട്ടെന്ന് അവന്റെ കൈപിടിച്ചു കുലുക്കി.
"ഓഹോ!"

അപ്രതീക്ഷിതമായി കൈവന്ന മനോബലത്തോടെ ഞാൻ പ്രതിക രിച്ചു. ജെർട്രൂഡിന്റെ നിഷ്കളങ്കത ഭഞ്ജിക്കുന്ന കാഴ്ച കാണേണ്ടി വരു ന്നതിനെക്കാൾ നിന്നെ വീണ്ടുമൊരിക്കലും കാണാതിരിക്കുന്നതാണ് നല്ലത്. നിന്റെ കുമ്പസാരമൊന്നും എനിക്ക് കേൾക്കേണ്ടതില്ല! ശാരീരിക വൈകല്യത്തെയും നിഷ്കളങ്കതയെയും ആർജ്ജവത്തെയും ദുരുപ യോഗം ചെയ്യുക! എന്തൊരു നിന്ദ്യമായ ഭീരുത്വമാണത്? ഇങ്ങനെയൊക്കെ പെരുമാറാൻ നിനക്കു കഴിയുമെന്ന് ചിന്തിക്കാൻ കൂടി എനിക്ക് കഴിയു ന്നില്ല. അങ്ങനെയൊക്കെ ചെയ്തശേഷം യാതൊരു കുറ്റബോധവുമി ല്ലാതെ സംസാരിക്കാൻ നിനക്കെങ്ങനെ കഴിയുന്നു. ഒരു കാര്യം മനസ്സി ലാക്കിക്കോ. എനിക്കാണ് ജെർട്രൂഡിന്റെ സംരക്ഷണച്ചുമതല. നീയവ ളോട് മിണ്ടുന്നതും അവളെ സ്പർശിക്കുന്നതും ഇനിമേലിൽ ഒരു നിമി ഷമെങ്കിലും അവളെ കാണുന്നതും ഞാൻ അനുവദിക്കാൻ പോകുന്നില്ല."

എന്നെ, എന്നിലേക്കുതന്നെ ചുരുക്കിക്കളയുംവിധത്തിൽ ശാന്തത
യോടെ അവൻ പറഞ്ഞു.

"എന്നാൽ അച്ഛൻ ശ്രദ്ധയോടെ കേൾക്കൂ. ഒരുകാര്യം അച്ഛന് ഉറ
പ്പിക്കാം. നിങ്ങൾ അവൾക്ക് എത്ര ബഹുമാനം കൊടുക്കുന്നുവോ
അത്രയും ബഹുമാനം ഞാനും ജർട്രൂഡിനു കൊടുക്കുന്നുണ്ട്. പ്രവൃത്തി
കൊണ്ടെന്നല്ല എന്റെ ഉള്ളിന്റെ ഉള്ളു കൊണ്ടുപോലും അരുതാത്തതെ
ന്തെങ്കിലും ഞാനവളോടു കാട്ടിയതായി അങ്ങേക്കു തോന്നിയെങ്കിൽ അത്
അക്ഷന്തവ്യമായ ഒരു അപരാധമായിരിക്കും. ഞാൻ ജെർട്രൂഡിനെ
സ്നേഹിക്കുന്നു. എത്ര സ്നേഹിക്കുന്നുവോ അത്രയും തന്നെ ബഹുമാ
നവുമാണവളോടെന്ന കാര്യം അച്ഛൻ അറിയണം. അവളെ ബുദ്ധിമുട്ടി
ക്കുന്നതോ കളങ്കപ്പെടുത്തുന്നതോ നിങ്ങൾക്കെത്രത്തോളം വെറുക്കപ്പെ
ടുന്നതാണോ അത്രയും തന്നെ എനിക്കും വെറുക്കപ്പെട്ടതാണ്."

അവളുടെ തുണയായി, സുഹൃത്തായി, ഭർത്താവായി കഴിയാനാണ്
അവൻ ആഗ്രഹിക്കുന്നതെന്നവൻ വെളിപ്പെടുത്തി. അവളെ വിവാഹം കഴി
ക്കുന്ന കാര്യത്തിൽ ഉറച്ച തീരുമാനമെടുക്കുംവരെ ഇക്കാര്യം എന്നോടു
സൂചിപ്പിക്കേണ്ടതില്ല എന്നാണവൻ ആലോചിച്ചിരുന്നത് എന്ന് അവൻ
എന്നോടു പറഞ്ഞു. അവന്റെ ഉദ്ദേശ്യം അവളോടുപോലും അവൻ വെളി
പ്പെടുത്തിയിട്ടില്ലത്രെ! ഇക്കാര്യത്തെപ്പറ്റി ആദ്യം സംസാരിക്കുന്നത് എന്നോ
ടായിരിക്കണമെന്നും അവൻ കരുതിയിരുന്നു!

"ഇതാണ് ഞാൻ അങ്ങയോട് തുറന്നു പറയുവാൻ ഉദ്ദേശിച്ചിരുന്നത്.
മറ്റൊന്നും എനിക്ക് പറയുവാനില്ല."

അവൻ പറഞ്ഞുനിർത്തി.

ഈ വാക്കുകൾ കേട്ട് ഞാൻ അന്ധാളിച്ചു. അവൻ സംസാരിക്കു
മ്പോൾ എന്റെ മുട്ടുകൾ വിറയ്ക്കുന്നുണ്ടായിരുന്നു. കോപം മാത്രമായി
രുന്നു എന്റെ മുൻകരുതൽ. അവന്റെ വാക്കുകളിൽ കോപത്തിന് ഇടമു
ണ്ടായിരുന്നുമില്ല. ഒന്നും പറയാൻ ശേഷിയില്ലാത്ത അവസ്ഥയിലായിരുന്നു
അവന്റെ വാക്കുകൾക്കൊടുവിൽ ഞാൻ.

അല്പനേരത്തെ നിശ്ശബ്ദതയ്ക്കുശേഷം ഞാൻ പറഞ്ഞു.

"നമുക്കിപ്പോൾ ഉറങ്ങാം. ഇതിനെപ്പറ്റിയുള്ള എന്റെ അഭിപ്രായം
നാളെ പറയാം."

"എന്നോട് ഇനിയും ദേഷ്യമുണ്ടോ?"

"ഒരു രാത്രി മുഴുവനുമുണ്ട്, എന്റെ മുന്നിൽ."

അടുത്തദിവസം രാവിലെ ഞാൻ ജാക്യൂസിനെ കാണുമ്പോൾ ജീവി
തത്തിൽ ആദ്യമായി കാണുന്നതുപോലെ തോന്നി. എന്റെ മകൻ ഇനിമേ
ലിൽ ഒരു കുട്ടിയല്ലെന്നും അവൻ യുവാവായി കഴിഞ്ഞുവെന്നും ഞാൻ
പെട്ടെന്ന് തിരിച്ചറിഞ്ഞു. ഇതുവരെയും അവനെ ഞാനൊരു കുട്ടിയാ
യാണു കണ്ടിരുന്നതെങ്കിൽ പെട്ടന്നു കണ്ടുപിടിക്കപ്പെട്ട പ്രണയം രാക്ഷ
സരൂപം പ്രാപിച്ചു. കഴിഞ്ഞ രാത്രി മുഴുവൻ നേരെമറിച്ചാണ് ഞാൻ ചിന്തി
ച്ചത്. കാര്യങ്ങൾ സ്വാഭാവികവും സർവ്വസാധാരണവുമായ ഒന്നായിട്ടാ

യിരുന്നു എനിക്ക് അനുഭവപ്പെട്ടത്. എനിക്കുള്ളിലുള്ള അസംതൃപ്തിക്ക് മൂർച്ച കൂടുവാനുള്ള കാരണം എന്തായിരുന്നു? ഇപ്പോൾ മാത്രം എന്തു കൊണ്ടത് കൂടുതൽ വ്യക്തമായി? എന്തുകൊണ്ട് ഇതിനുമുമ്പത് വ്യക്ത മായില്ല? ഇതിനിടയിൽ എനിക്ക് ജാക്യൂസുമായി സംസാരിച്ച് എന്റെ തീരു മാനം അവനെ അറിയിക്കേണ്ടതുണ്ട്. ഇപ്പോൾ എന്റെ സഹജാവബോധം മനസ്സാക്ഷിയുടെ രൂപത്തിൽ എന്നോടു സംസാരിക്കാൻ തുടങ്ങുന്നു. എന്തുവിലകൊടുത്തും ഈ വിവാഹം തടയണമെന്ന് അത് മുന്നറിയിപ്പ് നല്കുന്നു.

ഞാൻ ജാക്യൂസിനെ തോട്ടത്തിന്റെ ചരിവിലേക്കു കൂട്ടിക്കൊണ്ടു പോയി.

"നീ ജെർട്രൂഡിനോട് എന്തെങ്കിലും പറഞ്ഞോ?"

അങ്ങനെ ചോദിച്ചുകൊണ്ടാണ് ഞാൻ എന്റെ സംസാരത്തിന് തുട ക്കമിട്ടത്.

"ഇല്ല. ചിലപ്പോൾ അവൾക്കത് അനുഭവപ്പെട്ടിട്ടുണ്ടാവും; എന്നാൽ ഞാനൊന്നും പറഞ്ഞിട്ടില്ല."

"കുറച്ചു ദിവസത്തേക്ക് അവളോടത് പറയില്ലെന്ന് നീയെനിക്കു വാക്കു തരണം."

"ഞാൻ അച്ഛനെ അനുസരിക്കും എന്നു തീരുമാനിച്ചിട്ടുണ്ട്. എന്നാൽ എന്താണതിനു കാരണമെന്നു പറയണം."

അതിനുള്ള ഉത്തരം പറയാതെ മാറ്റിവയ്ക്കാം എന്നായിരുന്നു എന്റെ മനസ്സിൽ ആദ്യമേ തോന്നിയത്, അതുകൊണ്ടാവണം ഞാൻ കാരണ മൊന്നും പറഞ്ഞില്ല.

ഒടുവിൽ ഞാനിങ്ങനെ പറഞ്ഞു:

"ജെർട്രൂഡ് തീരെ ചെറുപ്പമാണ്. അവൾ ഇതുവരെ ഋതുമതിയായി ട്ടില്ല. മറ്റ് കുട്ടികളെപ്പോലെയല്ല അവളെന്ന് നിനക്കറിയാമല്ലോ. അവളുടെ വളർച്ച വളരെ വൈകിമാത്രമേ ആരംഭിച്ചിട്ടുള്ളൂ. പ്രണയത്തെപ്പറ്റി ആദ്യം കേൾക്കുന്ന വാക്കുകൾ അവളെ വളരെ ആഴത്തിൽ സ്പർശിക്കാനിട യുണ്ട്. അവൾ അത്രമാത്രം വിശ്വസ്തയായിരിക്കും. അതുകൊണ്ടാണ്, അവളോട് അക്കാര്യം പറയാതിരിക്കുന്നത് അത്രമാത്രം പ്രധാനപ്പെട്ട തായിരിക്കുന്നത്. നീ ഇതിനകം വെളിപ്പെടുത്തിക്കഴിഞ്ഞതിന്റെ വികാര ങ്ങൾ ഒട്ടും ഗർഹണീയമായതല്ല. അത് ഈ ഘട്ടത്തിൽ അപക്വമാണെന്നു മാത്രമേയുള്ളൂ. ജെർട്രൂഡിന് അവളോടുതന്നെ സത്യസന്ധയായിരിക്കേ ണ്ടതിന് നീയാദ്യം അവളോട് സത്യസന്ധനായിരിക്കണം. ഇത് മനസ്സാ ക്ഷിയുടെ പ്രശ്നമാണ്."

ജാക്യൂസ് കുട്ടിയായിരിക്കുമ്പോൾ ഞാനവന് ചൊല്ലിക്കൊടുത്ത ലളി തമായ ചില വാക്കുകൾ അവനോടൊപ്പമുണ്ട്. "ഞാൻ നിന്റെ മനസ്സാ ക്ഷിയോട് അപേക്ഷിക്കുന്നു" എന്ന ഈ വാചകം മതി അവനെ തടഞ്ഞു നിർത്താൻ. അവനെ നോക്കിനില്ക്കുമ്പോൾ, ജെർട്രൂഡിന് കാഴ്ചയുമു ണ്ടായിരുന്നെങ്കിൽ, എങ്ങനെയായിരിക്കും അവളവനെ കാണുന്നത് എന്ന്

ഞാൻ ആലോചിച്ചു. നീണ്ടു മെലിഞ്ഞ അവന്റെ ശരീരം നിവർന്നിട്ടുമല്ല ലേശമൊന്നു കുനിഞ്ഞിട്ടുമല്ല എന്ന മട്ടിലാണ്. വീതിയേറിയ നെറ്റിത്ത ടവും തുറന്ന നോട്ടവും. കുട്ടിത്തം ഇനിയും ശേഷിക്കുന്ന മുഖവും ഇപ്പോൾ മാത്രം അല്പം കനം വച്ചതായി തോന്നിയേക്കും. വെട്ടിക്കാ നുള്ള സമയം കഴിഞ്ഞതിനാലാവണം മുടിയല്പം ചുരുണ്ടിട്ടുണ്ട്. ചുരുണ്ട മുടി വളർന്ന് ചെവി പാതി മൂടിയിട്ടുണ്ട്.

ഞങ്ങൾ ഇരുന്നിരുന്ന ബഞ്ചിൽ നിന്നും എഴുന്നേറ്റുകൊണ്ട് ഞാന വനോടു പറഞ്ഞു.

"മറ്റൊരു കാര്യംകൂടി എനിക്കു നിന്നോടു ചോദിക്കാനുണ്ട്. മറ്റന്നാൾ നീ എവിടേക്കോ യാത്ര പോകുന്ന കാര്യം സൂചിപ്പിച്ചിരുന്നല്ലോ. ആ യാത്ര മാറ്റിവയ്ക്കരുതെന്ന് ഞാൻ നിന്നോട് അപേക്ഷിക്കുന്നു. കുറഞ്ഞത് ഒരു മാസക്കാലത്തേക്കെങ്കിലും നീയപ്പോൾ അകന്നു നില്ക്കുമല്ലോ. അതിൽ ഒരു ദിവസംപോലും കുറവു വരുത്തരുത്. എന്താ സമ്മതമല്ലേ?"

"ശരി അച്ഛാ. ഞാൻ അനുസരിക്കാം."

അവനാകെ വിളറിപ്പോയതായി എനിക്ക് അനുഭവപ്പെട്ടു. ആ വിളർച്ച അവന്റെ ചുണ്ടുകളിലേക്കുവരെ വ്യാപിച്ചു. അവന്റെ അനുനയന സമീ പനം സ്നേഹം കൊണ്ടൊന്നുമല്ലെന്ന് അറിയുമ്പോഴും എനിക്കത് വലിയ ആശ്വാസമായി തോന്നി. അവന്റെ അനുസരണ എന്നെ വല്ലാതെ സ്പർ ശിച്ചു.

"ഞാൻ സ്നേഹിക്കുന്ന എന്റെ കുഞ്ഞ് ഇങ്ങനെയേ ചെയ്യൂ." എന്നു പറഞ്ഞ് ഞാനവന്റെ നെറ്റിയിൽ എന്റെ ചുണ്ടുകളമർത്തി. അവൻ അതിൽനിന്നും പിന്തിരിയാൻ ചെറിയൊരു ശ്രമം നടത്തിയെങ്കിലും അതെന്നെ വിഷമിപ്പിച്ചതായി തോന്നാതിരിക്കാൻ ഞാൻ ഏറെ പണി പ്പെട്ടു.

മാർച്ച് 10

ഞങ്ങളുടെ വീട് തീരെ ചെറുതാണ്. ഒരാൾ മറ്റൊരാൾക്കു മുകളി ലെന്നപോലെയാണ് ഞങ്ങളുടെ പാർപ്പ്. ഇത് പലപ്പോഴും എനിക്ക് വലിയ അസൗകര്യമായിത്തീരാറുണ്ട്. സന്ദർശകരെ സ്വീകരിക്കാനായി ഞാൻ മുകളിലത്തെ നിലയിലെ ഒരു മുറി സ്വന്തമായി കരുതിയിട്ടുണ്ട്. കുടുംബ കാര്യങ്ങളെപ്പറ്റി രഹസ്യമായി സംസാരിക്കേണ്ടിവരുന്ന സന്ദർഭങ്ങളിൽ അത്തരമൊരു മുറി അനിവാര്യമാണ്. എന്റെ ഈ ചെറിയ മുറിക്കുള്ളിൽ ഞാൻ രഹസ്യ സംഭാഷണങ്ങളിൽ ഏർപ്പെട്ടിരിക്കുമ്പോൾ അവിടെ കുട്ടി കൾക്ക് പ്രവേശനമുണ്ടാവില്ല. തങ്ങൾക്ക് പ്രവേശനം നിഷേധിക്കപ്പെട്ട 'ശ്രീകോവി'ലായാണ് കുട്ടികൾ അതിനെ കരുതുന്നത്.

ഇന്നു രാവിലെ ജാക്യൂസ് പർവ്വതാരോഹണത്തിന് ആവശ്യമുള്ള ഷൂസും മറ്റും വാങ്ങാനായി നുഷത്തേലിലേക്ക് പോവുകയും കുട്ടി കളെല്ലാം ഭക്ഷണശേഷം ജെർട്രൂഡിനൊപ്പം പുറത്തേക്കെവിടെയോ പോയിരിക്കുകയും ചെയ്ത ഒരു അസുലഭ അവസരം എനിക്കു കൈവന്നു. (കുട്ടികൾ ജെർട്രൂഡിന്റെയും അവൾ കുട്ടികളുടെയും സംരക്ഷണം ഏറ്റെ ടുത്തതുപോലെയാണിപ്പോൾ കാര്യങ്ങൾ. ഷാർലറ്റ് ജെർട്രൂഡിന്റെ കാര്യ ങ്ങളിൽ പ്രത്യേക ശ്രദ്ധ ചെലുത്തിക്കാണുന്നതിൽ ഞാൻ സന്തുഷ്ടനു മായിരുന്നു) ഞങ്ങളുടെ സിറ്റിങ് റൂമിലിരുന്നാണ് ഞങ്ങൾ ഭക്ഷണം കഴി ച്ചിരുന്നത്. അമിലിയെ ഒറ്റയ്ക്കു കിട്ടിയ ഒരവസരമായിരുന്നു അത്. അവ ളോട് ചിലതൊക്കെ സംസാരിക്കാനുള്ളതിനാൽ ഇത്തരമൊരു അവസര ത്തിനായി ഞാൻ കാത്തിരിക്കുകയായിരുന്നു. ഭക്ഷണസമയത്ത് എന്തെ ങ്കിലുമൊക്കെ തമ്മിൽ സംസാരിച്ചിരിക്കുക പതിവില്ല. അത്തരം കാര്യ ങ്ങളിൽ ഞാനല്പം വിമുഖനുമാണ്. എന്നാൽ ഇപ്പോൾ അവളോട് ചില തെല്ലാം പറയാൻ എന്റെ ഉള്ളിൽ അസാധാരണമായ ഒരു തള്ളൽ അനു

ഭവപ്പെട്ടു. ജാക്ക്യൂസിന്റെ പ്രണയത്തെപ്പറ്റി പറയുവാനാണ് ഞാൻ തയ്യാ റെടുക്കുന്നതെങ്കിലും അത് എന്റെ കാര്യം പോലെയായിരുന്നു ഞാൻ കണ്ടതെന്നു തോന്നുന്നു. ഒരു വീട്ടിനുള്ളിൽ ഒരേ ജീവിതം നയിച്ചുപോ രുന്ന രണ്ടുപേർ തമ്മിൽ പ്രണയിക്കുമ്പോൾ അവർ കരിങ്കൽ ഭിത്തി കൾക്കുള്ളിലാകുന്നതുപോലെയുള്ള ഒരു സമസ്യയിൽ എന്തുകൊണ്ട് ചെന്നു പെടുന്നു! വാക്കുകൾക്ക്, (സംസാരിച്ചതോ സംസാരിക്കാത്തതോ) അവർ നിരന്തരം നിരീക്ഷിക്കപ്പെടുന്നില്ലെങ്കിൽ, അവരെ വേർപെടുത്തി നിലകൊ ള്ളുന്ന കരിങ്കൽ ചുമരിൽ വൃഥാവിൽ തട്ടി ദയനീയമായ ശബ്ദം പുറ പ്പെടുവിക്കാൻ മാത്രമേ കഴിയൂ. മാത്രമല്ല അവരുടെ ബന്ധം കൂടുതൽ ഗാഢമായിത്തീരുകയും ചെയ്യും.

അവൾ ചായ പകർന്നുകൊണ്ടിരിക്കുമ്പോൾ ഞാനവളോട് സംസാ രിക്കാൻ തുടങ്ങി. അപ്പോൾ ഇന്നലെവരെ അനുഭവപ്പെടാത്ത ഒരുതരം വിറയൽ എനിക്ക് അനുഭവപ്പെട്ടു. ഇന്നലെ ജാക്ക്യൂസിന് അനുഭവപ്പെട്ട തുപോലൊന്ന്.

"ഇന്നലെ രാത്രിയിലും ഇന്നു രാവിലെയുമായി ജാക്ക്യൂസ് എന്നോടു സംസാരിച്ചിരുന്നു. അവൻ ജെർട്രൂഡിനെ ഇഷ്ടപ്പെടുന്നു എന്നെന്നോടു പറഞ്ഞു."

എന്റെ മുഖത്തേക്കു നോക്കാതെ, ഭാര്യയുടെ കടമയെന്ന നിലയിൽ ചായ പകർന്നുകൊണ്ട്, ഞാൻ പറഞ്ഞത് ലോകത്തിലെ ഏറ്റവും സർവ്വ സാധാരണമായ ഒരു കാര്യമെന്ന നിലയിലോ അല്ലെങ്കിൽ അവൾക്ക് ഒട്ടും അറിയാത്ത ഒരു കാര്യമല്ല ഞാൻ വെളിപ്പെടുത്തിയത് എന്ന ഭാവത്തിലോ അവൾ പറഞ്ഞു.

"നിങ്ങളോട് അവൻ പറഞ്ഞെങ്കിൽ അത് അവന്റെ ഭാഗത്തുനിന്നുള്ള ശരിയായ നടപടിയാണ്."

"അവളെ വിവാഹം കഴിക്കാൻ ആഗ്രഹിക്കുന്നെന്നും അതിനായി തീരുമാനമെടുത്തെന്നും...."

"അത് അങ്ങനെയല്ലേ വരൂ."

ചുമലൊന്നു വെട്ടിച്ച് അവൾ പിറുപിറുത്തു.

"അപ്പോ നീയും അതു സംശയിച്ചിരുന്നോ?" അല്പം നീരസത്തോടെ ഞാൻ ചോദിച്ചു.

"അതങ്ങനെ സംഭവിക്കുമെന്ന് വളരെ മുമ്പേ ഞാൻ കണ്ടിരുന്നു. എന്നാൽ അത്തരം കാര്യങ്ങൾ പുരുഷന്മാരുടെ ശ്രദ്ധയിൽപെടുകയേ ഇല്ല."

ഇത്തരം സന്ദർഭങ്ങളിൽ എതിർപ്പുകൊണ്ട് വലിയ കാര്യമൊന്നുമില്ല. മാത്രമല്ല അവൾ പറഞ്ഞതിലും ചില സത്യങ്ങൾ കണ്ടേക്കും. അതിനാൽ ചെറിയ എതിർപ്പോടെ ഞാൻ ഇത്രമാത്രം പറഞ്ഞു.

"അങ്ങനെയെങ്കിൽ നിനക്ക് മുന്നറിയിപ്പ് തരാമായിരുന്നു."

അവൾ എന്നെയൊന്നു നോക്കി വക്രമായ ഒരു ചിരിചിരിച്ചു. ദീർഘ മൗനം കൈവെടിയുമ്പോൾ അതു പതിവുള്ളതാണ്. എന്നിട്ടവൾ ഇരുവ

ശങ്ങളിലേക്കും തലയാട്ടിക്കൊണ്ട് പറഞ്ഞു:

"നിങ്ങൾക്ക് കാണാൻ കഴിയാത്തതിനൊക്കെ മുന്നറിയിപ്പു തരണ മായിരുന്നെങ്കിൽ എനിക്ക് മറ്റൊന്നും ചെയ്യാൻ സമയമുണ്ടാകുമായിരു ന്നില്ല."

ഈ കുത്തുവാക്കുകൊണ്ട് അവൾ എന്താണുദ്ദേശിച്ചത്? എനിക്കത് അറിയില്ല. അല്ലെങ്കിൽ അറിയേണ്ടതില്ല. അതിന് വേണ്ട ശ്രദ്ധകൊടു ക്കാതെ ഞാൻ തുടർന്നു:

"അതുപോട്ടെ. ഇക്കാര്യത്തിൽ എന്താണു നിന്റെ അഭിപ്രായം?"

അവൾ ദീർഘമായൊന്നു നിശ്വസിച്ചു. എന്നിട്ട് ഇങ്ങനെ പറഞ്ഞു:

"നിങ്ങൾക്കറിയാമല്ലോ ഈ പെൺകുട്ടി നമുക്കൊപ്പം പാർക്കുന്നത് ഞാനൊരിക്കലും അംഗീകരിച്ചിട്ടില്ലെന്ന്."

പഴയകാര്യങ്ങളിലേക്കുള്ള അവളുടെ പിന്തിരിയൽ കേട്ടപ്പോൾ എനി ക്കുണ്ടായ കോപം നിയന്ത്രിക്കാൻ പ്രയാസമായി.

"നമ്മോടൊപ്പമുള്ള അവളുടെ താമസമല്ലല്ലോ നാമിപ്പോൾ സംസാ രിക്കുന്ന വിഷയം."

അത് കാര്യമാക്കാതെ അമിലി തുടർന്നു:

"അത് നല്ലതിനായിരിക്കുകയില്ലെന്ന് എനിക്കറിയാമായിരുന്നു."

അനുരഞ്ജനത്തിനുള്ള ഒരു അഭിവാഞ്ഛ എന്നിൽ പെട്ടെന്ന് ഉട ലെടുത്തു. ഞാൻ അവളുടെ വാചകങ്ങളിലൊന്നിൽ കയറിപ്പിടിച്ചു.

"അപ്പോൾ ഇത് അത്തരമൊരു വിവാഹത്തിൽ ചെന്നെത്തുന്നത് നല്ല തിനായിരിക്കുമെന്ന് നിനക്കു തോന്നുന്നുണ്ടോ? അതാണ് എനിക്കറിയേ ണ്ടത്. നമ്മൾ രണ്ടുപേർക്കും ഇക്കാര്യത്തിൽ ഒരേ അഭിപ്രായമാണെന്ന തിൽ എനിക്ക് സന്തോഷമുണ്ട്."

ഞാൻ പറഞ്ഞ കാര്യങ്ങളിലെ യുക്തി ജാക്യൂസിനു മനസ്സിലായിട്ടു ണ്ടെന്നും അതുകൊണ്ട് ഇക്കാര്യത്തിൽ ഒട്ടും ഉൽക്കണ്ഠപ്പെടേണ്ടതി ല്ലെന്നും ഞാൻ അവളോടു പറഞ്ഞു; അവൻ അടുത്ത ദിവസം മുൻ നിശ്ച യപ്രകാരം യാത്രപോകുന്നതിനാൽ ഒരു മാസക്കാലം വീട്ടിലുണ്ടാവില്ല എന്ന കാര്യവും ഞങ്ങൾ പരസ്പരം സമ്മതിച്ചിരുന്നതായി അവളോടു പറഞ്ഞു.

"അവൻ തിരിച്ചെത്തുമ്പോൾ ജെട്രൂഡ് ഇവിടെ ഉണ്ടാകാൻ പാടില്ല എന്നു തന്നെയായിരിക്കുമല്ലോ നിന്റെയും ആഗ്രഹം. അവളെ നമുക്ക് മിസ് ദെ ലാ എം ന്റെ സംരക്ഷണത്തിലാക്കാം. അവിടെയാവുമ്പോൾ എനിക്കവളെ തുടർന്നും കാണുകയും ചെയ്യാം. അവളോട് എനിക്ക് വലിയ കടപ്പാടുണ്ടെന്ന കാര്യം നിഷേധിക്കാനാവില്ല. നമ്മൾ ഒന്നു പറഞ്ഞാൽ മതി അവർ അക്കാര്യം സമ്മതിക്കും. അങ്ങനെവന്നാൽ നിനക്ക് വിഷമ മുണ്ടാക്കുന്ന സാന്നിദ്ധ്യം നമുക്ക് ഒഴിവാക്കുകയും ചെയ്യാം. ലൂയിസ് ദെ ലാ എം ജെർട്രൂഡിനെ നോക്കിക്കൊള്ളും. ഈ ക്രമീകരണത്തിൽ അവർ സന്തുഷ്ടയാണെന്നും തോന്നി. ജെർട്രൂഡിന് ഹാർമോണിയം ക്ലാസെടു ക്കാൻ അവർ കാത്തിരിക്കുകയുമാണ്."

ഞാൻ പറഞ്ഞു നിർത്തി.

അമിലി നിശ്ശബ്ദയാകാൻ തീരുമാനമെടുത്തതുപോലെ തോന്നി. അതുകൊണ്ട് ഞാൻ തന്നെ തുടർന്നും സംസാരിച്ചു.

"ജാക്യൂസ് അവിടെപ്പോയും അവളെ കാണാതിരിക്കണമെങ്കിൽ മിസ് ദെ ലാ എം നോടും കാര്യങ്ങൾ മുൻകൂട്ടി പറയേണ്ടതല്ലേ? നിനക്ക് എന്തു തോന്നുന്നു."

ഈ ചോദ്യംവഴി അവളിൽനിന്നും എന്തെങ്കിലും പ്രതികരണം കിട്ടു മെന്നുദ്ദേശിച്ചാണ് ഞാൻ അങ്ങനെ ചോദിച്ചത്. എന്നാൽ അവൾ ചുണ്ടു കൾ കൂട്ടിച്ചേർത്ത് മൗനിയായിരുന്നു. ഒന്നു മിണ്ടുകയില്ലെന്നു പ്രതിജ്ഞ യെടുത്തതുപോലെ. എന്നിട്ടും ഞാൻ സംസാരിച്ചുകൊണ്ടേയിരുന്നു. എന്തെങ്കിലും പറയാൻ ബാക്കിയുള്ളതുകൊണ്ടല്ല. പിന്നെയോ? അവളുടെ നിശ്ശബ്ദത എനിക്ക് സഹിക്കുവാൻ കഴിയുന്നതിലും അപ്പുറമായതുകൊ ണ്ടു മാത്രം.

"ജാക്യൂസ് മടങ്ങിയെത്തുമ്പോൾ ചിലപ്പോൾ അവന്റെ പ്രണയ ത്തിൽനിന്നും അകലാനും ഇടയുണ്ട്. ഈ പ്രായത്തിൽ ഒരാൾക്ക് എന്താണു വേണ്ടതെന്ന് അയാൾക്കുതന്നെ അറിയാൻ കഴിയുകയില്ല."

"ആ പ്രായം കഴിഞ്ഞാലും ചിലർക്ക് എന്താണു വേണ്ടതെന്ന് അറി യില്ല."

അവൾ പറഞ്ഞുനിർത്തി.

അവളുടെ സമസ്യാരൂപത്തിലും വെളിപാട് രൂപത്തിലുമുള്ള സംഭാ ഷണരീതി എന്നിൽ ചൊറിച്ചിലുണ്ടാക്കും. ഇത്തരം നിഗൂഢ സംസാര ങ്ങളോട് പൊരുത്തപ്പെടാൻ എനിക്ക് ഒട്ടും താല്പര്യമില്ല.

അവൾക്കുനേരെ തിരിഞ്ഞ് അവൾ പറഞ്ഞതിന്റെ അർത്ഥം എന്താ ണെന്നു ഞാൻ ചോദിച്ചു.

"ഒന്നുമില്ല എന്റെ പ്രിയപ്പെട്ടവനെ. ഞാൻ ഒരുനിമിഷം മുമ്പ് ചിന്തി ക്കുകയായിരുന്നു, നിങ്ങൾ ശ്രദ്ധിക്കാതെ പോകുന്ന കാര്യങ്ങൾ ഓർമ്മ പ്പെടുത്തണമെന്ന് പറഞ്ഞതിനെപ്പറ്റി." അവൾ വിഷാദത്തോടെ പറഞ്ഞു.

"ശരി. പറയൂ."

"ആളുകൾക്ക് മുന്നറിയിപ്പ് നല്കുന്ന കാര്യം എപ്പോഴും അത്ര എളു പ്പമുള്ളതല്ല എന്ന കാര്യം ഞാൻ ചിന്തിക്കുകയായിരുന്നു."

നിഗൂഢ വർത്തമാനം എനിക്കിഷ്ടമില്ല. ദുസ്സൂചനകളെയും ദ്വയാർത്ഥ പ്രയോഗങ്ങളെയും ഞാൻ വെറുക്കുന്നു.

"നീ പറയുന്നത് എനിക്കു മനസ്സിലാകണമെങ്കിൽ കൂടുതൽ വ്യക്ത തയോടെ കാര്യങ്ങൾ പറയൂ." എന്റെ മറുപടി അല്പം കഠിനമായി. പെട്ടെന്ന് അതിൽ കുണ്ഠിതവും തോന്നി. ഒരു നിമിഷാർദ്ധത്തിൽ അവ ളുടെ ചുണ്ടുകൾ വിറകൊണ്ടു. അവൾ ഒരുവശത്തേക്ക് മുഖം തിരിച്ചു. എന്നിട്ടവൾ എഴുന്നേറ്റ് ധൃതിയിൽ ചുവടുകൾവച്ച് മുറിയിലേക്ക് നടന്നു പോയി.

"എല്ലാക്കാര്യങ്ങളും വീണ്ടും ശരിയായി വരുമ്പോൾ അമിലീ, നീയെ

ന്തിനാണിത്രയും അസന്തുഷ്ടയാകുന്നത്?"

ചിലപ്പോൾ എന്റെ നോട്ടം അവളെ വിഷമിപ്പിച്ചിട്ടുണ്ടാവും. എന്റെ കൈകളിൽ തലചായ്ച്ച് കാലുകൾ മേശമേൽ വച്ച് പുറംതിരിഞ്ഞു കിട ന്നാണ് ഞാനവളെ നോക്കിയത്.

ആ കിടപ്പിൽ കിടന്നുകൊണ്ടുതന്നെ ഞാനിങ്ങനെ പറഞ്ഞു:

"ഞാനല്പം ക്രൂരമായാണിപ്പോൾ സംസാരിച്ചത് എന്നോടു ക്ഷമിക്കൂ."

അവൾ ഇപ്പോൾ പുറകിൽക്കൂടി നടന്നടുക്കുന്നത് എനിക്കു കേൾ ക്കാനായി. അവളുടെ കൈകൾ എന്റെ തലയിലുഴിയുന്നതായി എനിക്ക് അനുഭവപ്പെട്ടു. അങ്ങേയറ്റം ദയാവായ്പോടെയും കണ്ണീർ നിറഞ്ഞ് വിറ കൊള്ളുന്ന ശബ്ദത്തോടെയും അവൾ പറഞ്ഞു.

"എന്റെ പാവം..."

എന്നിട്ടവൾ വേഗത്തിൽ മുറിവിട്ടുപോയി.

അമിലിയുടെ വാക്കുകൾ ആദ്യം നിഗൂഢമായിട്ട് അനുഭവപ്പെട്ടുവെ ങ്കിലും അതിനുശേഷം അത് വളരെ വ്യക്തമാകാൻ തുടങ്ങി. ആ നിമിഷം ഉണ്ടായ തോന്നലിനെ ഞാൻ അതുപോലെ എഴുതി. ആ ദിവസം എനിക്ക് മനസ്സിലായ കാര്യം ജെർത്രൂഡിന് ഇവിടെനിന്നും പോകാൻ സമയമായി എന്നാണ്.

മാർച്ച് 12

ജെർട്രൂഡിനൊപ്പം കുറച്ചുസമയം ചെലവഴിക്കേണ്ട ചുമതല ഞാൻ എന്നിൽ നിർബ്ബന്ധപൂർവ്വം ഏല്പിച്ചതാണ്. അത് ഏതാനും മണിക്കൂറു കളായാലും ശരി, ഏതാനും നിമിഷങ്ങളായാലും ശരി. അതിന്റെ ദൈർഘ്യം എന്റെ പക്കൽ ഒഴിവുള്ള സമയത്തെ ആശ്രയിച്ചാണിരിക്കു ന്നത്. അമിലിയുമായുള്ള സംസാരം നടന്നതിന്റെ അടുത്തദിവസം എനിക്ക് അല്പം ഒഴിവുസമയം കിട്ടിയ അവസരത്തിൽ ഞാൻ ജെർട്രൂ ഡിനെയും കൂട്ടി വനപാതയിലൂടെ നടന്ന് ഒരു സ്ഥലത്ത് എത്തിച്ചേർന്നു. പ്രസന്നമായ കാലാവസ്ഥയുള്ള സമയത്ത് അവിടെനിന്നും നോക്കിയാൽ വൃക്ഷശിഖരങ്ങൾക്കിടയിലൂടെ നേരിയ മഞ്ഞിന്റെ മുഖാവരണം നീക്കി മഞ്ഞുമൂടിക്കിടക്കുന്ന ആൽപ്സ് പർവ്വതം തെളിഞ്ഞുവരുന്ന ചേതോഹ രമായ കാഴ്ച കാണാം. ഞങ്ങൾ പതിവായി ചെന്ന് ഇരിക്കാറുള്ളിടത്ത് എത്തിച്ചേരുമ്പോഴേക്കും സൂര്യൻ താണു തുടങ്ങിയിരുന്നു. ഞങ്ങളുടെ കാലടികൾക്ക് ചുവടെ പുൽമേടുകൾ നിറഞ്ഞ താഴ്വാരമാണ്. അവി ടന്നും മുന്നോട്ടു നോക്കിയാൽ മേഞ്ഞുനടക്കുന്ന പശുക്കളെ കാണാം. ഈ മലമ്പ്രദേശങ്ങളിൽ മേഞ്ഞു നടക്കുന്ന കാലികളുടെ കഴുത്തിൽ പ്രത്യേകതരത്തിലുള്ള മണികൾ തൂക്കിയിടാറുണ്ട്.

മണിനാദം കേട്ട സ്ഥലത്തേക്ക് ശ്രദ്ധ പതിപ്പിച്ച് ജെർട്രൂഡ് ഇങ്ങനെ പറഞ്ഞു.

"ഭൂപ്രകൃതിയുടെ രൂപരേഖയാണത്."

എല്ലാ പ്രാവശ്യത്തേയും പോലെ, നടക്കാൻ ഇറങ്ങുമ്പോൾ അവൾ ചോദിക്കാറുള്ള ചോദ്യം അവൾ ഇപ്പോഴും ചോദിച്ചു; ഞങ്ങൾ നില്ക്കുന്ന ഈ സ്ഥലത്തെ വിവരിച്ചുകൊടുക്കുവാൻ.

"നിനക്ക് അത് അറിയാവുന്നതാണല്ലോ. വനഭൂമിയുടെ ഒറ്റത്."

ഒരാൾക്ക് ആൽപ്സ് പർവ്വതശിഖരങ്ങൾ കാണാവുന്ന സ്ഥലത്ത്."

"ഒരാൾക്കിന്നത് തെളിഞ്ഞ് കാണാമോ?"

"അതേ. അതിന്റെ എല്ലാ മനോഹാരിതയോടും കൂടി."

"അങ്ങ് ഒരിക്കൽ പറഞ്ഞല്ലോ, ഓരോ ദിവസവും അവയുടെ കാഴ്ച ഭിന്നമായിരിക്കുമെന്ന്."

"ഈ സായാഹനത്തെ ഞാൻ എന്തിനോടാണ് ഉപമിക്കേണ്ടത്. ദാഹാർത്തയായ മദ്ധ്യവേനൽ ദിനത്തോടോ? സായാഹനത്തിനു മുന്നേ അവ വായുവിൽ അലിഞ്ഞുതീരും."

"നമുക്കു മുന്നിലുള്ള വിശാലമായ പുൽമേട്ടിൽ ലില്ലിപ്പൂക്കൾ വിരിഞ്ഞുനില്ക്കുന്നുവോയെന്ന് എനിക്ക് പറഞ്ഞുതരുമോ?"

"ഇല്ല, ജെർട്രൂഡ്. ഇത്ര ഉയർന്ന പ്രദേശങ്ങളിൽ ലില്ലിപ്പൂക്കൾ വിടരുകയില്ല. ഉണ്ടെങ്കിൽത്തന്നെ അവ അപൂർവ്വ ജനുസിൽപ്പെട്ടവയാകും."

"വയലേലകളിൽ കാണുന്ന ലില്ലിച്ചെടികൾ പോലും ഇവിടെയുണ്ടാവില്ലേ?"

"വയലേലകളിലിപ്പോൾ ലില്ലിച്ചെടികൾ കാണാറില്ല."

"നുഷത്തേലിനു ചുറ്റുമുള്ള വയലേലകളിലും അവ കാണില്ലേ?"

"വയലേലകളിൽ ലില്ലിപ്പൂവുകളില്ല."

"പിന്നെ എന്തിന് പാടങ്ങളിലെ ലില്ലിച്ചെടികളെ നോക്കൂ. എന്നു ക്രിസ്തു പറഞ്ഞത്?"

"ക്രിസ്തുവിന്റെ കാലത്ത് തീർച്ചയായും ലില്ലികൾ പാടങ്ങളിൽ പൂത്തിരിക്കണം, അവൻ അങ്ങനെ പറയണമെങ്കിൽ. മനുഷ്യന്റെയും അവന്റെ കലപ്പകളുടെയും മുന്നിൽ അവ അപ്രത്യക്ഷമായിട്ടുണ്ടാവണം."

"സ്നേഹവും ആത്മവിശ്വാസവുമാണ് ഈ ലോകത്തിൽ ഏറ്റവും ആവശ്യമുള്ളത് എന്ന് അങ്ങ് എന്നോട് പറഞ്ഞിട്ടുള്ളത് ഞാൻ ഓർക്കുന്നു. അല്പംകൂടി ആത്മവിശ്വാസമുണ്ടായിരുന്നെങ്കിൽ മനുഷ്യർക്ക് അവയെ വീണ്ടും കാണുവാൻ കഴിയുമായിരുന്നില്ലേ? അവന്റെ വാക്കുകൾക്ക് ചെവിയോർക്കുമ്പോൾ, ഞാൻ ഉറപ്പായും പറയുന്നു, ഞാന വയ കാണുന്നുണ്ട്. ഞാൻ അവയെപ്പറ്റി വിവരിച്ചു തരട്ടെ? അവ തീപിടിച്ച മണികൾ പോലെയും — ആകാശനീലിമയിലെ മഹത്തായ മണികൾ പോലെയും പ്രണയത്തിന്റെ സുഗന്ധം പരത്തി സായാഹനക്കാറ്റിൽ ആടിക്കളിക്കുകയാണ്. പിന്നെന്തുകൊണ്ടാണങ്ങ് പറഞ്ഞത് നമ്മുടെ മുന്നിൽ ലില്ലിപ്പൂവുകളില്ലെന്ന്? എനിക്ക് അവയുടെ സാന്നിദ്ധ്യം അനുഭവപ്പെടുന്നുണ്ട്. പുൽമേടുകൾ മുഴുവൻ ലില്ലിപ്പൂവുകളാൽ നിറയുന്നത് ഞാൻ കാണുന്നു."

"എന്റെ പ്രിയപ്പെട്ട ജെർട്രൂഡ് അവയൊന്നും തന്നെ നീ കാണുന്നതിനെക്കാൾ മനോഹരമല്ല."

"അവ ഒട്ടും ചന്തം കുറഞ്ഞവയല്ലെന്നു പറയൂ."

"നീ കാണുന്നയത്രയും സൗന്ദര്യം അതിനുണ്ട്."

"വയലിലെ ലില്ലിച്ചെടികളെ നോക്കുക: അവ എങ്ങനെ വളരുന്നു!

അവ അദ്ധാനിക്കുന്നില്ല, നൂൽ നൂല്ക്കുന്നുമില്ല. എങ്കിലും ഞാൻ നിങ്ങ
ളോടു പറയുന്നു; സർവ്വ പ്രതാപങ്ങളും നിറഞ്ഞ സോളമൻ പോലും
ഇവയിൽ ഒന്നിനെപ്പോലെ വിഭൂഷിതനായിരുന്നില്ല." ക്രിസ്തുവിന്റെ
വാക്കുകളെ ഉദ്ധരിച്ച് അവൾ പറഞ്ഞു. അവളുടെ വാക്കുകളിൽ നിറഞ്ഞു
നിന്ന സ്വരമാധുര്യം അനുഭവിച്ചപ്പോൾ അവ ഞാൻ അവളുടെ ശബ്ദം
ആദ്യമായി കേൾക്കുകയാണെന്ന് തോന്നി. "സർവ്വപ്രതാപങ്ങളും നിറഞ്ഞ
സോളമൻ..." അവൾ ചിന്താമഗ്നയായിട്ടെന്നപോലെ ആവർത്തിക്കാൻ
തുടങ്ങി. പന്നെയവൾ കുറേനേരം മൗനത്തിലേക്ക് ആണ്ടുപോയി.

ഞാൻ പറയാൻ തുടങ്ങി:

"കണ്ണുള്ളവർക്കാണ് കാണാൻ കഴിയാഞ്ഞതെന്ന് മുമ്പ് ഒരിക്കൽ
ഞാൻ നിന്നോട് പറഞ്ഞിരുന്നു. അപ്പോൾ എന്റെ ഹൃദയത്തിന്റെ ആഴ
ങ്ങളിൽനിന്നും ഒരു പ്രാർത്ഥന ഉയർന്നുവന്നു. സ്വർഗ്ഗത്തിന്റെയും ഭൂമി
യുടെയും നാഥനായ പിതാവേ, ഞാൻ നിനക്കു നന്ദി പറയുന്നു. നീ ഇക്കാ
ര്യങ്ങൾ ജ്ഞാനികളിൽനിന്നും വിവേകികളിൽനിന്നും മറച്ചുവച്ച് ശിശു
ക്കൾക്ക് വെളിവാക്കിക്കൊടുത്തുവല്ലോ."

ആനന്ദത്തിന്റെ അതിരുകൾക്കപ്പുറത്തു നിന്നുകൊണ്ട് അവൾ പറ
യാൻ തുടങ്ങി.

"അങ്ങേക്കറിയാമോ, എത്ര പെട്ടെന്നാണ് എനിക്ക് ഇതെല്ലാം സങ്ക
ല്പിക്കാനാകുന്നതെന്ന്. ഇവിടത്തെ ഭൂപ്രകൃതി ഞാൻ വിവരിച്ചുതന്നാൽ
അങ്ങേക്ക് ഇഷ്ടമാകുമോ?... നമ്മുടെ പിറകിലും മുകളിലും നമുക്കു ചുറ്റും
വലിയ ഫിർമരങ്ങളാണ്, അവയുടെ അരുണാഭമായ തടിയിൽനിന്നും ഊറി
വരുന്ന കറയിൽനിന്നും ഉയരുന്ന സുഗന്ധവും ആകാശത്തേക്കു തിര
ശ്ശീനമായി ചിറകു വിരിച്ചുനില്ക്കുന്ന ഇരുണ്ട ശിഖരങ്ങളും, ശിഖര
ങ്ങളിൽ കാറ്റുപിടിക്കുമ്പോൾ ഉയരുന്ന മുരൾച്ചയും എനിക്കു കേൾക്കാനും
കാണാനുമാകുന്നു. നമ്മുടെ കാൽച്ചുവടുകൾക്കപ്പുറം ഒരു ഡെസ്കിന്മേൽ
തുറന്നുവച്ച പുസ്തകം പോലെയുള്ള മലഞ്ചെരിവ്, പിന്നെ പരന്നു പരന്നു
കിടക്കുന്ന ചേതോഹരമായ പച്ചപ്പുൽമേടുകൾ, അവിടെ അരങ്ങേറുന്ന
നിരന്തരമായ വർണ്ണ വിന്യാസങ്ങൾ – നിഴൽ പ്രദേശങ്ങളിലെ നീലനി
റവും സൂര്യവെളിച്ചമേല്ക്കുന്നിടത്തെ സ്വർണ്ണവർണ്ണങ്ങളും ജെന്റിയാനാ
പ്പൂവുകളുടെയും പൾസാറ്റില പുഷ്പങ്ങളുടെയും റൺകുലസ് മലരുക
ളുടെയും പിന്നെ സോളമന്റെ ലില്ലിച്ചെടികളുടെയും സുവ്യക്തമായ
സംസാരവും ഞാൻ കേൾക്കുന്നു. മണികിലുക്കിയെത്തുന്ന പശുവിൻപറ്റ
ങ്ങൾ, കണ്ണുകളടച്ച് പ്രാർത്ഥിക്കുന്ന മനുഷ്യർക്കിടയിലേക്ക് പറന്നിറ
ങ്ങുന്ന മാലാഖമാർ, മലഞ്ചെരുവിൽ തുറന്നുവച്ച പുസ്തകത്തിൽ ഞാൻ
പാൽപോലെ പരന്നൊഴുകുന്ന പുഴകളും അതിനുമീതെ തങ്ങിനില്ക്കുന്ന
മൂടൽമഞ്ഞിൻപാലികളും കാണുന്നു. ആ പുഴയ്ക്കാകട്ടെ ഒരേയൊരു
മനോഹരതീരം മാത്രം, ആ തീരത്ത് അങ്ങു ദൂരെ ദൂരെ കാണാനാകുന്ന
ആൽപ്സ് പർവതനിരകളുടെ തിരശ്ശീലയും. അവിടേക്കാണ് നമ്മുടെ
ജാക്യൂസ് പോകുന്നത്. പറയൂ, പാസ്റ്റർ യഥാർത്ഥത്തിൽ അവൻ നാളെ

യാത്ര തിരിക്കുമോ?

"അവൻ നാളെത്തന്നെ യാത്രതിരിക്കും. അങ്ങനെയല്ലേ നിന്നോടു പറഞ്ഞത്?"

"അവൻ എന്നോടങ്ങനെ പറഞ്ഞില്ല. എന്നാൽ ഞാനത് ഊഹിച്ചു. ഏറെ നാളുകളുണ്ടാകുമോ അവന്റെ യാത്ര?"

"ഒരു മാസം... ജെർട്രൂഡ് നിന്നോട് എനിക്കു ചിലതു ചോദിക്കാനു ണ്ട്. അവൻ പള്ളിയിൽ വന്ന് നിന്നെ കാണുമായിരുന്ന കാര്യം എന്തു കൊണ്ട് നീയെന്നോടു പറഞ്ഞില്ല."

"അവൻ രണ്ടുവട്ടം വന്നിരുന്നു. അങ്ങയിൽനിന്നും ഒന്നും മറച്ചുപി ടിക്കാൻ ഞാൻ ആഗ്രഹിച്ചില്ല. എന്നാൽ അത് അങ്ങേക്ക് വിഷമമമുണ്ടാ ക്കുമെന്ന് ഞാൻ ഭയപ്പെട്ടു."

"നീ പറഞ്ഞില്ലെങ്കിലാണ് എനിക്ക് വിഷമമമുണ്ടാകുന്നത്." അവളുടെ കൈകൾ എന്റെ കൈകളെത്തേടിയെത്തി.

"പോകേണ്ടിവന്നതിൽ അവൻ ദുഃഖിതനായിരുന്നു."

"ജെർട്രൂഡ്, അവൻ നിന്നെ പ്രണയിക്കുന്നുവെന്നു പറഞ്ഞുവോ."

"അവനങ്ങനെ പറഞ്ഞില്ല. എന്നാൽ അവൻ പറയാതെതന്നെ എനി ക്കത് അനുഭവപ്പെട്ടു. അങ്ങ് സ്നേഹിക്കുന്നയത്ര അവനെന്നെ സ്നേഹി ക്കുന്നില്ല."

"അവൻ അങ്ങനെ ദൂരേക്കു പോകുന്നതിൽ നിനക്ക് വിഷമമമുണ്ടോ?"

"അവൻ പോകുന്നതാണു നല്ലത്. എന്നാൽ എനിക്ക് ഒന്നും പറ യാൻ കഴിഞ്ഞില്ല."

"എങ്കിലും പറയൂ ജെർട്രൂഡ്. അവൻ പോകുന്നതിൽ നിനക്ക് വിഷ മമുണ്ടോ?"

"പാസ്റ്റർ അങ്ങറിയണം, അങ്ങയെയാണ് ഞാൻ സ്നേഹിക്കുന്നത്.... അയ്യോ അങ്ങെന്തിനാണ് കൈകൾ മാറ്റിക്കളഞ്ഞത്. അങ്ങ് വിവാഹിത നല്ലായിരുന്നെങ്കിൽ ഞാനിതു പറയുമായിരുന്നില്ല. ഒരാളും ഒരിക്കലും ഒരു അന്ധയായ പെൺകുട്ടിയെ വിവാഹം കഴിക്കില്ല. എങ്കിലും എന്തു കൊണ്ട് നമുക്കിരുവർക്കും പരസ്പരം സ്നേഹിച്ചുകൂടാ. പാസ്റ്റർ അങ്ങു തന്നെ പറയൂ അതിലെന്തെങ്കിലും തെറ്റുണ്ടോ?"

"ഒരിക്കലും സ്നേഹത്തിനുള്ളിലല്ല തെറ്റു കുടികൊള്ളുന്നത്."

"എന്റെ ഹൃദയത്തിൽ നന്മ മാത്രമാണുള്ളതെന്നാണ് എനിക്ക് അനു ഭവപ്പെടുന്നത്. ജാക്യൂസ് സങ്കടപ്പെടുന്നത് കാണാൻ ഞാൻ ആഗ്രഹി ക്കുന്നില്ല. മറ്റാരും സങ്കടപ്പെട്ടു കാണാനും എനിക്ക് ആഗ്രഹമില്ല.... സന്തോഷം നല്കാൻ മാത്രമേ എനിക്ക് ആഗ്രഹമുള്ളൂ."

"വിവാഹത്തിനു സമ്മതമാണോയെന്ന് നിന്നോട് ചോദിക്കാൻ ജാക്യൂസ് ആലോചിക്കുന്നുണ്ട്."

"അവൻ യാത്ര പുറപ്പെടുംമുമ്പ് അവനോട് സംസാരിക്കാൻ എന്നെ അനുവദിക്കുമോ? എന്നെ സ്നേഹിക്കുന്നതിൽനിന്നും പിന്മാറുന്ന കാര്യം ഞാനവനെ പറഞ്ഞ് ബോധ്യപ്പെടുത്താം. പാസ്റ്റർ, അങ്ങേക്ക് അറിയാ

മല്ലോ എനിക്ക് ആരെയും വിവാഹം കഴിക്കാൻ കഴിയില്ലെന്ന്. അവനോട് സംസാരിക്കാൻ എന്നെ അനുവദിക്കും. ഇല്ലേ?"

"ഇന്നു വൈകുന്നേരമോ?"

"അല്ല നാളെ. അവൻ യാത്ര തുടങ്ങുന്നതിനു മുന്നേ."

ഗാംഭീര്യത്തോടെ സൂര്യൻ അസ്തമിക്കുകയാണ്. സായാഹനത്തിലെ കാറ്റിന് നേരിയ ചൂടുണ്ട്. ഞങ്ങൾ എഴുന്നേറ്റു നടക്കാൻ തുടങ്ങി. നടന്നു നീങ്ങുമ്പോഴും ഞങ്ങൾ സംസാരിച്ചുകൊണ്ടിരുന്നു. പിന്നെ, വീട്ടിലേ ക്കുള്ള ദുഃഖിതമായ വഴിയിലേക്ക് ഞങ്ങൾ മടങ്ങി.

രണ്ടാമത്തെ നോട്ടുപുസ്തകം

ഏപ്രിൽ 5

കുറച്ചുകാലത്തേക്ക് ഈ പുസ്തകം മാറ്റിവയ്ക്കാൻ ഞാൻ നിർബ്ബ ന്ധിതനായി. ഒടുവിൽ മഞ്ഞ് ഉരുകിത്തുടങ്ങുകയും റോഡുകൾ യാത്രാ യോഗ്യമായിത്തീരുകയും ചെയ്തപ്പോൾ മഞ്ഞുകാലത്ത് ഞങ്ങളുടെ ഗ്രാമ ത്തിനപ്പുറം ലോകവുമായുള്ള ബന്ധം മുറിഞ്ഞുപോയകാരണം മാറ്റിവച്ച പല കാര്യങ്ങളും എനിക്ക് വേഗത്തിൽ ചെയ്തുതീർക്കേണ്ടിവന്നു. ഇന്നലെ മാത്രമാണ് തിരക്കൊന്നൊഴിഞ്ഞ് അല്പമൊന്ന് വിശ്രമിക്കാൻ സമയം കിട്ടിയത്.

ഇതുവരെ ഞാൻ എഴുതിയതെല്ലാം കഴിഞ്ഞ രാത്രി ഒരാവർത്തികൂടി വായിച്ചു...

എന്റെ ഹൃദയത്തിന് നാളിതുവരെ തിരിച്ചറിയാൻ കഴിയാതിരുന്ന വികാരങ്ങളെ എനിക്കിപ്പോൾ പേരെടുത്തു വിളിക്കാനാകും. ഏറെ ദുർഗ്രാ ഹ്യവും ഞാൻ ഒരുപക്ഷേ, തെറ്റിദ്ധരിച്ചു പോയേക്കുമായിരുന്ന ഒരു കാര്യം, ഞാൻ അവളെ സ്നേഹിക്കുന്നുവോ എന്ന സംശയം, ജെർട്രൂ ഡിന്റെ നിഷ്കളങ്കമായ വെളിപ്പെടുത്തലിനുശേഷവും എന്നിൽ നിലനിന്നു എന്നതാണ്. ഇക്കാര്യം ദുർഗ്രഹമായി എനിക്ക് അനുഭവപ്പെടാൻ കാരണം ഞാനിവിടെ അക്ഷരംപ്രതി രേഖപ്പെടുത്തിയിട്ടുള്ള അമിലിയുടെ നിഗൂഢ മെന്നു തോന്നിയ വാക്കുകളാണ്. അപ്പോൾ എനിക്ക് സ്വയം അനുവദി ക്കാൻ കഴിയാതിരുന്ന ഒരു ചോദ്യം, വിവാഹ ബാഹ്യമായ പ്രണയം അനു വദനീയമാണോ എന്നതായിരുന്നു. ജെർട്രൂഡിലേക്ക് സ്നേഹപൂർവ്വം വലി ച്ചടുപ്പിച്ച വികാരത്തിൽ നിഷിദ്ധമായ എന്തെങ്കിലും ഉണ്ടോ എന്ന കാര്യവും എന്നെ അലട്ടിയിരുന്നു.

അവളുടെ നിഷ്കളങ്കമായ പറച്ചിലുകളും അതിൽ വെളിപ്പെടുന്ന തുറന്ന സമീപനങ്ങളും എന്നെ ആശ്വസിപ്പിച്ചു. അവൾ വെറുമൊരു

കുഞ്ഞാണെന്ന് ഞാൻ എന്നെ ഓർമ്മപ്പെടുത്തിക്കൊണ്ടിരുന്നു. യഥാർത്ഥ പ്രണയം ആശയക്കുഴപ്പമില്ലാതെയും ലജ്ജകൂടാതെയും കടന്നുപോവി ല്ലല്ലോ. എന്നെ സംബന്ധിച്ചിടത്തോളം രോഗാതുരയായ ഒരു കുട്ടിയെ യെന്ന പോലെയാണ് ഞാനവളെ സ്നേഹിച്ചതെന്ന് ഞാനെന്നെ ബോദ്ധ്യ പ്പെടുത്താൻ പാടുപെട്ടു. ഒരാൾ രോഗിയായ ഒരുവളെ എപ്രകാരമാണോ ശുശ്രൂഷിക്കേണ്ടത് അപ്രകാരം മാത്രമാണ് ഞാനും ചെയ്തത്. അതു വഴി വന്നുചേർന്ന ധാർമ്മികമായ ഒരു ഉത്തരവാദിത്വം മാത്രമാണത്. മന സ്സാക്ഷിയുള്ള ഏതൊരു മനുഷ്യനും ചെയ്യുന്ന കാര്യം. ഞാനിതിനുമുമ്പേ സൂചിപ്പിച്ചിട്ടുള്ള ആ സായാഹനത്തിൽ അവൾ എന്നോടു സംസാരിച്ച കാര്യങ്ങൾ എന്നിൽ സന്തോഷം നിറച്ചിരുന്നു. എന്റെ ഹൃദയലാഘവത്വം കാരണം ഞാനിപ്പോഴും അതിനെ തെറ്റായി മനസ്സിലാക്കിയിരുന്നു. പ്രണയം പലപ്പോഴും ഗർഹണീയമാണെന്ന കാര്യം ഞാൻ കണക്കിലെ ടുക്കണമായിരുന്നു. ഗർഹണീയമായതെന്തും ആത്മാവിന് ഭാരമുണ്ടാക്കും. എന്റെ ആത്മാവിൽ ഒരു ഭാരവും അനുഭവപ്പെടാത്തതിനാൽ എന്നിൽ പ്രണയത്തെപ്പറ്റിയുള്ള ഒരു ചിന്തയും ഉണ്ടായിരുന്നില്ല എന്നാണല്ലോ കരു തേണ്ടത്.

ഈ വർത്തമാനങ്ങൾ എന്റെ മനസ്സിൽ ഉടലെടുത്ത ഉടനെ എഴുതി യതാണെന്നു മാത്രമല്ല ആ സംഭവങ്ങൾ ഉണ്ടായപ്പോഴുള്ള അതേ മനോ നിലയിൽ എഴുതിയതുകൂടിയാണ്. സത്യം പറയുകയാണെങ്കിൽ കഴിഞ്ഞ രാത്രി വീണ്ടും വായിക്കുന്ന അവസരത്തിലാണ് ഞാൻ അത് മനസ്സിലാ ക്കിയത്.....

ജാക്യൂസ് പോയിക്കഴിഞ്ഞയുടനെതന്നെ ഞങ്ങളുടെ ജീവിതം വീണ്ടും സാധാരണവും സമാധാനപൂർണ്ണവുമായി. യാത്രയ്ക്ക് പുറപ്പെ ടുന്നതിനുമുമ്പേ അവനോടു സംസാരിക്കാൻ ഞാൻ ജെർട്രൂഡിനെ അനു വദിച്ചിരുന്നു. അവധിക്കാലത്തിന്റെ ശേഷിക്കുന്ന ദിവസങ്ങൾ ചെലവി ടാൻ യാത്രകഴിഞ്ഞ് അവൻ എത്തിച്ചേർന്നപ്പോൾ, അവൻ അവളെ അവ ഗണിക്കുകയോ അല്ലെങ്കിൽ എന്റെ സാന്നിദ്ധ്യത്തിൽ മാത്രം സംസാരി ക്കുകയോ ചെയ്തു. മുൻകൂട്ടി നിശ്ചയിച്ചിരുന്നതുപോലെ ജെർട്രൂഡിനെ മിസ് ലൂയിസിന്റെ വസതിയിലേക്കു മാറ്റി. അവിടെവെച്ച് ഞാൻ അവളെ എന്നും കണ്ടു. പ്രാണഭയംമൂലം പ്രകോപനകരമായ വിധത്തിൽ ഒരു സംഭാഷണത്തിലും ഞാൻ ഏർപ്പെട്ടില്ല. ഒരു പാസ്റ്റർ എന്ന നിലയിൽ മാത്രമെ, (മിക്കപ്പോഴും മിസ് ലൂയിസിന്റെ സാന്നിദ്ധ്യത്തിൽ) ഞാൻ അവ ളോട് സംസാരിച്ചുള്ളു. അതും വരുന്ന ഈസ്റ്റർ ദിവസത്തിൽ അവൾ കൈക്കൊള്ളാൻ പോകുന്ന പരിശുദ്ധ കുർബാനയെപ്പറ്റിയും.

ഈസ്റ്റർ ദിവസവും ഞാൻ സംസാരിച്ചു.

ഇത് രണ്ടാഴ്ച മുമ്പാണ്. എന്നെ അത്ഭുതപ്പെടുത്തിക്കൊണ്ട്, ഒരാ ഴ്ചത്തെ അവധി ചെലവഴിക്കാനെത്തിയ ജാക്യൂസ് കർത്താവിന്റെ മേശ ക്കരികിലേക്ക് ഒപ്പം വന്നില്ല. അമിലിയും അതിൽനിന്നും വിട്ടുനിന്നത് എന്നെ ഏറെ ദുഃഖിപ്പിച്ചു. ഞങ്ങളുടെ വിവാഹശേഷം ആദ്യമായിട്ടാണി

ങ്ങനെ. എന്റെ സന്തോഷത്തിനുമീതെ നിഴൽ വീഴ്ത്താൻ ഇരുവരും ചേർന്ന് ധാരണയിലായതിനാലാവാം ഇപ്രകാരമൊരു വിട്ടുനില്ക്കൽ. ഇക്കാര്യം ജെർട്രൂഡ് കാണാത്തതിന് ഞാനും എന്നെത്തന്നെ അഭിന ന്ദിച്ചു; കാരണം അമ്മയും മകനും ചേർന്ന് എനിക്കുമേൽ വീഴ്ത്തിയ കരി നിഴൽ ഞാൻ മാത്രം സഹിച്ചാൽ മതിയല്ലോ. അവളുടെ പ്രവൃത്തി വഴി പരോക്ഷമായി ആർക്കു നേരെയാണ് പഴിചാരുവാൻ ഉദ്ദേശിക്കുന്നതെന്ന് അമിലിയെ നന്നായി അറിയുന്ന എനിക്ക് കൃത്യമായി മനസ്സിലാകും. അവൾ ഒരിക്കലും എന്റെ വാക്കുകളെ നിഷേധിക്കുകയില്ല, പകരം എന്നെ ഒരുതരം ഒറ്റപ്പെടുത്തലിലേക്ക് തള്ളി അവളുടെ അസംതൃപ്തി പ്രകടി പ്പിക്കാറാണ് പതിവ്.

ഇത്തരമൊരു ദുര്യോഗത്തിൽ ചെന്നുപെട്ടതിൽ ഞാൻ അങ്ങേയറ്റം ദുഃഖിതനായിരുന്നു. കാരണം എനിക്ക് വെട്ടിത്തുറന്നു പറയാനാകാത്ത ഇക്കാര്യങ്ങൾ അമിലിയെയും അവളുടെ വിശാലമായ താല്പര്യങ്ങളിൽ നിന്നും പിന്തിരിപ്പിച്ചിട്ടുണ്ടാവണം. ഞാൻ വീട്ടിൽ തിരികെ എത്തിച്ചേർന്ന പ്പോൾ അമിലിക്കുവേണ്ടി എല്ലാ ആത്മാർത്ഥതയോടെയും ഞാൻ പ്രാർത്ഥിച്ചു.

ജാക്യൂസിന്റെ വിട്ടുനില്ക്കൽ വേറൊരു ലക്ഷ്യത്തോടെയായിരുന്നു വെന്ന് പിന്നീടൊരിക്കൽ അവനുമായി സംസാരിച്ചതിൽനിന്നും എനിക്കു മനസ്സിലായി.

മേയ് 3

ജെർട്രൂഡിനു നല്കിയ മതബോധന ക്ലാസുകൾ സുവിശേഷത്തെ പുതിയൊരു രീതിയിൽ വീക്ഷിക്കുന്നതിൽ കൊണ്ടെത്തിച്ചു. അതിൽ നിന്നും എനിക്ക് കൂടുതൽ കൂടുതൽ വ്യക്തമായി വന്നത് ക്രിസ്തീയ വിശ്വാസം ക്രിസ്തുവിന്റെ സ്വന്തം വാക്കുകളിൽനിന്നല്ല അപ്പോസ്തല നായ പൗലോസിന്റെ വിവരണങ്ങളിൽ നിന്നുമാണ് ഉരുവം കൊണ്ടത് എന്നാണ്.

ജാക്യൂസുമായി ഇപ്പോൾ നടത്തിയ ചില വർത്തമാനങ്ങളുടെ വിഷ യവും ഇതായിരുന്നു. ജാക്യൂസിന്റെ അഭിപ്രായങ്ങൾ ദൃഢവും എന്നാൽ സങ്കുചിതവുമായിരുന്നു. അവന്റെ മനസ്സ് ഹൃദയം കൊണ്ടു പുഷ്ടിപ്പെ ടുത്തപ്പെട്ടിരുന്നില്ല. അവൻ ഒരു പാരമ്പര്യവാദിയും പ്രമാണവാദിയുമായി പരിണമിച്ചിരിക്കുന്നു! എന്നെ ഖണ്ഡിക്കാനായി എനിക്കു പ്രിയപ്പെട്ട ക്രിസ്തീയ തത്ത്വങ്ങൾ അവൻ തെരഞ്ഞെടുത്തു. എന്നാൽ ക്രിസ്തുവ ചനങ്ങളിൽ നിന്ന് ഏതെങ്കിലും തെരഞ്ഞെടുത്തില്ല. ഞാൻ ക്രിസ്തുവിനും അപ്പോസ്തലനായ പൗലോസിനും ഇടയിൽനിന്നും ക്രിസ്തുവിനെ തെര ഞ്ഞെടുത്തു. അവനാകട്ടെ നേരെ വിപരീതമായി, ക്രിസ്തുവിന്റെയും അപ്പോസ്തലനായ പൗലോസിനെയും എതിർക്കുന്നതിനെ ഭയപ്പെട്ട് അവ രോട് വിയോജിക്കാൻ തയ്യാറാകാതെയും ഉൾപ്രേരണയ്ക്ക് അവർക്കിട യിൽ ഒരു ഭേദവും ദർശിക്കാതെയും എന്നെ എതിർക്കുകമാത്രം ചെയ്തു. ചിലപ്പോൾ എനിക്കു തോന്നും മനുഷ്യനെയാണു ഞാൻ കേൾക്കുന്ന തെന്നും മറ്റു ചിലപ്പോൾ തോന്നും ദൈവത്തെയാണു കേൾക്കുന്നതെ ന്നും. അവൻ കൂടുതൽ വാദിക്കുന്തോറും ക്രിസ്തുവിന്റെ ലളിതവും അമൂ ല്യവുമായ വാക്കുകൾക്ക് വലിയ പരിശുദ്ധിയൊന്നും അവൻ കല്പിക്കു ന്നില്ല എന്നാണ് എനിക്ക് തോന്നിയത്.

ഞാൻ സുവിശേഷങ്ങളിലേക്ക് ആണ്ടിറങ്ങി. ആജ്ഞകളും ഭീഷണി കളും നിരോധനങ്ങളുമായിരുന്നു ഞാൻ തേടിയത്. ഇതെല്ലാം തന്നെ വിശുദ്ധ പൗലോസിൽനിന്നും വന്നതാണ്. അത്ര കൃത്യമായി പറയു വാൻ കാരണം ക്രിസ്തുവിന്റെ വാക്കുകളിൽ ഇവയൊന്നും കാണാനാ വില്ല. അതുകാരണമാണ് ജാക്യൂസ് അത്രമേൽ അസ്വസ്ഥനാകാൻ കാരണം. തങ്ങൾ താങ്ങിനിർത്തുന്ന ആശയത്തിന്റെ തൂണും കൈവരി കളും വേലികളും നഷ്ടമാകുന്നതോടെ, ആത്മാവ്, അവനെപ്പോലെ ചിന്തി ക്കുന്നവരുടെ ചിന്തകളെപ്പോലെതന്നെ തകർന്ന് തരിപ്പണമാകും. ഇതി നെല്ലാം പുറമെ തങ്ങൾ വേണ്ടെന്നുവച്ച സ്വാതന്ത്ര്യം മറ്റുള്ളവർ ആസ്വ ദിക്കുന്നത് സഹിക്കാനാവുകയില്ല. അവർ സ്നേഹംകൊണ്ട് എളുപ്പത്തിൽ കൈവശപ്പെടുത്താവുന്നതിനെ നിർബ്ബന്ധിച്ച് പിടിച്ചെടുക്കാൻ നോക്കും.

"ആത്മാവിന് സന്തോഷം ലഭിക്കാൻ തന്നെയാണ് അച്ഛാ ഞാനും ആഗ്രഹിക്കുന്നത്."

അവൻ പറഞ്ഞു.

"ഇല്ല മോനേ, നീ ആഗ്രഹിക്കുന്നത് ആത്മാവിന്റെ പൂർണ്ണമായ കീഴ ടങ്ങലാണ്."

അവസാനത്തെ വാക്ക് അവനായി വിട്ടുകൊടുത്തുകൊണ്ട് ഞാൻ സംവാദത്തിൽനിന്നും പിൻവാങ്ങി. അവനുമായി തർക്കിക്കുന്നത് ഞാൻ ഇഷ്ടപ്പെടുന്നില്ല. എന്നാൽ എനിക്കൊന്നറിയാം, സന്തോഷത്തിനു വിരു ദ്ധമായ മാർഗ്ഗങ്ങളിലൂടെ ഒരാൾ അത് നേടിയെടുക്കാൻ നോക്കിയാൽ സന്തോഷം ഉറപ്പായും നഷ്ടപ്പെടും. സ്നേഹിക്കുന്ന ആത്മാവ് ബോധ പൂർവ്വമായ സമർപ്പണമാണ് ഇച്ഛിക്കുന്നത്. സ്നേഹമില്ലാത്ത സമർപ്പണ ത്തിൽനിന്നും ഒട്ടും സന്തോഷം ലഭിക്കുകയില്ല.

മറ്റുകാര്യങ്ങളിലാകട്ടെ യുക്തിയുക്തമായ വാദങ്ങളാണ് ജാക്യൂസ് മുന്നോട്ടുവച്ചത്. പ്രമാണവാദപരമായ പൗരുഷ്യം ഇത്രയും ചെറുപ്പക്കാ രനായ ഒരാളുടെ മനസ്സിൽ കാണുമ്പോഴുണ്ടാകുന്ന വൈഷമ്യം മാറ്റി നിർത്തിയാൽ അവന്റെ വാദമുഖങ്ങളുടെ വൈശിഷ്ട്യവും ഒരിക്കലും വഴ ങ്ങാത്ത യുക്തിഭദ്രതയും എനിക്ക് ഇഷ്ടമായി. പലപ്പോഴും എനിക്ക് തോന്നിയിട്ടുണ്ട്, എനിക്ക് അവനെക്കാൾ ചെറുപ്പമാണെന്ന്. ഇന്നലെ ആയിരുന്നതിനെക്കാൾ കൂടുതൽ ചെറുപ്പമായി ഇന്നെന്ന്.

ഞാൻ ഈ വാക്കുകൾ ആവർത്തിച്ച് ഉരുവിട്ടു. "സത്യമായി ഞാൻ നിങ്ങളോടു പറയുന്നു; നിങ്ങൾ മനഃപരിവർത്തനം വന്ന ശിശുക്കളെ പ്പോലെ ആകുന്നില്ലെങ്കിൽ ഒരിക്കലും സ്വർഗ്ഗരാജ്യത്തിൽ പ്രവേശിക്കുക യില്ല."

ഞാൻ ക്രിസ്തുവിനെ ഒറ്റിക്കൊടുത്തുവോ? ഞാനവന്റെ വാക്കുകളെ വൃഥാവിൽ എടുത്തുവോ? അനുഗ്രഹപൂർണ്ണമായ ഒരു ജീവിതത്തെ പ്രാപി പ്പാനുള്ള ഉപായമായി മാത്രം സുവിശേഷത്തെ കാണുക വഴി ഞാനതിനെ കളങ്കപ്പെടുത്തിയോ? സന്തോഷമെന്ന അവസ്ഥയെ സംശയിക്കുകയും ഭാരമേറിയ ഹൃദയവുമായി ജീവിക്കുകയും ചെയ്യുക എന്നത് ക്രിസ്ത്യാ

നികൾക്കുമേൽ അടിച്ചേല്പിക്കപ്പെട്ട ഒന്നാണ്. എല്ലാ ജീവജാലങ്ങളും ഏറിയോ കുറഞ്ഞോ സന്തോഷിക്കാൻ കഴിവുള്ളവരത്രെ! അതങ്ങനെ തന്നെ വേണം താനും. ഞാനവൾക്കു പഠിപ്പിച്ചുകൊടുത്ത എല്ലാ പാഠ ങ്ങളും ചേർത്താൽ കിട്ടുന്നതിനെക്കാൾ എത്രയോ വലുതാണ് ജെർട്രൂ ഡിന്റെ ഒറ്റ പുഞ്ചിരി. ക്രിസ്തുവിന്റെ വാക്കുകൾ അക്ഷരമായും വെളിച്ച മായും കൺമുന്നിൽ തെളിഞ്ഞു.

"നിങ്ങൾ അന്ധരായിരുന്നെങ്കിൽ, നിങ്ങൾക്കു പാപം ഉണ്ടാകുമാ യിരുന്നില്ല."

പാപം ആത്മാവിനെ ഇരുട്ടുകൊണ്ടു നിറയ്ക്കും. അത് സന്തോ ഷത്തെ തടയും. ജെർട്രൂഡിന്റെ കളങ്കരഹിതമായ സന്തോഷത്തിന്റെ ഉറ വിടം അവളുടെ ഉണ്മയുടെ പ്രതിഫലനമാണ്. പാപം എന്താണെന്ന് അവൾ അറിയുന്നില്ല. പ്രകാശവും സ്നേഹവുമല്ലാതെ അവളിൽ മറ്റൊ ന്നില്ല.

കരുതലുള്ള അവളുടെ കരങ്ങളിലേക്ക് ഞാൻ നാലു സുവിശേഷ ങ്ങൾ, സങ്കീർത്തനങ്ങൾ, വെളിപാടു പുസ്തകം, വിശുദ്ധ യോഹന്നാന്റെ മൂന്ന് ലേഖനങ്ങൾ എന്നിവ പകർന്നു നല്കി. അതിനാൽ അവൾക്കിങ്ങനെ സുവിശേഷത്തിൽ വായിക്കാം. "ദൈവം വെളിച്ചമാകുന്നു. അവനിൽ ഇരുട്ട് ഇല്ല. രക്ഷകനായ ക്രിസ്തു പറയുന്നതും അവൾ കേട്ടു – "ഞാൻ ലോക ത്തിന്റെ വെളിച്ചമാകുന്നു." വിശുദ്ധ പൗലോസിന്റെ ലേഖനങ്ങൾ ഞാന വൾക്കു നല്കിയില്ല. അന്ധയായ കാരണം അവളിൽ പാപം ഇല്ല. പിന്നെ യെന്തിന് അവളെക്കൊണ്ട് "അപ്പോൾ നന്മയായത് എനിക്ക് മരണം ഉണ്ടാ ക്കിയെന്നോ? ഒരിക്കലുമല്ല. പാപമാണ് നന്മയായതിലൂടെ എനിക്കു മരണം വരുത്തിയത്. പാപം പാപമാണെന്നു കാണിക്കാനായിരുന്നു ഇത്. കല്പ നയിലൂടെ പാപം അളവിൽ കവിഞ്ഞ് പാപകരമായിത്തീരുന്നു" (റോമാ ക്കാർ 7:13) എന്നവളെ വായിപ്പിക്കുന്നു? ഇതിനെ തുടർന്നുവരുന്ന തർക്ക വിതർക്കങ്ങൾ നല്ലതാണെങ്കിൽക്കൂടി.

മേയ് 8

ഷു ദെ ഫോണിൽ നിന്നും ഡോ. മാർട്ടിൻസ് ഇന്നലെ എത്തി ചേർന്നു. ഓപ്താൽമോസ്കോപ്പുപയോഗിച്ച് അദ്ദേഹം ജെർട്രൂഡിന്റെ കണ്ണുകൾ വിശദമായി പരിശോധിച്ചു. ലൂസാനിലുള്ള നേത്രരോഗ വിദഗ്ദ്ധനായ ഡോ. റൂവുമായി സംസാരിച്ചുവെന്നും തന്റെ നിഗമനങ്ങൾ അദ്ദേഹത്തെ ധരിപ്പിച്ചുവെന്നും ഡോ. മാർട്ടിൻസ് എന്നോടു പറഞ്ഞു. ജെർട്രൂഡിന്റെ കണ്ണുകളിൽ വിജയകരമായി ശസ്ത്രക്രിയ നടത്താൻ കഴിയുമെന്ന് ഇരുവരും പ്രത്യാശിച്ചു. കാര്യങ്ങൾ വ്യക്തമാകുന്നതുവരെ ഇതേ ക്കുറിച്ച് ഒരു കാര്യവും ജെർട്രൂഡിനെ ധരിപ്പിക്കേണ്ടതില്ല എന്ന് ഞങ്ങൾ തമ്മിൽ ധാരണയിലെത്തി. മാർട്ടിൻസ് എത്തി പരിശോധന നടത്തിയ ശേഷം, വേണ്ട കൂടിക്കാഴ്ചകൾ നടത്തി, എന്താണ് നിഗമനമെന്ന് എന്നെ അറിയിക്കും. ജെർട്രൂഡിൽ പ്രത്യാശയുണർത്തിയശേഷം എന്തെങ്കിലും പ്രതിബന്ധങ്ങൾ വന്ന് അവളെ നിരാശയാക്കേണ്ട കാര്യമില്ലല്ലോ. പ്രത്യേകിച്ചും ഇപ്പോഴത്തെ അവസ്ഥയിൽത്തന്നെ അവൾ സന്തുഷ്ടയായിരിക്കുമ്പോൾ.

മേയ് 10

ജാക്യൂസും ജെർട്രൂഡും പരസ്പരം കണ്ടു. എന്റെ സാന്നിദ്ധ്യത്തി ലായിരുന്നു അത്. ഇതിനുമുമ്പ് ചുരുങ്ങിയത് ഒരു പ്രാവശ്യമെങ്കിലും അവർ പരസ്പരം കണ്ടിരിക്കണം. എന്തെങ്കിലുമൊക്കെ പറഞ്ഞിരിക്കണം. ജാക്യൂസ് വളരെ ശാന്തനായി കാണപ്പെട്ടു. അങ്ങനെയല്ല ഞാൻ പ്രതീ ക്ഷിച്ചത്. ജാക്യൂസിന് അവളോടുള്ള പ്രണയം യഥാർത്ഥമാണോ? ആണെ ങ്കിൽ, കഴിഞ്ഞവർഷം യാത്ര പോകുന്നതിനുമുമ്പ് അവൻ അവളെ കണ്ട പ്പോൾ തുറന്നുപറഞ്ഞിരിക്കണം. അവൾ അവന്റെ പ്രണയത്തെ ഒരു പക്ഷേ, നിരാകരിച്ചിരുന്നു എന്നുതന്നെ വരട്ടെ. എങ്കിലും പ്രണയതീവ്രത നിലനില്ക്കുന്നുവെങ്കിൽ അതിൽനിന്നും പിന്മാറാൻ പോകുന്നില്ല എന്നു തന്നെ വിശ്വസിക്കാനാണ് എന്റെ ഉള്ളിലിരുന്ന് ഒരാൾ എന്നെ നിർബ്ബ ന്ധിക്കുന്നത്.

ഞാനവരുടെ സംസാരം ശ്രദ്ധിച്ചു. അവൻ അവളോടു സംസാരിക്കു മ്പോൾ ബഹുമാനപദങ്ങൾ വെടിഞ്ഞ് "നീ" എന്നാണ് അഭിസംബോധന ചെയ്തത്. അത് അത്രയും നന്ന്. എന്റെ പ്രേരണയാലല്ല അങ്ങനെ അഭി സംബോധന ചെയ്യുന്നത് എന്നകാര്യം എന്നെ കൂടുതൽ സന്തോഷിപ്പി ച്ചു. അവനു തോന്നി. അവനങ്ങനെ ചെയ്തു. നല്ലത്. ഏതുതന്നെയാ യാലും അവൻ നന്മയുള്ള പയ്യനാണ്.

ജാക്യൂസ് ഇങ്ങനെ വഴങ്ങിത്തരുന്നത് ഏറെ ആലോചിച്ചതിനു ശേഷ മായിരിക്കുമെന്ന് ഞാൻ സംശയിക്കുന്നു. ഇതിൽ ദൗർഭാഗ്യകരമായ കാര്യ മെന്തെന്നാൽ അവൻ സ്വയം അടിച്ചേല്പിച്ച വൈകാരിക നിയന്ത്രണം നന്നായി എന്നതാണ്. എന്നാൽ ഇതേകാര്യം അവൻ മറ്റുള്ളവരിൽനിന്നും പ്രതീക്ഷിക്കാൻ തുടങ്ങുമ്പോഴാണ് കുഴപ്പം. അവനോട് സംസാരിച്ച അവ

സരത്തിൽ എനിക്ക് ഇക്കാര്യം ബോദ്ധ്യമായിരുന്നു. രോഷ്ഫുക്കോ യാണോ ഹൃദയത്തെ വഞ്ചിക്കുന്നവനാണു മനസ്സ് എന്നു പറഞ്ഞത്? ജാക്യൂസിനെ ശരിക്കും അറിയാവുന്ന ഒരാളെന്ന നിലയിൽ ഇക്കാര്യം അപ്പോൾ അവിടെവെച്ച് ഞാനവളോട് പറയേണ്ടതില്ല. കാരണം വാദപ്ര തിവാദം അവൻ കൂടുതൽ കൂടുതൽ പിടിവാശിക്കാരനാകുകയേ ഉള്ളൂ എന്ന് എനിക്കറിയാം. അവനുമായി വാദപ്രതിവാദത്തിലേർപ്പെട്ട ദിവസം മുതൽ എന്തു മറുപടിയാണവനു കൊടുക്കേണ്ടത് എന്നതിനെപ്പറ്റിയുള്ള അന്വേഷണത്തിലായിരുന്നു ഞാൻ. അവന്റെ തന്നെ ആയുധമുപയോഗിച്ച് അവനെ നേരിടാൻ ഞാൻ അപ്പോസ്തലനായ പൗലോസിനെ ആധാര മാക്കാൻ തീരുമാനിച്ചു. ഒരു ചെറിയ കുറിപ്പ് തയ്യാറാക്കി ഞാനവന്റെ മുറിയിൽ വച്ചു. അതിൽ ഞാനിങ്ങനെ എഴുതി:

"എന്തും ഭക്ഷിക്കാമെന്ന് ഒരാൾ കരുതുന്നു; ദുർബ്ബലനോ സസ്യഭു ക്കാൺ. താൻ ഭക്ഷിക്കുന്നവ ഭക്ഷിക്കാത്തവരെ ദേഷിപ്പിക്കരുത്. താൻ ഭക്ഷിക്കാത്തവ ഭക്ഷിക്കുന്നവനെ വിധിക്കുകയും അരുത്. കാരണം ദൈവം അയാളെ സ്വാഗതം ചെയ്തിരിക്കുന്നു (റോമാക്കാർ 14:3)"

അതിനുശേഷം താഴെ കാണിച്ചിട്ടുള്ള ഭാഗങ്ങൾ കൂടി വേണമെങ്കിൽ എനിക്ക് എഴുതി ചേർക്കാമായിരുന്നു.

"ഒന്നും സ്വതേ അശുദ്ധമല്ല എന്നു ഞാൻ അറിയുന്നു. അത് കർത്താ വായ യേശുവിൽ എനിക്കു ബോദ്ധ്യമായിരിക്കുന്നു. എന്നാൽ എന്തെ ങ്കിലും അശുദ്ധം എന്നു കരുതുന്നവന് അത് അശുദ്ധമായിരിക്കും." എന്നാൽ ഞാനതിനു ധൈര്യപ്പെട്ടില്ല. കാരണം ജെർത്രൂഡുമായി ബന്ധ പ്പെടുത്തി ഞാൻ തെറ്റായ വ്യാഖ്യാനം ചമയ്ക്കുകയാണെന്ന് അവൻ സംശയിച്ചാലോ? ചിലപ്പോൾ ആ സംശയം ഒരു നിമിഷത്തേക്കു മാത്ര മെങ്കിലും അവന്റെ മനസ്സിലൂടെ കടന്നുപോകാനും ഇടയുണ്ട്. വ്യക്ത മായും ഇവിടെ ആഹാരത്തിന്റെ പ്രശ്നമുണ്ട്; എന്നാൽ വിശുദ്ധഗ്രന്ഥ ത്തിൽ എത്രയിടത്താണ് രണ്ടും മൂന്നും അർത്ഥമുള്ള വാക്കുകൾ എഴുത പ്പെട്ടിരിക്കുന്നത്? (ശരീരത്തിന്റെ വിളക്ക് കണ്ണാണ്. അതുകൊണ്ട് നിന്റെ കണ്ണ് അന്യൂനമാണെങ്കിൽ ശരീരം മുഴുവൻ പ്രകാശം നിറഞ്ഞതായിരി ക്കും. മറിച്ച്, നിന്റെ കണ്ണിനു ന്യൂനതയുണ്ടെങ്കിൽ ശരീരം മുഴുവൻ ഇരുട്ട് നിറഞ്ഞിരിക്കും. നിന്നിലെ വെളിച്ചം തന്നെ ഇരുട്ടാണെങ്കിൽ ആ ഇരുട്ട് എത്ര വലുതായിരിക്കും.... അഞ്ച് അപ്പംകൊണ്ട് അയ്യായിരം പേരെ ഊട്ടി യത്, മാനായിലെ കല്യാണത്തിന് കാണിച്ച ആദ്യ അത്ഭുതം... തുടങ്ങി യവ). ഇത് യുക്തികൊണ്ട് തലനാരിഴ കീറി പരിശോധിക്കേണ്ടതില്ല. ഈ ബൈബിൾ ഭാഗത്തിന്റെ അർത്ഥം വിശാലവും ആഴമേറിയതുമാണ്. നിയ ന്ത്രണങ്ങൾ നിയമങ്ങൾ വഴിയല്ല സ്നേഹംകൊണ്ടാണ് നിറവേറ്റേണ്ടത്. അപ്പോസ്തലനായ പൗലോസ് അതിനുശേഷം ഇങ്ങനെ അത്ഭുതപ്പെടു ന്നുണ്ട്:

"നീ ഭക്ഷിക്കുന്ന വസ്തു സഹോദരനു മനക്ലേശമുണ്ടാക്കുമെങ്കിൽ, സ്നേഹമുള്ളതല്ല നിന്റെ പെരുമാറ്റം."

നമ്മുടെ ദൗർബല്യം എവിടെയാണോ അവിടെയാണ് സ്നേഹം പരാ ജയമടയുന്നത്. അവിടെയാണ് ചെകുത്താൻ കടന്നുകയറുന്നത്. സ്നേഹ മല്ലാത്തതെല്ലാം കർത്താവേ, എന്റെ ഹൃദയത്തിൽനിന്നും ഒഴിപ്പിച്ചുകള യേണമേ. അതുകൊണ്ടാണ് ജാക്യൂസിനെ പ്രകോപിപ്പിക്കുന്നത് തെറ്റാ വുന്നത്. അടുത്തദിവസം എന്റെ മേശപ്പുറത്ത് ജാക്യൂസിന് നല്കിയ അതേ കുറിപ്പ് കണ്ടു. അതിന്റെ പുറകിൽ അതേ അദ്ധ്യായത്തിൽ നിന്നുള്ള മറ്റൊരു ഉദ്ധരണി എഴുതിച്ചേർത്തിരിക്കുന്നു.

"നിന്റെ ഭക്ഷണം നിമിത്തം സഹോദരനെ വ്യസനിപ്പിച്ചാൽ നീ സ്നേഹപ്രകാരം നടക്കുന്നില്ല. ആർക്കുവേണ്ടി ക്രിസ്തു മരിച്ചുവോ അവനെ നിന്റെ ഭക്ഷണം കൊണ്ടു നശിപ്പിക്കരുത്."

ഞാൻ ആ അദ്ധ്യായം പുനർവായിച്ചു. അന്തമില്ലാത്ത തർക്കവിതർക്ക ങ്ങളുടെ തുടക്കമാണത്. ഈ സങ്കീർണ്ണതകളിൽപ്പെട്ട് ജെർട്രൂഡ് വിഷമി ക്കണമേ? അവളുടെ പ്രസന്നമായ ആകാശത്തെ കാർമേഘങ്ങൾ കൊണ്ടു മൂടണമേ? ഞാൻ ക്രിസ്തുവിന്റെ സമീപത്തിലല്ലേ? അവളെയും ക്രിസ്തുവിനുസമീപം നിർത്തേണ്ടേ? മറ്റുള്ളവരുടെ സന്തോഷത്തെ നിഹ നിച്ച് സ്വന്തം സന്തോഷത്തെ അപകടപ്പെടുത്തുന്നതാണ് ഏറ്റവും വലിയ പാപമെന്ന് എന്റെ അദ്ധ്യാപനവേളകളിൽ ഞാനവളെ പഠിപ്പിച്ചിട്ടില്ലല്ലോ?

ചില ദൗർഭാഗ്യ ആത്മാവുകളുണ്ട്. അവർക്ക് സന്തോഷം എന്താ ണെന്നറിയില്ല. അവർക്ക് എങ്ങനെയാണ് സന്തോഷം നേടിയെടുക്കുക എന്നും അറിയില്ല. ഞാൻ എന്റെ പ്രിയപ്പെട്ട അമിലിയെ ഓർക്കുകയാണ്. അവൾക്കുവേണ്ടി ദൈവത്തോടു യാചിക്കാത്ത ദിവസങ്ങളില്ല. അവളെ എപ്രകാരമാണ് സന്തോഷിപ്പിക്കുക എന്ന് അറിയാതെ ഞാൻ കുഴങ്ങുന്നു. നമുക്കിടയിലെ എല്ലാവരെയും ദൈവത്തിങ്കലേക്ക് ഉയർത്താനാണ് എന്റെ ആഗ്രഹം. എന്നാൽ അവൾ അവർക്കൊപ്പമില്ല. സൂര്യനു മുന്നിൽ വിട രാത്ത ചില പൂക്കളെപ്പോലെയാണവൾ. സൂര്യനെ കാണുമ്പോഴേക്കും ചുരുങ്ങിക്കളയും. അവൾക്ക് ആകെ അറിയുന്നതാകട്ടെ പിരിമുറുക്കവും തീവ്രദുഃഖവും മാത്രമാണ്. കഴിഞ്ഞ ദിവസം അവൾ എന്നോടു പറയുക യാണ്: "അതിൽ എന്താണു സവിശേഷത പ്രിയപ്പെട്ടവനേ? നമുക്ക് എല്ലാ വർക്കും അന്ധരാകാൻ ആവില്ലല്ലോ!"

അവളുടെ വിപരീതാർത്ഥത്തിലുള്ള പ്രയോഗങ്ങൾ എന്നെ എത്ര മാത്രമാണ് പൊള്ളിച്ചത്. എന്തു ധൈര്യത്തിന്റെ പേരിലാണ് ഞാൻ അതിൽ അസ്വസ്ഥനാകാതിരിക്കുന്നത്? ജെർട്രൂഡിന്റെ അന്ധതയെപ്പറ്റി അവൾ വച്ചുപുലർത്തുന്ന മിഥ്യാബോധം എന്നെ വേദനിപ്പിക്കുന്നുണ്ട്. ജെർട്രൂഡിലുള്ള അളവില്ലാത്ത സൗമ്യഭാവമാണ് ഞാൻ ഏറെ നഷ്ടപ്പെ ടുന്നതെന്ന് അവൾ ഓരോനിമിഷവും ഓർമ്മിപ്പിച്ചുകൊണ്ടേയിരിക്കും. ആർക്കെങ്കിലും നേരെ അവൾ നീരസപ്പെടുന്നത് ഞാൻ കണ്ടിട്ടില്ല. ഇഷ്ട പ്പെടാത്ത കാര്യങ്ങൾ കേൾക്കാനുള്ള സാഹചര്യവും ഉണ്ടാക്കാറില്ല.

സന്തുഷ്ടമായി കഴിയുന്ന ഒരു ആത്മാവിലേക്ക് പ്രണയം കടന്നുവ രുമ്പോൾ സന്തോഷം ആവിയാവും എന്നു പറയുംപോലെയാണ് അമി

ലിക്കു ചുറ്റും മ്ലാനതയും ദുഃഖവും പരക്കുന്നത്. അവളുടെ ആത്മാവ് കറുത്ത രശ്മികളാണ് പുറത്തേക്കുവിടുന്നത്. രോഗികളെയും സാധുജ നങ്ങളെയും പീഡിതരെയും സന്ദർശിച്ച ശേഷം പരിക്ഷീണനായി രാത്രി വീട്ടിലെത്തുമ്പോൾ എന്റെ ഹൃദയം വിശ്രമം, സ്നേഹം, ഊഷ്മളത എന്നിവ ആഗ്രഹിക്കും. എന്നാൽ എനിക്ക് കിട്ടുന്നതോ? അസ്വാസ്ഥ്യ ങ്ങളും പ്രത്യാരോപണങ്ങളും ഒടുങ്ങാത്ത വഴക്കുകളും മാത്രമായിരിക്കും. അതുകേട്ടു കേട്ട് എന്റെ മനസ്സാകെ മരവിച്ചുപോയിട്ടുണ്ട്. പുറത്തുള്ള കാറ്റും മഴയും തണുപ്പും പോലെയാണത്.

ഞങ്ങളുടെ റോസാലിത്തള്ള പോലും സ്വന്തം ഇഷ്ടമനുസരിച്ച് ജീവിക്കാൻ ആഗ്രഹിക്കുന്നവളാണ്. അതുകൊണ്ട് അവരുടെ ജീവിതം തെറ്റായിരുന്നു എന്ന് നമുക്ക് പറയാനാകുമോ? വിട്ടുകൊടുക്കേണ്ടിവരുന്ന ഘട്ടങ്ങളിൽപ്പോലും അമിലിയുടെ നിലപാടുകൾ ശരിയാണെന്നു പറയാ നുമാവില്ല. ഗാസ്പാഡും ഷാർലെറ്റും വികൃതികളായ കുട്ടികളാണെന്ന് എനിക്കറിയാം. എന്നാൽ അമിലി അവരോട് നിരന്തരം തട്ടിക്കയറും. അവൾ അല്പംകൂടി ഒച്ച കുറച്ച് ശകാരിച്ചിരുന്നെങ്കിൽ അവൾക്ക് ഇതിലും മെച്ചമായ ഫലം ലഭ്യമാകുമായിരുന്നില്ലേ? നിരന്തരമുള്ള കുറ്റപ്പെടുത്ത ലുകളും ശാസനകളും ഗുണദോഷിക്കലും കേട്ട് കേട്ട് അവർ കടപ്പുറത്തെ വക്കുപൊളിഞ്ഞ ഉരുളൻ കല്ലുകൾ പോലെയായി. ഈ ഭർത്സനങ്ങൾ പിള്ളാർക്കുള്ളതിനെക്കാൾ ശല്യമായിത്തീരുക എനിക്കാണ്. ക്ലൗദിന് പല്ലുമുളച്ചു തുടങ്ങുകയാണ്. (ചുരുങ്ങിയത്, അതുമൂലമാണ് അവൻ കര യുന്നത് എന്നാണ് അവന്റെ അമ്മയുടെ കണ്ടുപിടിത്തം.) അവൻ വലിയ വായിൽ കരയുമ്പോൾ അവളോ സാറയോ ഓടിയെത്തി അവനെയെടുത്ത് കൊഞ്ചിക്കാൻ തുടങ്ങും. പിന്നെ, കൊഞ്ചിക്കാൻ വേണ്ടിയാവും അവന്റെ കരച്ചിൽ. ഞാനവിടെ ഇല്ലാത്ത അവസരങ്ങളിൽ അവനെ ഇഷ്ടംപോലെ കരയാൻ വിട്ടിരുന്നെങ്കിൽ അവനിങ്ങനെ ഇടയ്ക്കിടയ്ക്ക് കരയുമായിരു ന്നില്ല എന്നാണ് എനിക്കു തോന്നുന്നത്. ഇവരെല്ലാം ചേർന്ന് അവനെ അങ്ങേയറ്റം നശിപ്പിക്കുകയാണ്.

സാറ അവളുടെ അമ്മയെപ്പോലെയാണ്. അതുകൊണ്ടാവണം ഞാന വളെ സ്കൂളിലേക്കയക്കാൻ തീരുമാനിച്ചത്. ഞങ്ങൾ ആദ്യമായി കാണു മ്പോൾ അമിലിക്ക് സാറയുടെ പ്രായമായിരുന്നു. എന്നാൽ അവൾ അക്കാ ലത്ത് സാറയെപ്പോലയേ ആയിരുന്നില്ല. ജീവിത പ്രാരാബ്ധങ്ങൾ അവളെ ഇങ്ങനെയൊക്കെ ആക്കിത്തീർത്തു. ഓരോരുത്തരും അവർക്കുള്ളിൽ വില യിച്ചെടുക്കുന്നതാണ് അവരുടെ മനോഭാവമെന്ന് പലപ്പോഴും എനിക്ക് തോന്നിയിട്ടുണ്ട്. എന്തായാലും അമിലി പ്രാരാബ്ധങ്ങൾ വിളയിച്ചെടു ക്കുക തന്നെയാണ്. അക്കാലത്തെ അവളുടെ മാലാഖ സമാനമായ ശരീ രത്തിനുള്ളിൽ ഇന്നത്തെ രൂപത്തിലുള്ള ഒരുവൾ ഒളിച്ചിരുന്നു എന്നു സങ്ക ല്പിക്കാനേ എനിക്കു കഴിയുന്നില്ല. എന്റെ ഹൃദയധമനികളുടെ സ്പന്ദ നത്തെ പെരുക്കുംവിധത്തിലുള്ള അവളുടെ ചിരി ഞാനെത്രയോ വട്ടം സ്വപ്നം കണ്ടിരിക്കുന്നു. ആ ചിരി എന്റെ പ്രതീക്ഷകളെയും ഭയങ്ങളെയും

പങ്കിട്ടെടുക്കുന്ന, സ്വർഗ്ഗത്തിലേക്കുള്ള നീണ്ടപാതയിൽ എന്റെ വഴികാട്ടി യായിത്തീരുന്ന ഒന്നാണെന്ന് ഞാൻ വിചാരിച്ചിരുന്നു. അതോ അന്ന് പ്രണയം എന്റെ കാഴ്ചകളെ അന്ധമാക്കിയിരുന്നോ? അശ്ലീലം എന്ന് പറ യുവാനാകാത്ത ഒന്നിനോടും സാറയ്ക്ക് താല്പര്യമുള്ളതായി എനിക്കു തോന്നിയിട്ടില്ല. കുടുംബകാര്യങ്ങളുടെ തുച്ഛതകൾക്കപ്പുറമുള്ള ഒന്നിലും അവളുടെ അമ്മയെപ്പോലെതന്നെ, അവൾക്ക് താല്പര്യമുണ്ടായിരുന്നില്ല. വീട്ടുകാര്യങ്ങളിൽ ആമഗ്നമാക കാരണം അവളുടെ മുഖംതന്നെ പ്രകാശം പ്രസരിക്കാത്തതായിത്തീർന്നു. ഉള്ളിലെ തീ കെട്ടുപോയ, പ്രസന്നത തീർത്തുമില്ലാത്ത, ഒരു പരുക്കൻ ഭാവമായിരുന്നു സദാ അവൾക്ക്. വായ നയിലോ പ്രത്യേകിച്ച് കവിതയിലോ അവൾക്ക് ഒട്ടും താല്പര്യമുണ്ടാ യിരുന്നില്ല. അവളും അമ്മയും തമ്മിലുള്ള സംഭാഷണം പലപ്പോഴും ഞാൻ കേൾക്കാറുണ്ട്. എന്നാൽ എനിക്കുകൂടി പങ്കുചേരാൻ താല്പര്യമുള്ള ഒരു വിഷയവും അവർ സംസാരിച്ചിരുന്നില്ല. പഠനമുറിയിൽ ഒറ്റയ്ക്കിരിക്കു മ്പോഴല്ല അവർക്കൊപ്പമുള്ളപ്പോഴാണ് ഒറ്റപ്പെടൽ എത്ര വലുതാണെന്ന് തിരിച്ചറിയുന്നത്, എന്നെ കൂടുതൽ കൂടുതൽ പഠനമുറിക്കുള്ളിൽ ഇരി ക്കുവാനാണ് പ്രേരിപ്പിച്ചത്.

ശരത്കാലത്തെ പകലുകൾക്ക് നീളം കുറവായതിനാലാവാം സമയം അനുവദിക്കുമ്പോഴൊക്കെ മിസ് ദെ ല എംന്റെ വസതിയിലെത്തി ചായ കുടിക്കാനിരിക്കുന്നത് ഞാൻ പതിവാക്കിയിരുന്നു. നേരത്തെ മടങ്ങി പ്പോകാനുള്ള സൗകര്യം കൂടി കണക്കിലെടുത്തായിരുന്നു അത്. കഴിഞ്ഞ നവംബർ മാസത്തിനുശേഷം മിസ് ദെ ല എം, മാർട്ടിൻസ് ചുമതലപ്പെടു ത്തിയ പ്രകാരം, മൂന്ന് അന്ധബാലികമാരുടെ കൂടി സംരക്ഷണം ഏറ്റെ ടുത്തിരുന്ന കാര്യം ഞാൻ ഇതുവരെ പറഞ്ഞിരുന്നില്ലല്ലോ. ഈ ബാലിക മാരെ വായിക്കാനും മറ്റ് ചെറിയ ചെറിയ കാര്യങ്ങൾ ചെയ്യാനും ജെട്രൂഡ് പഠിപ്പിച്ചു. അവർ അക്കാര്യങ്ങളിൽ നല്ല രീതിയിൽ മുന്നോട്ടുപോയി.

എത്ര ശാന്തവും സമാധാനവുമാണ് ആ ഗ്രാമീണ വസതിയിലേക്ക് കടന്നുചെല്ലുമ്പോൾ അനുഭവപ്പെടുന്നതെന്നും അവിടെ പോകാൻ കഴി യാത്ത ആഴ്ചയിലെ രണ്ടോ മൂന്നോ ദിവസങ്ങൾ എത്രമാത്രം നഷ്ടമാ ണെന്നും ഞാൻ ഓർത്തു. മിസ് ദെ ലാ എംന് ജെർട്രൂഡിനെയും മറ്റ് മൂന്നു ചെറിയ കുട്ടികളെയും പരിചരിക്കുന്നതിന് സ്വന്തം സമയം മാറ്റി വയ്ക്കേണ്ടതില്ല. അവർക്ക് ഒട്ടുംതന്നെ ബുദ്ധിമുട്ടുകളുണ്ടാകാതെ തന്നെ കുട്ടികളെ പരിചരിക്കാൻ പരിശീലനം നേടിയ പരിചാരികമാർ അവിടെ യുണ്ട്. ഇതിലും മെച്ചമായി എങ്ങനെയാണ് ഒരു വ്യക്തിക്ക് തന്റെ സമ്പത്തും വിശ്രമവേളകളും ചെലവഴിക്കാനാവുക? പാവപ്പെട്ടവരുടെ കാര്യത്തിൽ മിസ്. ദെ ലാ എം എപ്പോഴും താല്പര്യം കാണിച്ചുപോന്നു. അവർ തികഞ്ഞ ഒരു വിശ്വാസിയാണ്. ഈ ഭൂമിയിലാണ് ഇങ്ങനെയൊരു വ്യക്തി വസിക്കുന്നതെന്ന് വിശ്വസിക്കാൻ തന്നെ പ്രയാസമാണ്. സ്നേഹ ത്തിനു മാത്രമായി ഉഴിഞ്ഞുവച്ചതാണാ ജീവിതം. അവർ ധരിച്ചിട്ടുള്ള തൊപ്പിക്കടിയിൽനിന്നും നരച്ച മുടിയിഴകൾ കാണപ്പെടുന്നുവെങ്കിലും

അവരുടെ ചിരിയോളം ശിശുസഹജമായ മറ്റൊന്ന് കാണുവാൻ കിട്ടില്ല. അവരുടെ ചലനങ്ങളെക്കാൾ പൊരുത്തമുള്ള ചലനമോ അവരുടെ സ്വര ത്തെക്കാൾ സംഗീതാത്മകമായ സ്വരമോ വേറെ ഉണ്ടാവില്ല. അവരുടെ മര്യാദകൾ ജെർട്രൂഡ് ഇതിനകം തന്നെ സ്വായത്തമാക്കി കഴിഞ്ഞിട്ടുണ്ട്. അവരുടെ സംസാരരീതിയപ്പാടെ, അവളിലേക്ക് ആവാഹിക്കപ്പെട്ടിരി ക്കുന്നു. അവരുടെ ഉണ്മയാകെ ജെട്രൂഡിലേക്ക് പകർന്നു കിട്ടിയതു പോലെ. ഇവരുടെ ഈ സാമ്യത ചൂണ്ടിക്കാണിച്ച് ഞാൻ പലപ്പോഴും കളിയാക്കിയിട്ടുണ്ട്. എന്നാൽ അവരിരുവരും അക്കാര്യം സമ്മതിച്ചു തരാൻ തയ്യാറായിരുന്നില്ല. സമയം കിട്ടുമ്പോഴെല്ലാം അവർക്കൊപ്പം താങ്ങി ത്തൂങ്ങി നില്ക്കുന്നത് എത്ര രസകരമാണെന്നോ! അവരിരുവരും ഒരുമി ച്ചിരിക്കുന്നതു കാണുമ്പോഴും ജെർട്രൂഡ് അവളുടെ ചങ്ങാതിയുടെ തോളിൽ തലചാരിയിരിക്കുന്നതു കാണുമ്പോഴും, ചിലപ്പോൾ അവർ കൈകോർത്തിരിക്കുന്നതു കാണുമ്പോഴും, ലാമർട്ടൈനിന്റെയോ ഹ്യൂഗോ യുടെയോ കവിതകൾ ഞാനവർക്ക് വായിച്ചുകൊടുക്കുമ്പോൾ ആ കവി തകളുടെ സൗന്ദര്യം ഇവരുടെ തരളമുഖങ്ങളിൽ പ്രതിഫലിക്കുമ്പോഴും അതെത്ര മധുരതരമായ കാഴ്ചയാണെന്നോ! ആ ചെറിയ കുട്ടികളെ പ്പോലും അത് വല്ലാതെ സ്പർശിക്കുന്നുണ്ട്. സമാധാനത്തിന്റെയും സ്നേഹത്തിന്റെയും ഈ അന്തരീക്ഷത്തിൽ കുട്ടികൾ അതിശയകരമായ വളർച്ചനേടി. മിസ്. ലൂയിസ് ഈ കുഞ്ഞുങ്ങളെ നൃത്തം പഠിപ്പിക്കുന്ന കാര്യം ആദ്യമെന്നോട് പറഞ്ഞപ്പോൾ ഞാൻ ചിരിക്കുകയാണു ചെയ്ത ത്. അത് അവരുടെ ആരോഗ്യത്തെയും സന്തോഷത്തെയും പ്രതിയായി രുന്നു. എന്നാൽ നൃത്തത്തിൽ അവർ സ്വയം കൈവരിച്ച മെയ്‌വഴക്കവും താളാത്മകതയും കാണുമ്പോൾ എനിക്കവരെ അഭിനന്ദിക്കാതിരിക്കാനാ യില്ല. എന്നിട്ടും മിസ്. ലൂയിസ് ദെ ല എം എന്നോടു പറഞ്ഞതെന്താ ണെന്നോ? അവർക്ക് കാണുവാൻ കഴിയില്ലയെങ്കിലും അവരുടെ ചലന ങ്ങളുടെ താളാത്മകത അവർക്ക് അനുഭവിച്ചറിയാൻ കഴിയുമെന്ന്. അവ രുടെ നൃത്തത്തിനൊപ്പം ജെർട്രൂഡും ചേരുമ്പോൾ അത് ചേതോഹരവും മധുരതരവുമായി മാറുന്നു. മാത്രമല്ല അവൾ സ്വയം മറന്ന് നൃത്തത്തിൽ മുഴുകുന്നതായും കാണുന്നു. ചില സന്ദർഭങ്ങളിൽ മിസ്. ലൂയിസ് ദെ ല എം കുട്ടികളുടെ ചലനങ്ങൾ ചിട്ടപ്പെടുത്തുമ്പോൾ ജെർട്രൂഡായിരിക്കും പിയാനോക്കു മുന്നിൽ. സംഗീതത്തിൽ അവളുടെ വളർച്ചയും അത്ഭുതാ വഹമാണ്. അവൾ ഞായറാഴ്ചകൾ തോറും പള്ളിയിൽ ഓർഗൻ വായി ക്കുന്നുണ്ട്. അന്നുതന്നെ അവൾ ഞങ്ങൾക്കൊപ്പം ഉച്ചഭക്ഷണം കഴിക്കാൻ എത്തും. അവളെ കാണുമ്പോൾ എന്റെ മക്കൾ സന്തോഷം കൊണ്ട് തുള്ളി ച്ചാടും. അവരുടെ താല്പര്യങ്ങൾ വിരുദ്ധതലങ്ങളിലേക്കാണ് വികസി ക്കുന്നതെങ്കിലും അവരുടെ ആഹ്ലാദത്തെ അതു ബാധിച്ചില്ല. അമിലിയും അത്ര വലിയ അസ്വസ്ഥതകളൊന്നും പ്രകടിപ്പിക്കാതെ ഭക്ഷണത്തിനു കൂടി. ഉച്ചഭക്ഷണശേഷം ഞങ്ങളുടെ കുടുംബമാകെ ജെർട്രൂഡിനൊപ്പം ഗ്രാമീണ ഭവനത്തിലേക്ക് ചായ സൽക്കാരത്തിനായി പുറപ്പെട്ടു. ആ ചായ

സൽക്കാരം എന്റെ മക്കളെ സംബന്ധിച്ച് ഒരു സദ്യ തന്നെയായി. ലൂയിസ് അവരെ മധുരംകൊണ്ടു നിറച്ചു. ഇത്തരം സന്ദർഭങ്ങളിൽ അമിലി ഒന്നിലും ശ്രദ്ധകൊടുക്കാതെ നിർജ്ജീവമായി ഇരിക്കാറാണു പതിവ്. അവൾ തന്റെ ബലംപിടുത്തമൊന്ന് വിട്ടപ്പോൾത്തന്നെ പത്തുവയസ്സു കുറഞ്ഞതായി തോന്നി. അവളുടെ രസഹീനമായ ജീവിതത്തിൽ അവൾക്ക് ഇതിൽ കൂടുതലൊന്നും ചെയ്യാൻ കഴിയില്ലായിരിക്കുമെന്ന് ഞാൻ സങ്കല്പിച്ചു.

മേയ് 18

സുഖകരമായ കാലാവസ്ഥ വീണ്ടും ആഗതമായി. വീണ്ടും പുറ ത്തേക്കിറങ്ങാനും ജെർട്രൂഡിനെ കാണാനും അവസരമൊരുങ്ങി. കഴിഞ്ഞ കുറെക്കാലമായി എനിക്കതിന് കഴിയുമായിരുന്നില്ല. വീണ്ടും മഞ്ഞുവീ ഴ്ചയുണ്ടാവുകയും റോഡുകൾ തകരുകയും ചെയ്തിരുന്നു. രണ്ടു ദിവസം മുമ്പുമാത്രമാണ് മഞ്ഞുവീഴ്ചയ്ക്ക് ശമനമുണ്ടായത്. കുറെക്കാലത്തിനു ശേഷമാണ് എനിക്കവളെ ഒറ്റയ്ക്ക് കാണാൻ കഴിയുന്നതും!

വേഗത്തിലാണ് ഞങ്ങൾ നടന്നിരുന്നത്. വീശിയടിച്ച തണുത്ത കാറ്റിൽ അവളുടെ കവിളുകൾ ചുവന്നു. മുടിനാരുകൾ മുഖത്തേക്ക് പാറി വീണു. പായൽ പിടിച്ച മതിലിനരികിലൂടെ നടന്നുപോകുമ്പോൾ ഞാൻ ഒന്നുരണ്ടു കാട്ടുപൂക്കൾ പൊട്ടിച്ചെടുത്ത് അവളുടെ തൊപ്പിമേൽ തിരുകി. ഇളകിപ്പോകാതിരിക്കാൻ മുടിയിഴകളാൽ ബന്ധിച്ചു.

ഞങ്ങൾ ഏറെയും മിണ്ടിയിരുന്നില്ലെങ്കിലും ഒരുമിച്ചു നടക്കാനായ തിന്റെ സന്തോഷത്തിലായിരുന്നു. പെട്ടെന്നായിരുന്നു ജർട്രൂഡ് അവളുടെ കാഴ്ചയില്ലാത്ത മുഖം എനിക്കുനേരെ തിരിച്ച് ചോദിച്ചത്:

"ജാക്യൂസ് ഇപ്പോഴും എന്നെ പ്രണയിക്കുന്നുവെന്ന് അങ്ങ് കരുതു ന്നുണ്ടോ?"

"എനിക്കു തോന്നുന്നത്, നിന്നിൽനിന്നും അകന്നുനില്ക്കാൻ അവൻ സ്വന്തം മനസ്സിനെ പരുവപ്പെടുത്തിക്കഴിഞ്ഞു എന്നാണ്."

ഞാൻ പെട്ടെന്ന് പറഞ്ഞു.

"ഞാൻ അങ്ങയെ പ്രണയിക്കുന്ന കാര്യം അവനറിയാമെന്ന് അങ്ങ് കരുതുന്നുണ്ടോ?"

അവൾ തുടർന്നു.

മേൽ സൂചിപ്പിച്ച സംസാരത്തിനുശേഷം പ്രണയം എന്ന വാക്കിനെ

പറ്റി തെല്ലും സൂചിപ്പിക്കാത്ത ആറുമാസങ്ങൾ കടന്നുപോയി. (അതിശ
യകരം തന്നെ!) ഞങ്ങൾ എപ്പോഴും മറ്റുള്ളവർക്ക് ഒപ്പമായിരുന്നു. അത്
ഒരു കണക്കിന് നന്നായി.... ജെർട്രൂഡിന്റെ ചോദ്യം എന്റെ ഹൃദയമിടിപ്പ്
വർദ്ധിപ്പിച്ചു. അതുമൂലം ഞാൻ നടത്തത്തിനു വേഗത കുറച്ചു.

"എന്റെ പ്രിയപ്പെട്ട ജെർട്രൂഡ്, എല്ലാവർക്കുമറിയാം ഞാൻ നിന്നെ
സ്നേഹിക്കുന്നുണ്ടെന്ന്."

ഞാൻ ഉടനെ പറഞ്ഞു.

എന്നാൽ അവൾ വിടാനുള്ള ഭാവത്തിലായിരുന്നില്ല.

"അല്ലല്ല, അങ്ങെന്റെ ചോദ്യത്തിനുള്ള ഉത്തരം തന്നില്ല."

അല്പനേരത്തെ നിശ്ശബ്ദതയ്ക്കുശേഷം തലതാഴ്ത്തി അവളിങ്ങനെ
പറഞ്ഞു:

"അമിലി ആന്റിക്കതറിയാം. അതാണവരെ ദുഃഖിതയാക്കുന്നതെന്ന്
എനിക്കുമറിയാം."

"അല്ലെങ്കിലും അവൾ എന്നും ദുഃഖിതയാണ്."

പതറിയ ശബ്ദത്തിലാണ് ഞാൻ പ്രതിരോധിച്ചത്; "ദുഃഖിതയായി
രിക്കുന്നത് അവളുടെ സ്വഭാവമായിക്കഴിഞ്ഞു."

അക്ഷമയോടെ അവളുടനെ പറഞ്ഞു:

"അങ്ങ് എന്നെ സമാധാനപ്പെടുത്താനാണ് ഇങ്ങനെയൊക്കെ പറ
യുന്നത്. എന്നാൽ എന്നെയങ്ങനെ സമാധാനപ്പെടുത്തേണ്ട കാര്യമില്ല.
എനിക്ക് ഉറപ്പുള്ള അനേകം കാര്യങ്ങളുണ്ട്, എന്നെ ബുദ്ധിമുട്ടിലാക്കു
മെന്നോ വിഷമിപ്പിക്കുമോ എന്നു പേടിച്ച് അങ്ങ് പറയാത്തതായിട്ട്.
എന്നാൽ അതുപോലെത്തന്നെ എനിക്കറിയാത്ത അനേകം കാര്യങ്ങളു
മുണ്ട്. അതുകൊണ്ടാണ് പലപ്പോഴും....!"

അവളുടെ ശബ്ദം നേർത്തു നേർത്തു വന്നു. ശ്വാസം പിടിക്കാനെ
ന്നവണ്ണം അവൾ സംസാരം നിർത്തി.

അപ്പോഴേക്കും ഞാൻ അവൾ നിർത്തിയ ഇടത്തുനിന്നും തുടങ്ങി.

ഞാൻ ചോദിച്ചു:

"അതുകൊണ്ടാണു പലപ്പോഴും...?"

"അതുകൊണ്ടാണു പലപ്പോഴും," വിഷമത്തോടെ അവൾ പറയാൻ
തുടങ്ങി, "അങ്ങയോടു ഞാൻ കടപ്പെട്ടിരിക്കുന്ന എല്ലാ സന്തോഷങ്ങളും
അജ്ഞതയുടെ അടിത്തറയിൽ കെട്ടിപ്പൊക്കിയതാണെന്നു ഞാൻ വിചാ
രിക്കുന്നത്."

"എന്നാൽ ജെർട്രൂഡ്...."

"വേണ്ട, ഞാൻ പറയട്ടെ - അത്തരത്തിലുള്ള ഒരു സന്തോഷം
എനിക്ക് വേണ്ട. അങ്ങ് മനസ്സിലാക്കണം, അത്തരത്തിലുള്ള... അത്തര
ത്തിലുള്ള സന്തോഷം എനിക്കാവശ്യമില്ലെന്ന്. അതിനെക്കാൾ ഞാനി
ഷ്ടപ്പെടുന്നത് എല്ലാം അറിയാനാണ്. അത്തരത്തിലുള്ള ധാരാളം കാര്യ
ങ്ങളുണ്ട് - ഉറപ്പായും സങ്കടകരമായ കാര്യങ്ങൾ - എനിക്ക് കാണാൻ
കഴിയാത്തതായി. എന്നാൽ അതെല്ലാം മറച്ചുവയ്ക്കാൻ നിങ്ങൾക്ക് ഒര

വകാശവുമില്ല. ഇക്കഴിഞ്ഞ മഞ്ഞുകാലത്ത് ഞാനേറെ ആലോചിച്ചു. അങ്ങെന്റ മുന്നിൽ അവതരിപ്പിച്ചതുപോലെ അത്ര മനോഹരമൊന്നുമല്ല ഈ ലോകം, പാസ്റ്റർ – അത് സത്യത്തിൽനിന്നും ഏറെ അകലെയുമാണ്."

"മനുഷ്യൻ അതിനു മുഖമില്ലാതാക്കിയെന്നതു ശരിതന്നെ." അവളുടെ മൂർച്ചയേറിയ വാദമുഖങ്ങൾ ഭയപ്പെടുത്തിയിട്ടെന്നപോലെ ഞാനതിനെ വഴിതിരിച്ചുവിടാൻ നോക്കി. അതിൽ വിജയിക്കാനുള്ള ഒരു സാദ്ധ്യതയും ഞാൻ കണ്ടുമില്ല. ഈ വാക്കുകൾക്ക് കാത്തിരിക്കുകയായിരുന്നു എന്നപോലെ അവൾ വേഗത്തിൽ അതേറ്റെടുത്തു; ഒരു ചങ്ങലയുടെ കളഞ്ഞുപോയ കണ്ണി തിരിച്ചു കിട്ടിയപ്പോഴെന്നപോലെ..

"സത്യം. പാപത്തിൽപെട്ടു പോകരുതെന്ന് എനിക്ക് വാശിയുണ്ട്."

കുറെയേറെ നേരം ഞങ്ങൾ ശബ്ദമുണ്ടാക്കാതെ വേഗത്തിൽ നടന്നു. അവൾ എന്തായിരിക്കും പറയുവാൻ ആഗ്രഹിക്കുന്നത്? അതിനെ മുൻകൂട്ടി പരിഗണിച്ചായിരിക്കും ഞാൻ ഇനി സംസാരിക്കുന്നത്. ഒരു തുലാസിലെന്നപോലെ സന്തുലിതാവസ്ഥയിൽ നില്ക്കുന്ന വിധിയെ വാക്കുകളാൽ പ്രകോപിപ്പിക്കാൻ ഞാൻ ഭയപ്പെട്ടു. അവൾക്ക് കാഴ്ച തിരിച്ചുകിട്ടാൻ സാദ്ധ്യതയുണ്ടെന്ന മാർട്ടിൻസ് പറഞ്ഞത് ഓർത്തപ്പോൾ പേടിപ്പെടുത്തുന്ന ഒരുതരം ആകാംക്ഷ എന്നെ പിടികൂടി.

"എനിക്കൊരു കാര്യം ചോദിക്കാനുണ്ട്, ഒടുവിൽ അവൾ പറയാൻ തുടങ്ങി," എന്നാൽ എങ്ങനെയത് പറയണമെന്ന് അറിയില്ല."

സംസാരിക്കാൻ അവൾക്ക് അവളുടെ എല്ലാ ശക്തിയും വേണം; കേൾക്കുവാൻ എനിക്കും. അവൾക്കുള്ളിൽ നീറുന്ന പ്രശ്നം എന്താണെന്ന് മുൻകൂട്ടി എങ്ങനെ ഞാനറിയാനാണ്?

"അന്ധയായ ഒരുവളുടെ കുഞ്ഞുങ്ങളും എപ്പോഴും അന്ധരായിരിക്കണമെന്നുണ്ടോ?"

"ഇല്ല, ജെർട്രൂഡ്. ചില അപൂർവ്വ സന്ദർഭങ്ങളിലൊഴികെ. അങ്ങനെ സംഭവിക്കുന്നതിനാകട്ടെ യാതൊരു കാരണവും ഇല്ലതാനും."

അവളാകെയൊന്ന് സമാധാനപ്പെട്ടതുപോലെ തോന്നി. എന്തിനാണ് അവൾ ഇപ്പോഴിത് അറിയുവാൻ ആഗ്രഹിക്കുന്നത് എന്ന് ചോദിക്കണമെന്ന് എനിക്കുണ്ടായിരുന്നു. അതിനുള്ള ധൈര്യമില്ലാത്തതിനാൽ അറച്ചുറച്ച് ഞാനിങ്ങനെ പറഞ്ഞു:

"എന്നാൽ ജെർട്രൂഡ്, കുഞ്ഞുങ്ങളുണ്ടാകാൻ ഒരാൾ ആദ്യം കല്യാണം കഴിക്കണമല്ലോ!"

"പാസ്റ്റർ അങ്ങനെ പറയരുത്. അത് ശരിയല്ലെന്ന് എനിക്കറിയാം."

"എനിക്ക് ഉചിതമെന്നു തോന്നിയ കാര്യമാണ് ഞാൻ നിന്നോട് പറഞ്ഞത്."

ഞാൻ എതിർക്കാൻ നോക്കി.

"മനുഷ്യന്റെയും ദൈവത്തിന്റെയും നിയമങ്ങൾ വിലക്കുന്ന കാര്യങ്ങൾ പ്രകൃതിനിയമങ്ങൾ അനുവദിക്കുമെന്ന കാര്യം ശരിയാണ്."

"അങ്ങ് എന്നോട് സദാ പറയുമായിരുന്നത് ദൈവത്തിന്റെ നിയമം

സ്നേഹത്തിന്റെ നിയമമമാണ് എന്നായിരുന്നല്ലോ."

"അത്തരം സ്നേഹം അനുകമ്പയുടെ വഴിയിലൂടെയല്ല സഞ്ചരിക്കു ന്നത്."

"അനുകമ്പയുടെ പേരിലാണോ അങ്ങനെ പ്രണയിക്കുന്നത്?"

"ജെർട്രൂഡ്, നിനക്കുതന്നെ അറിയാം, അത് അങ്ങനെയല്ലെന്ന്."

"എന്നാലങ്ങു സമ്മതിക്കണം നമ്മുടെ പ്രണയം ദൈവനിയമ ങ്ങൾക്കു പുറത്താണെന്ന്."

"എന്താണ് നീയതുകൊണ്ട് അർത്ഥമാക്കുന്നത്?"

"അങ്ങേക്കത് വ്യക്തമായും അറിയാം. ഞാനതു പറഞ്ഞുതരേണ്ട തില്ല."

ഒഴിഞ്ഞുമാറാൻ ഞാൻ ഒരു വിഫലശ്രമം നടത്തി നോക്കി. ഹൃദയ മിടിപ്പ് എന്റെ വാദമുഖങ്ങളെയും ആശയക്കുഴപ്പത്തിലാക്കി.

ഉൽക്കണ്ഠ നിറഞ്ഞ സ്വരത്തിൽ ഞാനൊടുവിൽ ചോദിച്ചു. "ജെർ ട്രൂഡ്, നിന്റെ പ്രണയം തെറ്റായിപ്പോയി എന്നു നീ കരുതുന്നുണ്ടോ?"

അവളുടനേ തിരുത്തി.

"നമ്മുടെ പ്രണയമെന്നാണ് ഞാനെന്നോട് പറയുവാൻ ആഗ്രഹി ക്കുന്നത്."

"പിന്നെ..."

എന്റെ ശബ്ദം വിനീതമായ ഒരു അഭ്യർത്ഥനയായാണ് എനിക്ക് തോന്നിയത്. ഒന്നു ശ്വാസമെടുക്കാനുള്ള സമയം പോലും കാക്കാതെ അവൾ പറയാൻ തുടങ്ങി:

"എനിക്ക് അങ്ങയെ സ്നേഹിക്കാതിരിക്കാനാവില്ല."

ഇതെല്ലാം സംഭവിച്ചത് ഇന്നലെയാണ്.

ആദ്യം, ഇതെല്ലാമെഴുതാൻ എനിക്ക് താല്പര്യമുണ്ടായിരുന്നില്ല. ഞങ്ങളുടെ നടത്തം എങ്ങനെ ചെന്നവസാനിച്ചു എന്നുപോലും എനിക്ക് ഓർത്തെടുക്കാനാവുന്നില്ല. ആരോ ഞങ്ങളെ പിന്തുടരുന്നു എന്ന തോന്ന ലിൽനിന്നെന്നപോലെ ഞങ്ങൾ വേഗത്തിൽ നടന്നു. അപ്പോഴും അവളുടെ കരങ്ങൾ എന്റെ കരങ്ങളോടു ചേർത്തുപിടിച്ചിരുന്നു. എന്റെ ആത്മാവ് ശരീരത്തിൽനിന്നും വേർപെട്ടുപോയ അവസ്ഥയിലായിരുന്നു. വഴിയിലെ ചെറുചരലുകൾ പോലും ഞങ്ങളെ ഭൂമിയിലൂടെ ഉരുട്ടിക്കൊണ്ടുപോകു ന്നതായി എനിക്കു തോന്നി.

മേയ് 19

    ഇന്നു രാവിലെ മാർട്ടിൻസ് തിരിച്ചെത്തി. ജെർട്രൂഡിന്റേത് ഓപ്പറേ ഷൻ ആവശ്യം വരുന്ന കേസാണ്. ഇക്കാര്യം മി. റൂവിന് തീർച്ചയുണ്ട്. എന്നാൽ കുറച്ചുദിവസം അവളെ അയാളുടെ സംരക്ഷണത്തിലാക്കണം. അത് നിഷേധിക്കാൻ എനിക്കു കഴിയില്ല. എങ്കിലും ആലോചിക്കാനായി അല്പസമയം എനിക്കു വേണം. മാത്രമല്ല അവളെ മാനസികമായി തയ്യാ റെടുപ്പിക്കണം. ഇത്തരമൊരവസരത്തിൽ എന്റെ മനസ്സ് സന്തോഷം കൊണ്ട് തുള്ളേണ്ടതാണ്. എന്നാൽ ഇന്നെന്റെ ഹൃദയം അസാധാരണ മാംവിധം ഭാരമേറിയതായി. അവളെ തയ്യാറെടുപ്പിക്കാൻ ഞാൻ കൂടുതൽ സമയം ആവശ്യപ്പെട്ടു. ജെർട്രൂഡിനോട് അവളുടെ കാഴ്ച തിരികെ കിട്ടു മെന്നു പറഞ്ഞാലോ എന്നു ചിന്തിച്ചപ്പോൾ എന്റെ ഹൃദയം തന്നെ നിലച്ച മട്ടായി.

മേയ് 19 രാത്രി

ഞാൻ ജെർട്രൂഡിനെ കണ്ടെങ്കിലും അവളോടൊന്നും പറഞ്ഞില്ല. ഉദ്യാന വസതിയിൽ ഈ സന്ധ്യാനേരത്ത് ആരെയും സ്വീകരണമുറിയിൽ കണ്ടില്ല. ഞാൻ പടിക്കെട്ടുകൾ കയറി അവളുടെ മുറിയിലേക്കു ചെന്നു. അവിടെ ഞങ്ങൾ മാത്രമേ ഉണ്ടായിരുന്നുള്ളൂ.

ഞാൻ അവളുടെ കരങ്ങൾ ഗ്രഹിച്ച് എന്റെ നെഞ്ചോടു ചേർത്തു പിടിച്ച് ദീർഘനേരം നിന്നു. അവൾ എതിർക്കാൻ മുതിർന്നില്ല. എന്നാൽ അവളുടെ മുഖം ഉയർത്തി എന്റെ മുഖത്തേക്കടിപ്പിച്ചു. ഞങ്ങളുടെ ചുണ്ടുകൾ അടുത്തു.

മേയ് മാസം 21

ദൈവമേ, ഞങ്ങൾക്കുവേണ്ടിയാണോ നീ ഇത്ര ആഴത്തിലും സൗന്ദര്യത്തിലും രാത്രിയെ മറച്ചുപിടിക്കുന്നത്? എനിക്കുവേണ്ടിയാണോ ഇത്? ജാലകത്തിലൂടെ സുഖശീതളമായ ഇളംകാറ്റ് അടിച്ചുകയറുകയും മാനത്ത് ചന്ദ്രൻ പ്രകാശമാനമായി വരുകയും ചെയ്യുമ്പോൾ ഞാനോ ജാലകത്തിനരികിലിരുന്ന് ആകാശത്തിന്റെ വിശാല നിശ്ശബ്ദതയിലേക്ക് കാത് കൂർപ്പിക്കുന്നു.

സൃഷ്ടിയുടെ എല്ലാ രൂപങ്ങളിൽനിന്നും വാക്കുകൾക്ക് വിശദീകരി ക്കാനാകാത്ത ആനന്ദനിർവൃതീലീനമായ ആരാധന ഉയരുന്നുവല്ലോ ദൈവമേ! എങ്ങോട്ടാണ് അതെന്റെ ഹൃദയത്തെ കൂട്ടിക്കൊണ്ടുപോകു ന്നത്? എനിക്ക് സ്വസ്ഥതയോടെ പ്രാർത്ഥിക്കുവാനാകുന്നില്ലല്ലോ. പ്രണ യത്തിനെന്തെങ്കിലും അതിരുകളുണ്ടെങ്കിൽ, എന്റെ ദൈവമേ അത് തീർത്തത് നീയല്ല, മനുഷ്യരാണല്ലോ. മനുഷ്യരുടെ കണ്ണിൽ എന്റെ പ്രണ യത്തിൽ എന്തെങ്കിലും തെറ്റ് അടങ്ങിയിട്ടുണ്ടെന്നു കാണുന്നുണ്ടെ ങ്കിൽത്തന്നെ നിന്റെ ദൃഷ്ടിയിൽ അതു പവിത്രമാണെന്നെന്നോടു പറയൂ.

പാപം എന്ന ചിന്തയിൽനിന്നും ഉയരാൻ ഞാൻ നോക്കുന്നു; എന്നാൽ പാപം എനിക്ക് സഹിക്കാനാവുന്നില്ല. ഞാൻ ക്രിസ്തുവിനെ ഒരിക്കലും കൈവിടുകയില്ല. ഇല്ല, ജെർത്രൂഡിനെ പ്രണയിക്കുന്നതിൽ പാപ മുണ്ട് എന്നു ഞാൻ കരുതുന്നില്ല. ഈ പ്രണയം എന്റെ ഹൃദയത്തിൽ നിന്നും പറിച്ചുമാറ്റാനാകണമെങ്കിൽ അതിരിക്കുന്ന ഹൃദയത്തോടൊപ്പം മാത്രമേ കഴിയുകയുള്ളൂ. ഇതിനകം ഞാനവളെ പ്രണയിച്ചിട്ടില്ല എന്നു വരികിൽ കാരുണ്യത്തിന്റെ പേരിൽ അവളെ പ്രണയിക്കുക എന്റെ ഉത്ത രവാദിത്വമാണ്. അവളോടുള്ള പ്രണയം ഞാൻ അവസാനിപ്പിച്ചാൽ അതൊരു വഞ്ചനയാകും. അവൾക്കെന്റെ പ്രണയം വേണം. ദൈവമേ,

ഞാനറിയുന്നില്ല... ഞാനൊന്നുമറിയുന്നില്ല. എല്ലാമറിയുന്നവൻ നീയാണ്. നീ എന്റെ വഴികാട്ടിയായായാലും. എന്റെ ചുറ്റും ഇരുൾവന്നു മൂടുന്നതായി എനിക്കു ചിലപ്പോഴെല്ലാം തോന്നുന്നുണ്ട്. അവളിൽ വന്നുചേരാൻ പോകുന്ന പ്രകാശം എനിക്കാണല്ലോ നിഷേധിക്കപ്പെടുവാൻ പോകുന്നത്.

ലൂസാനിലെ ആശുപത്രിയിലേക്ക് ജെർട്രൂഡ് ഇന്നലെ പോയി. മൂന്നാഴ്ചക്കാലത്തേക്ക് അവൾ പുറത്തേക്കു വരില്ല. അതീവ ഉൽക്കണ്ഠയോടെ അവളുടെ മടങ്ങിവരവും കാത്ത് ഞാനിരിക്കുന്നു. മാർട്ടിൻസ് അവളെയും കൂട്ടി മടങ്ങിയെത്തും. അതിനുമുമ്പ് അവളെ കാണാൻ ശ്രമിക്കരുതെന്ന് അവൾ എന്നെക്കൊണ്ട് പ്രതിജ്ഞ ചെയ്യിച്ചിരുന്നു.

മേയ് 22

മാർട്ടിൻസിൽനിന്നും ഒരു കത്തുകിട്ടി.
ശസ്ത്രക്രിയ വിജയകരം. ദൈവത്തിനു നന്ദി.

മേയ് 24

ഇതുവരെ എന്നെ കാണാതെ പ്രണയിച്ചവൾ ഇനി എന്നെ കാണു മ്പോൾ എന്താണു സംഭവിക്കുക എന്നോർത്ത് ഞാൻ അസ്വസ്ഥനായി. അവളെന്നെ തിരിച്ചറിയുമോ? ജീവിതത്തിലാദ്യമായി ഞാൻ കണ്ണാടി മുമ്പാകെ നിന്ന് എന്നെ പരിശോധിച്ചു. അവളുടെ കണ്ണുകൾ ഹൃദയത്തെ ക്കാൾ ഭയരഹിതമാണെന്നു തോന്നിയാൽ, പ്രണയരഹിതമായി തോന്നി യാൽ എനിക്കെന്താവും സംഭവിക്കുക? എന്റെ ദൈവമേ എനിക്കു ചില പ്പോഴൊക്കെ തോന്നാറുണ്ട്, എനിക്കവളുടെ പ്രണയം വേണ്ടിവരുന്നത് നിന്റെ സ്നേഹത്തിനു വേണ്ടിയാണെന്ന്!

ജൂൺ 8

ഈ അടുത്ത ദിവസങ്ങളിൽ വന്നുചേർന്ന അസാധാരണമായ പണിത്തിരക്കുമൂലം സമാധാനത്തോടെ കാര്യങ്ങൾ കടന്നുപോയി. ഏതു തരം പ്രവൃത്തിയും അനുഗ്രഹം നിറഞ്ഞ ഒന്നായി ഞാൻ കരുതുന്നു. എന്നാൽ എല്ലാ ദിവസങ്ങളിലും ഞാൻ ഏതെല്ലാം പ്രവൃത്തികളിൽ ഏർപ്പെട്ടാലും അവളെപ്പറ്റിയുള്ള ചിന്ത വിടാൻ കൂട്ടാക്കാതെ എന്നോടൊപ്പം സദാ ഉണ്ടാവും. അവൾ നാളെ മടങ്ങിയെത്തുകയാണ്. അടുത്ത ദിവസങ്ങളിൽ അമിലിയുടെ നല്ലവശങ്ങൾ മാത്രമേ പുറത്തുകണ്ടുള്ളൂ. ജെട്രൂഡിനെ സ്വീകരിക്കാൻ കുട്ടികൾക്കൊപ്പം ചേർന്ന് അവൾ ആഘോഷത്തിന്റെ ഒരു അന്തരീക്ഷം സൃഷ്ടിച്ചു. ഒരുപക്ഷേ, അതെന്നെ എന്റെ ചിന്തകളിൽനിന്നും പിന്തിരിപ്പിക്കാനായിട്ടാകണം.

ജൂൺ 9

ഗസ്പാഡും ഷാർലറ്റും കാട്ടുപൂക്കൾ ആവോളം ശേഖരിച്ചു. റോസി ലിത്തള്ള സ്മാരകസ്തൂപം പോലുള്ള ഒരു കേക്കുണ്ടാക്കി. സാറ അതി ന്മേൽ സുവർണ്ണക്കടലാസുകളാൽ അലങ്കാരങ്ങൾ നടത്തി. അവളെ ഉച്ച ഭക്ഷണത്തിന് ഞങ്ങൾ പ്രതീക്ഷിക്കുകയാണ്. സമയം തള്ളിനീക്കാൻ വേണ്ടി ഞാൻ എഴുത്തിൽ മുഴുകി. മണി പതിനൊന്നടിച്ചു. ഓരോ നിമി ഷവും ഞാൻ തലപൊക്കി മാർട്ടിൻസിന്റെ കുതിരവണ്ടി വരുന്ന വഴിയി ലേക്ക് നോക്കി. പുറത്തേക്കിറങ്ങിച്ചെന്ന് അവരെ സ്വീകരിക്കാനുള്ള ഉൾപ്രേരണ ഞാൻ നിയന്ത്രിച്ചു. മറ്റുള്ളവർക്കൊപ്പം ചേർന്നല്ലാതെ അവളെ സ്വീകരിക്കുന്നത് ഉചിതമായിരിക്കില്ല. പ്രത്യേകിച്ചും അമിലിക്കു വേണ്ടിയെങ്കിലും. എന്റെ ഹൃദയം അമിതമായി സ്പന്ദിക്കാൻ തുടങ്ങു ന്നു. ഇതാ, അവരിങ്ങെത്തിക്കഴിഞ്ഞു.

ജൂൺ 9 സായാഹ്നം

എന്തു നശിച്ച അന്ധകാരത്തിലേക്കാണ് ഞാൻ ചെന്നുപെട്ടത്.
ദൈവമേ എന്തു പരിതാപകരമായ അവസ്ഥയാണിത്? ഞാൻ അവ
ളോടുള്ള പ്രണയത്തെ നിരാകരിക്കും. എന്നാൽ ദൈവമേ അവളെ മര
ണത്തിലേക്ക് തള്ളിവിടരുതേ. എന്റെ ഭയം എത്ര ശരിയായി വന്നു!
എന്താണവൾ ചെയ്തത്?
എന്തായിരുന്നു അവൾ ചെയ്യാൻ ആഗ്രഹിച്ചത്?
അമിലിയും സാറയും എന്നോടു പറഞ്ഞത് അവൾ ഉദ്യാനവസതി
യുടെ വാതിൽക്കലോളം ചെന്നപ്പോൾ മിസ് ദെ ല എം അവളെയും കാത്ത്
അവിടെ നില്പുണ്ടായിരുന്നു. അപ്പോൾ അവൾ വീണ്ടും പുറത്തേക്കു
പോയോ.... എന്താണ് സംഭവിച്ചത്?
ഞാനെന്റെ ചിന്തകളെ ക്രമപ്പെടുത്താൻ പണിപ്പെട്ടു. അവർ പറഞ്ഞ
കാര്യങ്ങൾ ഉൾക്കൊള്ളാൻ കഴിയാത്തതും പരസ്പരവിരുദ്ധവുമായിരുന്നു.
എന്റെ മനസ്സും അങ്ങേയറ്റം ആശയക്കുഴപ്പത്തിലായിരുന്നു. മിസ്. ദെ ല
എം എന്റെ തോട്ടം സൂക്ഷിപ്പുകാരൻ അവളെ ഇപ്പോൾ ബോധരഹിതയായി
കൊണ്ടുവന്നേയുള്ളൂ. അവൻ പറഞ്ഞത്, അവൻ നോക്കുമ്പോൾ അവൾ
പുഴയിലേക്ക് നടക്കുകയായിരുന്നുവെന്നാണ്. പൂന്തോട്ട കവാടവും കടന്ന്
അവൾ പുഴയിലേക്ക് എടുത്തുചാടി അപ്രത്യക്ഷയായത്രെ! അവൾ പുഴ
യിലേക്കു ചാടിയ കാര്യം ആദ്യം അവന് തിരിച്ചറിയാനായില്ല. അതു
കൊണ്ടുതന്നെ അവളെ സഹായിക്കുവാൻ ഓടിയെത്തിയില്ല. പുഴയുടെ
ഒഴുക്കിൽപ്പെട്ട് അവൾ ചീപ്പിനരികിൽ എത്തുകയായിരുന്നു. സംഭവം
കഴിഞ്ഞ അടുത്തനിമിഷത്തിൽ ഞാനവളെ കാണുമ്പോൾ അവൾക്ക്
ബോധം തിരിച്ചുകിട്ടിയിട്ടുണ്ടായിരുന്നില്ല. അല്ലെങ്കിൽ അവൾക്ക് വീണ്ടും
ബോധം നഷ്ടമായിരിക്കണം. സമയോചിതമായ ഇടപെടൽ കാരണം

അവൾക്ക് ബോധം അല്പനേരത്തേക്ക് തിരിച്ചു ലഭിച്ചിട്ടുണ്ടാകണം. ഭാഗ്യ
ത്തിന് മാർട്ടിൻസ് മടങ്ങിപ്പോയിരുന്നില്ല. എന്നാൽ അവൾ ആണ്ടുപോയ
ബോധക്കേടിന്റെ ആഴം അയാൾക്ക് മനസ്സിലാക്കാനായില്ല. അയാൾ വൃഥാ
വിൽ അവളെ ചോദ്യം ചെയ്തു. ഒന്നുകിൽ ഒന്നും കേൾക്കുന്നുണ്ടായി
രുന്നില്ല. അല്ലെങ്കിൽ ഒന്നും മിണ്ടേണ്ടതില്ല എന്നു തീരുമാനിച്ചിട്ടുണ്ടാ
വണം. വളരെ പണിപ്പെട്ടാണ് അവൾ ശ്വാസമെടുത്തിരുന്നത്. ന്യൂമോ
ണിയ പിടിപെട്ടോയെന്ന് മാർട്ടിൻസ് സംശയിച്ചു. പ്രാഥമിക ശുശ്രൂഷ
കൾക്ക് വേണ്ട നിർദ്ദേശം നൽകിയശേഷം അടുത്തദിവസം വരാമെന്നു
പറഞ്ഞ് മാർട്ടിൻസ് പോയി. രക്ഷിക്കാനുള്ള ശ്രമത്തിൽ അവളെ ഏറെ
നേരം നനഞ്ഞ വസ്ത്രങ്ങളിൽത്തന്നെ കിടത്തിയത് തെറ്റായിരുന്നു. പുഴ
യിലെ വെള്ളം ഹിമം പോലെ തണുത്തിരുന്നു. മിസ് ദ ലാ എം... മാത്ര
മാണ് അവൾ പറഞ്ഞ ചില വാക്കുകൾ കേട്ടത്. "മറക്കരുത് എന്നെ"
(forget me nots) എന്നു പേരിട്ടു വിളിക്കുന്ന ജലപുഷ്പങ്ങൾ ശേഖരി
ക്കുവാനായിട്ടാണത്രെ അവൾ പുഴയിലേക്കു പോയത്. അത്തരം ചെടി
കൾ പുഴക്കരയിൽ സമൃദ്ധമായി വളരുന്നുണ്ട്. പൂക്കളിലേക്കുള്ള ദൂരമോ
പുഴയുടെ ആഴമോ അവൾക്ക് പരിചിതമായിരുന്നില്ല. ചിലപ്പോൾ ഒഴുകി
നടക്കുന്ന പൂച്ചെടിവ്യൂഹത്തെ അവൾ ഉറപ്പുള്ള തറയായി തെറ്റിദ്ധരിച്ചി
ട്ടുണ്ടാവണം. അതുമൂലം കാലുറയ്ക്കാതെ പുഴയിലേക്കു എത്തിയിട്ടു
ണ്ടാകണം. എനിക്കങ്ങനെ വിശ്വസിക്കുവാൻ കഴിഞ്ഞെങ്കിൽ! അതൊരു
അപകടം മാത്രമായിരുന്നുവെന്ന് എനിക്ക് എന്നത്തന്നെ ബോധ്യപ്പെ
ടുത്താനായെങ്കിൽ എന്റെ ഹൃദയത്തിൽനിന്നും എത്ര വലിയൊരു ഭാരം
ഇറക്കിവെക്കാൻ കഴിയുമായിരുന്നു. ഭക്ഷണസമയത്ത് എല്ലാവരും ഉല്ലാ
സഭരിതരായിരുന്നുവെങ്കിലും അവളുടെ മുഖത്തുനിന്നും നിഗൂഢമായ
പുഞ്ചിരി ഒരിക്കലും മാഞ്ഞുപോയില്ല. അതെന്നെ അങ്ങേയറ്റം അസ്വ
സ്ഥനാക്കി. അത്തരത്തിൽ ബോധപൂർവ്വം വരുത്തിയ ഒരു ചിരി അവ
ളുടെ മുഖത്ത് മുമ്പൊരിക്കലും ഞാൻ കണ്ടിട്ടില്ല. അവൾക്ക് പുതിയതായി
ലബ്ധമായ കാഴ്ചയിൽ നിന്നാവാം ഇത്തരമൊരു ചിരി വരുന്നതെന്ന്
ഞാനെന്നെ വിശ്വസിപ്പിക്കുവാൻ പാടുപെട്ടു. കണ്ണുനീർപോലെ അവളുടെ
മുഖത്തേക്ക് ഒലിച്ചിറങ്ങിയതായിരുന്നു ആ പുഞ്ചിരി. ചുറ്റുമുള്ളവരുടെ
അമിതാഹ്ലാദ പ്രകടനങ്ങൾ ഒരുതരം കടന്നാക്രമണം പോലെ അനുഭവ
പ്പെട്ടു. അവൾ ആ ആഹ്ലാദപ്രകടനങ്ങളിൽ പങ്കുചേർന്നില്ല. ഞങ്ങൾ മാത്ര
മാകുമ്പോൾ പറയാൻ തക്കവണ്ണം ഏതോ ഒരു രഹസ്യം അവൾ കണ്ടു
പിടിച്ചിട്ടുണ്ടാവണം. അവൾ വലുതായൊന്നും സംസാരിച്ചില്ല. അതിൽ
മറ്റാർക്കും അതിശയം തോന്നിയിട്ടുണ്ടാവില്ല. കാരണം, അവൾ മറ്റുള്ള
വർക്കൊപ്പമാകുമ്പോൾ നിശ്ശബ്ദയായിരിക്കുകയാണ് പതിവ്. പ്രത്യേകിച്ച്
അവരുടെ സന്തോഷപ്രകടനങ്ങൾ പാരമ്യതയിലേക്കു നീങ്ങാൻ തുടങ്ങു
മ്പോൾ.

ദൈവമേ ഞാൻ നിന്നോടു യാചിക്കുന്നു, അവളോടു സംസാരിക്കു
വാൻ എന്നെ അനുവദിച്ചാലും. എനിക്കറിയണം. അല്ലെങ്കിൽ ഞാനെ

ങനെ തുടർന്നും ജീവിക്കും? യഥാർത്ഥത്തിൽ അവൾ തന്റെ ജീവനൊ ടുക്കാൻ തന്നെ ആഗ്രഹിച്ചിരുന്നുവെങ്കിൽ അവൾ 'അറിഞ്ഞതു' കൊണ്ടു മാത്രമാണോ? എന്തറിഞ്ഞു? പ്രിയപ്പെട്ടവളേ, എന്തു ഭീകരമായ കാര്യമാ യിരുന്നു നീ പഠിച്ചത്? അത്ര മാരകമായ എന്താണ് ഞാൻ നിന്നിൽനിന്നും മറച്ചുപിടിച്ചത്? എന്തായിരുന്നു അത്രപെട്ടെന്ന് നീ കണ്ടത്?

അവളുടെ കിടക്കയ്ക്കരികിൽ ഞാൻ രണ്ടു മണിക്കൂർ ചെലവിട്ടു. എന്റെ കണ്ണുകൾ ഒരിക്കലും അവളുടെ നെറ്റിയിൽ നിന്നും വിളറിയ കവി ളുകളിൽനിന്നും ദുർബ്ബലമായ കൺപോളകളിൽ നിന്നും പിന്മാറിയില്ല. അവളുടെ കണ്ണുകൾ വെളിപ്പെടുത്താനാവാത്ത ഏതോ ദുഃഖഭാരത്താൽ അടഞ്ഞിരുന്നു. അപ്പോഴും നനവു മാറാത്ത അവളുടെ തലമുടി കടൽ സസ്യങ്ങൾ പോലെ തലയണമേൽ ചിതറിക്കിടന്നിരുന്നു. അവളുടെ പ്രയാ സകരവും ക്രമരഹിതവുമായ ശ്വാസോച്ഛ്വാസത്തിൽ ശ്രദ്ധയൂന്നി ഞാൻ അവൾക്കരികിലിരുന്നു.

ജൂൺ 10

ഉദ്യാനവസതിയിലേക്ക് പോകാൻ തയ്യാറെടുത്തുകൊണ്ടിരിക്കുമ്പോ
ഴാണ് മിസ് ലൂയിസ് എനിക്കായി ആളെ അയച്ചത്. സാമാന്യം ശാന്ത
മായ രാത്രിക്കുശേഷം ജെർട്രൂഡ് മയക്കം വിട്ടുണർന്നു. ഞാനവളുടെ
മുറിയിലേക്കു കടന്നപ്പോൾ അവൾക്കരികിലേക്ക് ചെന്നിരിക്കാൻ അവൾ
അടയാളം കാട്ടി. അവളെ അനുസരിക്കാതിരിക്കാൻ എനിക്കായില്ല. അവൾ
എന്റെ ചോദ്യങ്ങളെ ഭയക്കുന്നുവെന്ന കാര്യത്തിൽ സംശയമില്ല. വൈകാ
രികമായി ഉണ്ടായേക്കാവുന്ന എന്തിനെയോ തടയാനെന്നോണം അവൾ
പറഞ്ഞു:

"പുഴയിൽ നിന്നും ഞാൻ ശേഖരിക്കാൻപോയ ആ ചെറിയ നീല
പൂവുകളെ എന്താണു വിളിക്കുക? നീലാകാശത്തിന്റെ നിറമുള്ള പൂവു
കൾ, അല്ലേ? എന്നെപ്പോലെ മണ്ടത്തരം കാണിക്കാതെ എനിക്ക് ഒരു പിടി
പൂവുകൾ പറിച്ചുതരാനാകുമോ? എന്റെ കിടക്കയ്ക്കരികിൽ അവ
വയ്ക്കാൻ എനിക്ക് ഇഷ്ടമാണ്...."

അവളുടെ വ്യാജമായ സന്തോഷപ്രകടനം എന്നെ ഭയചകിതനാക്കി.
അതവൾക്ക് മനസ്സിലായെന്ന കാര്യം ഉറപ്പാണ്. അതുകൊണ്ടാവാം കൂടു
തൽ മാരകമായി അവൾ ചോദിച്ചു:

"ഇന്നു രാവിലെ എനിക്ക് അങ്ങയോട് സംസാരിക്കാനായില്ല. എനിക്ക്
നല്ല ക്ഷീണമുണ്ടായിരുന്നു. പോയി ആ പൂവുകൾ എനിക്കായി ശേഖ
രിച്ചു വരൂ. അങ്ങനെ ചെയ്യില്ലേ? കുറച്ചു കഴിഞ്ഞ് അങ്ങേക്ക് വീണ്ടും
വരാം."

അതിനുശേഷം ഏകദേശം ഒരു മണിക്കൂർ കഴിഞ്ഞ് ഞാനവൾക്ക്
നല്കാൻ ഒരു പിടി 'മറക്കരുതെന്നെ' പൂവുകളുമായി എത്തി. ജെർട്രൂഡ്
വിശ്രമത്തിലാണെന്നും അതുകൊണ്ട് വൈകുന്നേരത്തിനുമുമ്പ് അവളെ

കാണാൻ കഴിയുകയില്ലെന്ന് മിസ് ലൂയിസ് എന്നെ അറിയിച്ചു.

വൈകുന്നേരം ഞാനവളെ വീണ്ടും കണ്ടു. അവൾ കിടക്കുകയായി രുന്നു. ഏറെക്കുറെ കിടക്കയിൽ ഇരിക്കുന്നമാതിരി. തലയണകൾ അടുക്കി വച്ച് അതിന്മേലാണ് കിടന്നിരുന്നത്. ഇപ്പോഴവളുടെ മുടി വാരിക്കെട്ടപ്പെ ട്ടിരുന്നു. ഞാൻ കൊടുത്ത 'മറക്കരുതെന്നെ' (forget me nots) പൂവുകൾ അതിൽ ചൂടിയിട്ടുണ്ടായിരുന്നു. പൂവുകൾ നെറ്റിയിലേക്ക് ചാഞ്ഞിരുന്നു.

അവൾ ആകെ പനിച്ചു വിറയ്ക്കുന്നതായും ശ്വാസമെടുക്കാൻ പാടു പെടുന്നതായും കാണപ്പെട്ടു. അവൾക്കു നേരെ നീട്ടിയ എന്റെ കരങ്ങ ളിൽ അവളുടെ പൊള്ളുന്ന കൈവച്ചു. അങ്ങനെതന്നെ ഞാനവിടെ ഏറെ നേരം നിന്നു.

"പാസ്റ്റർ, അങ്ങയോട് ചിലത് എനിക്ക് തുറന്നു പറയണം; കാരണം ഇന്നു വൈകുന്നേരത്തിനുള്ളിൽ ഞാൻ മരണപ്പെടുമെന്ന് ഭയപ്പെടുന്നു" അവൾ തുടർന്നു.

"ഇന്നു രാവിലെ ഞാൻ പറഞ്ഞത് നുണയായിരുന്നു. ഞാൻ പൂക്ക ളിറുക്കാൻ പോയതല്ല. ഞാൻ ആത്മഹത്യചെയ്യാൻ തുനിഞ്ഞതാണെന്നു പറഞ്ഞാൽ എനിക്കു മാപ്പുതരുമോ?"

ഞാനവളുടെ കട്ടിലിനരികിൽ മുട്ടുകുത്തി. അപ്പോഴും ഞാനവളുടെ ദുർബ്ബലകരങ്ങൾ എന്റെ കൈകളിൽ ചേർത്തുപിടിച്ചിരുന്നു. അവൾ കൈകൾ മെല്ലെ വേർപെടുത്തി എന്റെ തല തടവി. അപ്പോൾ ഞാൻ എന്റെ മുഖം കണ്ണീരൊളിപ്പിക്കാനും തേങ്ങൽ മറയ്ക്കാനുമായി കിടക്ക വിരിയിൽ പൂഴ്ത്തി.

"അത് അത്രയും വലിയ തെറ്റായി അങ്ങു കരുതുന്നുണ്ടോ?" അവൾ ആർദ്രമായി ചോദിച്ചു. ഞാനതിനു മറുപടി പറഞ്ഞില്ല.

"എന്റെ കൂട്ടുകാരാ, ഞാൻ നിങ്ങളുടെ ഹൃദയത്തിലും ജീവിത ത്തിലും ആവശ്യത്തിലേറെ ഇടം പിടിച്ചു. ഞാൻ അങ്ങയിലേക്ക് മടങ്ങി യെത്തിയപ്പോൾ പെട്ടെന്ന് എനിക്ക് ബോദ്ധ്യമായത് ആ സ്ഥലം വേറൊ രാളിന് അവകാശപ്പെട്ടതാണെന്നും അതവർക്ക് ദുഃഖമുണ്ടാക്കും എന്നു മാണ്. എനിക്ക് പെട്ടെന്ന് അതു മനസ്സിലായില്ല എന്നതാണ് എന്റെ കുറ്റം. അല്ലെങ്കിൽത്തന്നെയും പിന്നീട് എനിക്കത് മനസ്സിലാകുമായിരുന്നു. എന്നാൽ അവരുടെ മുഖം പെട്ടെന്ന് നേരിൽ കണ്ടപ്പോൾ പാവപ്പെട്ട ആ മുഖത്ത് ദുഃഖം നിറഞ്ഞിരിക്കുന്നത് ഞാൻ കണ്ടു. ആ ദുഃഖത്തിനു കാരണം ഞാനാണെന്ന കാര്യം എനിക്ക് താങ്ങുവാനായില്ല. ഒരിക്കലും അങ്ങ് സ്വയം കുറ്റപ്പെടുത്തരുത്, ഒന്നിനും. എന്നെ പോകാനനുവദിക്കൂ. അവരുടെ സന്തോഷം അവർക്കു തിരികെ നല്കൂ."

എന്റെ ശിരസ്സിന്മേൽ തലോടിക്കൊണ്ടിരുന്ന കൈകൾ നിശ്ചലമായി. ഞാനാ കൈകൾ കവർന്ന് ചുംബനവും കണ്ണീരും കൊണ്ടും നിറച്ചു. അവൾ അക്ഷമയോടെ കൈകൾ പിൻവലിച്ചു. പുതിയതായി വന്ന ഏതോ വികാരം പോലെ അവൾ തീവ്രവേദന കൊണ്ടു പുളഞ്ഞു.

"അതല്ല ഞാനങ്ങയോടു പറയാൻ വന്നത്. അവൾ ആവർത്തിക്കാൻ

തുടങ്ങി. അവളുടെ നെറ്റിയിലൂടെ വിയർപ്പ് ഒലിച്ചിറങ്ങുന്നത് കണ്ടു. എന്നി
ട്ടവൾ കുറേനേരത്തേക്ക് കണ്ണുകൾ അടച്ചുപിടിച്ചു. അവളുടെ ചിന്തകൾക്ക്
ഏകാഗ്രത വരുത്തുവാനോ അന്ധത വീണ്ടെടുക്കുവാനോ ആയിട്ടെന്ന
പോലെ. മെല്ലെ തുടങ്ങി പിന്നെ വിലാപം പോലെ പൊങ്ങിവന്ന ശബ്ദ
ത്തിൽ, കണ്ണുകൾ തുറന്നുപിടിച്ച്, ഉച്ചത്തിലും ധൃതിപിടിച്ചും അവൾ
പറഞ്ഞു:

"അങ്ങെനിക്ക് കാഴ്ച തിരിച്ചു തന്നപ്പോൾ ഞാൻ സ്വപ്നം കണ്ട
തിലും എത്രയോ മനോഹരമായിട്ടാണ് ഈ ലോകം എനിക്ക് അനുഭവ
പ്പെട്ടത്. പകൽവെട്ടം ഇത്രയേറെ സുന്ദരമാണെന്ന് ഞാൻ കരുതിയതേ
യില്ല. കാറ്റ് ഇത്ര ഉജ്ജ്വലമാണെന്നും ആകാശം ഇത്രയും വിശാലമെന്നും
തോന്നിയില്ല. ആളുകളുടെ മുഖം ഇത്രമാത്രം പരിഗണന നല്കുന്നതാ
ണെന്നും കരുതിയിരുന്നില്ല. ഞാൻ നിങ്ങളുടെ വീട്ടിലേക്ക് കാലുകുത്തി
യപ്പോൾ അങ്ങേക്കറിയുമോ എന്തായിരിക്കും ആദ്യം എന്നെ സ്തബ്ധ
യാക്കിയതെന്ന്? ദൈവമേ, അതെനിക്ക് സഹിക്കുവാനായില്ലല്ലോ! എനി
ക്കിത് അങ്ങയോട് പറയണം. ആദ്യം തന്നെ ഞാൻ കണ്ടത് നമ്മുടെ
തെറ്റായിരുന്നു. നമ്മുടെ പാപമായിരുന്നു. വേണ്ട, അങ്ങ് എതിർക്കണ്ട.
ക്രിസ്തുവിന്റെ വാക്കുകൾ അങ്ങ് ഓർക്കുന്നുണ്ടോ? "നിങ്ങൾ അന്ധരെ
ങ്കിൽ നിങ്ങളിൽ പാപമുണ്ടാകില്ല." എന്നാലിപ്പോൾ എനിക്ക് കാണുവാ
നാകും. പാസ്റ്റർ, എഴുന്നേല്ക്കൂ, എന്റെ അരികിലിരിക്കൂ. തടസ്സപ്പെടു
ത്താതെ ഞാൻ പറയുന്നത് കേൾക്കൂ. ആശുപത്രിയിൽ കിടന്ന ദിവസ
ങ്ങളിൽ എനിക്കറിയാത്ത ബൈബിൾ ഭാഗങ്ങൾ ഞാൻ വീണ്ടും വായിച്ചു.
അല്ലെങ്കിൽ എനിക്കായി വായിച്ചുതന്നു. അതിൽ ചിലത് അങ്ങ് എനി
ക്കൊരിക്കലും വായിച്ചുതരാത്തവയാണ്. വിശുദ്ധ പൗലോസിന്റെ
പുസ്തകം ഞാനാ ദിവസം മുഴുവൻ ആവർത്തിച്ചു വായിച്ചു. ഞാൻ ഒരു
കാലത്ത് ന്യായപ്രമാണം കൂടാതെ ജീവിച്ചിരുന്നു. എന്നാൽ കല്പന വന്ന
പ്പോൾ പാപം വീണ്ടും ജീവിക്കയും ഞാൻ മരിക്കയും ചെയ്തു."

അത്ഭുതത്തിന്റെ പാരമ്യാവസ്ഥയിൽ നിന്നുകൊണ്ട് ഉച്ചത്തിലാണ
വൾ ഓരോ വാക്കും പറഞ്ഞത്. അവസാനത്തെ വാക്കുകൾ അവൾ
ശകാരം പോലെയാണുച്ചരിച്ചത്. ഞങ്ങളുടെ സംസാരം പുറത്തുനില്ക്കു
ന്നവർ കേട്ടേക്കുമോ എന്നു വിചാരിച്ച് ഞാൻ അസ്വസ്ഥനായി. എന്നിട്ട
വൾ കണ്ണുകൾ അടച്ചുപിടിച്ച് പിറുപിറുക്കുന്നപോലെയും അവൾക്കായി
മാത്രമെന്നപോലെയും പറഞ്ഞു.

"പാപം വീണ്ടും ജീവിക്കയും ഞാൻ മരിക്കയും ചെയ്തു." ഞാൻ
വിറച്ചുപോവുകയും ഭീതിയാൽ മരവിച്ചുപോവുകയും ചെയ്തു. ഞാന
വളുടെ ചിന്തകളെ മാറ്റിക്കളയാൻ നോക്കി.

"ആ ഭാഗം ആരാണു നിനക്ക് വായിച്ചുതന്നത്" ഞാൻ ചോദിച്ചു.

"ജാക്യൂസ്"

കണ്ണുകൾ തുറന്ന് എനിക്കു നേരെ നോക്കി അവൾ പറഞ്ഞു.

"അവൻ പരിവർത്തനം നടത്തി പുരോഹിതനാകാൻ പോകുന്ന

കാര്യം അങ്ങേക്കറിയുമേോ?"

ഇത് എനിക്ക് സഹിക്കാവുന്നതിനും അപ്പുറമായിരുന്നു. അവളോട് നിർത്താൻ പറയണമെന്നുണ്ടായിരുന്നു, എനിക്ക്. എന്നാൽ അപ്പോഴേക്കും അവൾ പറയാൻ തുടങ്ങിക്കഴിഞ്ഞിരുന്നു.

"എന്റെ സുഹൃത്തേ ഞാൻ നിങ്ങളെ ഏറെ വിഷമിപ്പിക്കാൻ പോവു കയാണ്. എന്നാൽ ഒരു കാര്യം നമുക്കിടയിൽ ഒരു കാപട്യവും ഉണ്ടാക രുത്. ഞാൻ ജാക്യൂസിനെ കണ്ട മാത്രയിൽ ഞാൻ തിരിച്ചറിഞ്ഞ കാര്യം ഞാൻ നിങ്ങളെയല്ല ജാക്യൂസിനെയാണ് പ്രണയിച്ചിരുന്നതെന്ന്. അവന് നിങ്ങളുടെ ഛായയാണ്, ഞാൻ നിങ്ങളുടേതെന്ന് സങ്കല്പിച്ചിരുന്ന അതേ ഛായ.... ഹൊ... എന്തിനാണ് നിങ്ങൾ അവനെ തള്ളിക്കളയാൻ എന്നെ പ്രേരിപ്പിച്ചത്? ഞാനവനെ വിവാഹം കഴിക്കുമായിരുന്നു."

"ജെർട്രൂഡ്, ഇനിയും നിനക്കതിന് കഴിയും."

ഉള്ളിൽനിന്നും തികട്ടിവന്ന കടുത്ത നിരാശയാൽ ഞാൻ പറഞ്ഞു:

"അവൻ പൗരോഹിത്യം സ്വീകരിക്കുകയാണ്." എടുത്തടിച്ചതു പോലെ അവൾ പറഞ്ഞു. "ഹൊ, എനിക്കവനോട് എല്ലാം തുറന്നുപറയ ണം." തേങ്ങലടക്കാൻ ബദ്ധപ്പെട്ടുകൊണ്ടും മനോനില തകർന്നരൂപ ത്തിലും അവൾ വിലാപസ്വരത്തിൽ പറഞ്ഞു.

"മരണമില്ലാതെ മറ്റൊരുവഴിയും എന്റെ മുന്നിലില്ല എന്നു നിങ്ങൾ മനസ്സിലാക്കണം. എനിക്കു ദാഹിക്കുന്നു. വേഗം ആരെയെങ്കിലും വിളിക്കൂ. എനിക്ക് ശ്വാസമെടുക്കാൻ പറ്റുന്നില്ല. വേഗം എന്നെവിട്ട് പുറത്തുപോകൂ. എനിക്ക് ഒറ്റയ്ക്ക് ആകണം. ഞാൻ കരുതിയത് നിങ്ങളോടു സംസാരിക്കു മ്പോൾ എനിക്ക് ആശ്വാസമുണ്ടാകുമെന്നായിരുന്നു. നിങ്ങൾ വിടപറഞ്ഞ് പുറത്തേക്കിറങ്ങൂ. നമ്മൾ പിരിയുകയാണ്. എനിക്ക് ഒരൊറ്റ നിമിഷം പോലും നിങ്ങൾക്കൊപ്പം കഴിയാനാവില്ല."

ഞാൻ പുറത്തേക്കിറങ്ങി. ഞാൻ മിസ് ദ ലാ എം നെ വിളിച്ച് അവൾ ക്കരികിലിരിക്കാൻ പറഞ്ഞു. അവളുടെ അങ്ങേയറ്റം വൈകാരികമായ സംസാരം എന്നെ പേടിപ്പിച്ചു. എന്റെ സാന്നിദ്ധ്യം അവൾക്ക് ദോഷം ചെയ്യുമെന്ന ചിന്തയിൽനിന്നും പുറത്തുകടക്കാൻ എനിക്ക് കഴിഞ്ഞില്ല. ആരോഗ്യനില കൂടുതൽ വഷളാവുകയാണെങ്കിൽ എന്നെ ഉടൻ വിളിക്ക ണമെന്ന് ഞാനവരോടു പറഞ്ഞു.

ജൂൺ 11

ദൈവമേ, ഇനിയൊരിക്കലും ഞാനവളെ ജീവനോടെ കാണുക
യില്ല. രോഗമൂർച്ഛയിലും ബോധക്ഷയത്തിനും ശേഷം ഇന്നു രാവിലെ
അവൾ മരണമടഞ്ഞു. ജെർട്രൂഡിന്റെ അന്ത്യാഭിലാഷമനുസരിച്ച് മിസ്
ദെ ലാ എം ജാക്യൂസിന് കമ്പിസന്ദേശം നല്കി വിളിപ്പിച്ചു. മരണം സംഭ
വിച്ച ഏതാനും മണിക്കൂറുകൾ പിന്നിട്ടശേഷമാണ് അവൻ എത്തിയത്.
അവളുടെ അന്ത്യനിമിഷങ്ങളിൽ, സമയമുണ്ടായിരുന്നിട്ടുപോലും, ഒരു
പുരോഹിതന്റെ സാന്നിദ്ധ്യം ഉറപ്പാക്കാത്തതിൽ അവൻ എന്നെ ക്രൂരമായി
കുറ്റപ്പെടുത്തി. എന്നാൽ എങ്ങനെ ഞാനതു ചെയ്യുമായിരുന്നു? അവൾ
ലൂസാനിൽ കഴിഞ്ഞ വേളയിൽ അവന്റെ പ്രേരണയാൽ അവൾ പ്രൊട്ട
സ്റ്റന്റ് മതം ഉപേക്ഷിച്ച കാര്യം ഞാനെങ്ങനെ അറിയാനാണ്? അതേ
ശ്വാസത്തിൽത്തന്നെ ജെർട്രൂഡും അവനും പ്രൊട്ടസ്റ്റന്റ് വിശ്വാസം
കൈയൊഴിഞ്ഞ കാര്യം അവൻ അറിയിച്ചു. അങ്ങനെ ഇരുവരും ഒരേസ
മയം എന്നെ വിട്ടുപോയി. അവരുടെ ജീവിതകാലത്ത് എന്നാൽ വേർപെ
ടുത്തപ്പെട്ട അവർ എന്നിൽനിന്നും മോചനം നേടി ദൈവത്തിനു മുന്നിൽ
യോജിക്കുകയാണെന്ന് എനിക്കുതോന്നി. എന്നാൽ ഞാനൊന്നു പറയാം,
ജാക്യൂസിന്റെ മതപരിവർത്തനം എന്നെ സംബന്ധിച്ചിടത്തോളം തലയെ
ക്കാൾ ഹൃദയത്തെയാണ് തൊട്ടത്. "അച്ഛാ, അങ്ങയുടെ നേരെ ആരോ
പണങ്ങൾ ചൊരിയൽ എനിക്ക് ചേർന്ന കാര്യമല്ല. എന്നാൽ എന്നെ
തെറ്റായി നയിച്ചതിന്റെ ഉദാഹരണമാണിതെന്ന് ഓർക്കണം."

ജാക്യൂസ് വീണ്ടും പോയിക്കഴിഞ്ഞശേഷം ഞാൻ അമിലിക്കു
മുന്നിൽ മുട്ടുകുത്തി എനിക്കവളുടെ സഹായം വേണമെന്നും എനിക്കായി
പ്രാർത്ഥിക്കണമെന്നും അപേക്ഷിച്ചു.

അവൾ "അല്ലയോ പിതാവേ..." എന്ന് പലവട്ടം ആവർത്തിക്കുക

മാത്രം ചെയ്തു. എന്നാൽ ഓരോ ഉച്ചാരണത്തിനിടയിലും ദീർഘമായ മൗനങ്ങളുണ്ടായി. അത് ഞങ്ങളുടെ വിനീതമായ പ്രാർത്ഥനയാൽ നിക ത്തപ്പെട്ടു.

എനിക്ക് ഒന്ന് തേങ്ങിക്കരയണമെന്നുണ്ടായിരുന്നു. എന്നാൽ എന്റെ ഹൃദയം മരുഭൂമിയെക്കാൾ വരണ്ടതായി എനിക്ക് അനുഭവപ്പെട്ടു.

ഇസബെല്ല

ആന്ദ്ര റൈറ്റേഴ്സിന്

ഇസബെല്ല

189........ ലെ ആഗസ്ത് മാസത്തിൽ ഫ്രാൻസിസ് ജാംസും ഞാനും ജിഹാർ ലക്കാദിനൊപ്പം താമസിച്ചുവന്ന അവസരത്തിൽ അയാൾ ഒരുദി വസം ഞങ്ങളെ ലാ ക്യാഫ്ലുഷ് എന്ന പുരാതന മാളിക കാണാൻ കൂട്ടി ക്കൊണ്ടുപോയി. അക്കാലത്തുപോലും അത് ജീർണ്ണാവസ്ഥയിലായിരു ന്നു. വേനൽ അതിന്റെ പ്രതാപത്തിൽ വിരാജിക്കുന്ന ഒരു ഒഴിഞ്ഞ പുൽമേ ട്ടിലായിരുന്നു ആ മാളിക സ്ഥിതിചെയ്തിരുന്നത്. അനധികൃത കടന്നു കയറ്റങ്ങളെ തടയാൻ അവിടെ ഒന്നുമുണ്ടായിരുന്നില്ല. ഇടിഞ്ഞുവീണു പാതിനിറഞ്ഞൊരു കിടങ്ങോ പൊളിഞ്ഞു മാറിയ വേലിയോ ആദ്യത്തെ ഉന്തിൽത്തന്നെ തകർന്നുവീഴാൻ പാകത്തിൽ തുരുമ്പെടുത്ത വിജാഗിരി യിൽ തൂങ്ങുന്ന ഇരുമ്പുകവാടംപോലും അവിടെ ഉണ്ടായിരുന്നില്ല. വഴി യുടെ തരിമ്പും ദൃശ്യമായിരുന്നുമില്ല. അമിതമായി വളർന്ന പുൽത്തകിടി യിൽ അഴിച്ചുവിട്ട ചില പശുക്കൾ മേയുന്നുണ്ടായിരുന്നു. മറ്റു ചിലവ വെയി ലിൽനിന്നും രക്ഷപ്പെടാൻ മരത്തണൽപറ്റി കിടപ്പുണ്ടായിരുന്നു. വന്യസ മൃദ്ധിയിൽ അങ്ങിങ്ങായി കണ്ട ചില പൂക്കളെയും അപൂർവ്വം ചില സസ്യ ലതാദികളെയും മാത്രമേ ഞങ്ങൾക്ക് തിരിച്ചറിയാൻ കഴിഞ്ഞിരുന്നുള്ളൂ. പണ്ടെങ്ങോ നടത്തിയ കൃഷിയുടെ അവശിഷ്ടവും അവിടെ കാണപ്പെട്ടു. കുടിയേറ്റ സസ്യങ്ങൾ വളർന്ന് അതെല്ലാം നാമാവശേഷമാക്കിയിട്ടുണ്ട്. ഒന്നും ഉരിയാടാതെ ഞങ്ങൾ ജിഹാറിനെ പിന്തുടരുകയായിരുന്നു. പ്രകൃ തിസൗന്ദര്യവും വേനലിന്റെ കടുപ്പവും അപ്പോഴത്തെ നേരവും എല്ലാം ചേർന്ന് ഞങ്ങളെ ഞെരുക്കുംപോലെ തോന്നി. അവഗണനയിൽ ആണ്ടു കിടക്കുന്ന ആ മഹാസൗധത്തിനു കീഴിൽ ഹൃദയഭേദകമായ എന്തോ ഒന്ന് ഒളിച്ചുകിടപ്പുണ്ട് എന്ന ചിന്തയും ഞങ്ങളെ നിശ്ശബ്ദരാക്കി.

കെട്ടിടത്തിന്റെ പുറംചുമരിനോടു ചേർന്നുള്ള പിരിയൻ ഗോവണി

ക്കരികിൽ ഞങ്ങൾ വേഗത്തിൽ എത്തിച്ചേർന്നു. ഗോവണിയുടെ ആദ്യത്തെ പടിയിൽ പുല്ലുപടർന്നു കിടന്നിരുന്നു. അവസാന പടിയാകട്ടെ ചുമരിൽനിന്നും വിണ്ടുമാറിയ നിലയിലും. ഞങ്ങൾ കൊട്ടാരത്തിലെ സ്വീക രണമുറിയിലേക്ക് കടക്കാൻ ഒരു വിഫലശ്രമം നടത്തി. എന്നാൽ ഇരു മ്പുപട്ടകൾ വച്ചുപിടിപ്പിച്ച ഫ്രെഞ്ച് ജാലകങ്ങൾ തടസ്സമായി. ഞങ്ങൾ സെല്ലാറിലേക്ക് പ്രകാശം കടക്കാനായി സ്ഥാപിച്ചിട്ടുള്ള വിടവുകളിലൊ ന്നിലൂടെ കള്ളന്മാരെപ്പോലെ ഉള്ളിലേക്ക് ഇഴഞ്ഞിറങ്ങി. സെല്ലാ റിൽനിന്നും മുകളിലേക്ക് പടവുകൾ നീണ്ടുപോയി. അത് അടുക്കളയി ലേക്കുള്ള വഴിയായിരുന്നു. അകത്തുള്ള വാതിലുകളൊന്നും അടച്ചിട്ടി ല്ലാതിരുന്നതിനാൽ ഞങ്ങൾ മുറികളിൽ നിന്നും മുറികളിലേക്കു കടന്നു. വളരെ ശ്രദ്ധയോടെയാണ് ഞങ്ങൾ ഓരോ ചുവടും വച്ചത്. ഉറപ്പില്ലാത്ത തറയോടുകൾ ഇളകിയാടി എപ്പോൾ വേണമെങ്കിലും നിലംപൊത്തുമെന്ന പേടി ഞങ്ങളെ ഭയപ്പെടുത്തി. ആരെങ്കിലും കാലടി ശബ്ദം കേൾക്കു മെന്നു കരുതിയല്ല ആ ഭയം. എന്നാൽ ഒഴിഞ്ഞ എടുപ്പിനുള്ളിൽ ഞങ്ങ ളുടെ സാന്നിദ്ധ്യം പ്രതിദ്ധ്വനിച്ച് മടങ്ങിയെത്തുമ്പോൾ അത് ഭയാനക മായി തോന്നി. താഴത്തെ നിലയിലെ ജനാലകളിൽ ചിലതിൽ പാളികൾ ഇളകിമാറിയതായും ജനലിന്റെ ദുർബ്ബലമായ കൽത്തൂണുകളിൽ തടിച്ച കാണ്ഡമൂന്നി ഭക്ഷണമുറിയുടെ അരണ്ടവെളിച്ചത്തിലേക്ക് നോക്കിനി ല്ക്കുന്ന കൽക്കത്താമരയിൽ വെളുത്ത പൂവുകൾ വിരിഞ്ഞുനില്ക്കുന്ന തായും കണ്ടു. ജിഹാർ പോയി. അയാൾക്ക് ഈ മാളികയുടെ മുൻ ഉടമ കളെ അറിയാവുന്നതിനാൽ എപ്പോൾ വേണമെങ്കിലും വന്നു കാണാമല്ലോ എന്ന് തോന്നിയതിനാൽ ഞങ്ങൾ അയാളെക്കൂടാതെ അതിനകത്തെ പര്യ വേഷണം തുടർന്നു. ജിഹാർ ഒന്നാം നിലയിലേക്കു കയറി അവിടത്തെ ഒഴിഞ്ഞ അസംഖ്യം മുറികളിലൂടെ കടന്നുപോയിരിക്കുമെന്നതിന് സംശ യമില്ല. അത്തരമൊരു മുറിയിൽ ഒരു ചെറിയ പെട്ടകം ചുമരിന്മേൽ തൂക്കി യിട്ട നിലയിൽ കാണപ്പെട്ടു. അത് മെല്ലെ ആടുന്നുണ്ടായിരുന്നു. ഒരു പ്രത്യേകതരം കൊളുത്തിലാണ് പെട്ടകം തൂക്കിയിട്ടിരുന്നത്. മങ്ങിത്തുട ങ്ങിയ പട്ടുനാടകൊണ്ടാണ് പെട്ടകം ബന്ധിച്ചിരുന്നത്. പെട്ടകം മെല്ലെ ആടിക്കൊണ്ടിരുന്നതിനാൽ ജിഹാർ പോയപോക്കിൽ ആ പെട്ടകം മെല്ലെ യൊന്ന് ആട്ടിവിട്ടിരിക്കാൻ ഇടയുണ്ടെന്ന് എനിക്കുതോന്നി.

രണ്ടാം നിലയിലെ ഒരു ഇടനാഴിയിൽ വച്ച് ഞങ്ങൾ വീണ്ടും ജിഹാ റിനെ കാണാനിടയായി. അയാൾ നിന്നിരുന്ന ജനാലയിൽ കണ്ണാടിയു ണ്ടായിരുന്നില്ല. തൂങ്ങിയാടുന്ന ഒരു അയഞ്ഞ ചരടുകൊണ്ട് ജനലിനെ പുറത്തേക്ക് വലിച്ചുകെട്ടിയിരുന്നു. അതൊരു മണിച്ചരടായിരുന്നു. അതിൽ പിടിച്ചൊന്നു വലിക്കാനായി ഒരു ഉൾപ്രേരണ തോന്നിയ നിമിഷത്തിൽ ജിഹാർ എന്റെ കൈയിൽ പിടിച്ചു. എന്നെ പിന്തിരിപ്പിക്കുന്നതിനുപകരം അയാൾ അതിനെ ത്വരിതപ്പെടുത്തുകയായിരുന്നു. ഭയാനകമായൊരു ശബ്ദം എമ്പാടും മുഴങ്ങി. നില്ക്കുന്നിടത്തുനിന്നും ഞങ്ങൾ നീങ്ങിപ്പോ കുന്നത്ര അടുത്തായാണ് ആ ശബ്ദം മുഴങ്ങിക്കേട്ടത്. നിശ്ശബ്ദത കട

ന്നുവന്നപ്പോഴേക്കും മറ്റൊരു മുഴക്കവും അതിനെത്തുടർന്നുള്ള നിശ്ശബ്ദ
തയും വീണ്ടുമെത്തി. വിദൂരതയിലെവിടെയോ മുഴങ്ങിയ സുവ്യക്തമായ
ശബ്ദമായിരുന്നു അത്. ഞാൻ ജിഹാറിനെ നോക്കുമ്പോൾ അയാളുടെ
ചുണ്ടുകൾ വിറകൊള്ളുന്നതാണ് കണ്ടത്.

"നമുക്ക് കടന്നുപോകാം. എനിക്ക് ഇവിടെ ശ്വസിക്കാനാവുന്നില്ല."
പുറത്തെത്തിയ ഉടൻ ക്ഷമ പറഞ്ഞ് അയാൾ പോയി. സമീപത്തുള്ള
ആരോടോ എന്തോ ചോദിച്ചറിയാനായിരുന്നു അയാൾ പോയത്. അയാ
ളുടെ സംസാരത്തിൽ വന്ന സ്വരവ്യത്യാസം മൂലം അയാളെ പിന്തുടരു
ന്നത് ഉചിതമായിരിക്കില്ല എന്നു ഞങ്ങൾക്കു തോന്നി. അതിനാൽ ഞാനും
ജാംസും മാത്രമായി ലാ ആർ.... ലേക്കു മടങ്ങുകയും വൈകുന്നേരമായ
തോടെ അയാൾ എത്തിച്ചേരുകയും ചെയ്തു.

കുറച്ചു കഴിഞ്ഞ് ജാംസ് പറഞ്ഞു.

"ഞാനിതാ മുന്നറിയിപ്പു തരുന്നു. നിന്റെ മനസ്സിലുള്ളത് പറയും
വരെ ഞാൻ ഒരൊറ്റക്കഥപോലും പറയില്ല."

അങ്ങനെ ജാംസിന്റെ കഥയായിരുന്നു ആ സായാഹ്നത്തിലെ പ്രധാന
സന്തോഷം.

"ഇന്ന് ഉച്ചതിരിഞ്ഞ് നിങ്ങൾ സന്ദർശിച്ച ആ മാളികയിൽ കണ്ട രംഗ
ങ്ങൾക്കു പിറകിലുള്ള കഥ ഞാൻ തന്നെ പറയാം."

ജിഹാർ പറയാൻ തുടങ്ങി.

എന്നാൽ ഒരു കാര്യം. എല്ലാ കാര്യങ്ങളും മനസ്സിലാക്കാനോ
പുനർനിർമ്മിക്കാനോ എനിക്കു കഴിഞ്ഞിട്ടില്ല. മാത്രമല്ല ഏതെങ്കിലുമൊരു
ക്രമത്തിൽ ഞാനിതു പറയാൻ തുടങ്ങിയാൽ ഓരോ സംഭവവും നടന്ന
പ്പോൾ എനിക്കുണ്ടായ ആകാംക്ഷയും അമ്പരപ്പിക്കുന്ന നിഗൂഢതയും
നിങ്ങളിലേക്ക് പകർന്നുതരാൻ കഴിയാതെ വരും.

"എന്തെങ്കിലുമൊക്കെ ക്രമത്തിൽ ഈ കഥയൊന്നു പറയ്." ജാംസ്
പറഞ്ഞു.

"നടന്ന ക്രമത്തിൽ എന്തിനൊരാൾ കഥകളെ ക്രമീകരിക്കണം."
ഞാൻ കൂട്ടിച്ചേർത്തു. "നീ കാര്യങ്ങൾ കണ്ടെത്തിയ ക്രമത്തിൽ അവത
രിപ്പിച്ചാൽ മതി."

"അങ്ങനെയെങ്കിൽ ആദ്യം എനിക്ക് എന്നെപ്പറ്റി ഏറെ വിശദമായി
പറയേണ്ടിവരും."

"നമ്മളിലാരാണ് അങ്ങനെ ചെയ്യാത്തത്." ജാംസ് കൂട്ടിച്ചേർത്തു.

ഇത് ജിഹാർ ഞങ്ങളോടു പറഞ്ഞ കഥയാണ്.

അദ്ധ്യായം 1

ഒരുകാലത്ത് ഞാൻ ക്ഷമ എന്തെന്ന് അറിഞ്ഞിരുന്നില്ല. അതിനുള്ള കാരണവും ഇപ്പോൾ അറിയില്ല. എനിക്ക് ഇരുപത്തഞ്ച് വയസ്സുള്ളപ്പോൾ പുസ്തകബാഹ്യമായ ലോകം എനിക്ക് അജ്ഞാതമായിരുന്നു. ഒരു നോവ ലിസ്റ്റായാണ് സ്വയം കരുതിയിരുന്നത്. അതിൽ എനിക്ക് നല്ല തിട്ടമുണ്ടാ യിരുന്നു. നമ്മെ രസിപ്പിക്കുന്ന ചില സംഭവങ്ങളുടെ മുഴുവൻ കാര്യങ്ങളും നമുക്ക് അറിയാൻ കഴിയില്ല. കൗശലപൂർവ്വം അത് മറയ്ക്കപ്പെട്ടിരിക്കുന്നു. നിർബ്ബന്ധബുദ്ധിയോടെ അതിനായി ശ്രമിക്കാത്തവർക്ക് ഒരു തുമ്പും കിട്ടു കയുമില്ല.

ബുസേയുടെ പ്രബോധനങ്ങളുടെ കാലഗണനയെപ്പറ്റിയുള്ള ഗവേ ഷണത്തിലായിരുന്നു ഞാനപ്പോൾ. ഉപദേശി പ്രസംഗങ്ങളിലുള്ള താല്പ ര്യമല്ല ഡോക്ടറേറ്റായിരുന്നു എന്റെ അപ്പോഴത്തെ ലക്ഷ്യം. എന്റെ പഴ യൊരു അദ്ധ്യാപകനായ അൽബേർ ദിസ്നോസിനോടുള്ള ആദരവുകൊ ണ്ടാണ് ഞാനീ വിഷയം തിരഞ്ഞെടുത്തത്. ബുസേയുടെ മഹത്തായ ജീവിതത്തെപ്പറ്റി ഒരു പുസ്തകം അദ്ദേഹം പ്രസിദ്ധീകരിച്ചു കഴിഞ്ഞിട്ടേ ഉണ്ടായിരുന്നുള്ളൂ. എന്റെ പദ്ധതിയെപ്പറ്റി മനസ്സിലാക്കിയ ഉടനേ അദ്ദേഹം ഗവേഷണത്തിനാവശ്യമായ സാമഗ്രികൾ തരപ്പെടുത്തിത്തരാമെന്ന് ഏറ്റു. അദ്ദേഹത്തിന്റെ ഏറ്റവും പഴയ ചങ്ങാതിമാരിൽ ഒരുവനായ "ഇൻസ്ക്രി പ്ഷൻസ് ആന്റ് ബല്ലസ് ലെറ്റേഴ്സിലെ", ബഞ്ചമിൻ ഫ്ളേഷിന്റെ പക്കൽ എനിക്കാവശ്യമായ നിരവധി രേഖകൾ ഉണ്ടായിരുന്നു; വിശേഷിച്ച് ബുസേ യുടെ സ്വന്തം കൈപ്പടയിൽ എഴുതിയ ബൈബിൾ വ്യാഖ്യാനം. മിസ്റ്റർ ഫ്ളേഷ് പതിനഞ്ച് കൊല്ലം മുമ്പ് വിരമിച്ച ശേഷം ലാ ക്യാഫുഷ് എന്ന സ്ഥലത്ത് താമസിച്ചുവരികയായിരുന്നു. ആ സ്ഥലം പൊതുവിൽ ക്യാഫുഷ് എന്നോ ക്രോസ്വേയ്സ് എന്നോ അറിയപ്പെട്ടുപോന്നു. പുലെ

ഇവിഷ് എന്ന സമീപപ്രദേശത്ത് അദ്ദേഹത്തിന്റെ ഒരു കുടുംബ എസ്റ്റേ റ്റുമുണ്ടായിരുന്നു. അവിടെയാരും അദ്ദേഹത്തെ ശല്യപ്പെടുത്താനായി ഉണ്ടാകാത്തതു കാരണം എന്നെ സ്വീകരിക്കാനും ഗവേഷണത്തിനാവ ശ്യമായ രേഖകൾ കൈമാറാനും ഒട്ടും വൈമനസ്യമുണ്ടായിരുന്നില്ല. അദ്ദേ ഹത്തിന്റെ ഗ്രന്ഥശേഖരം എനിക്കായി തുറന്നുതന്നു. മിസ്റ്റർ ദിസ്നോസ് പറഞ്ഞതുപോലെ ബഞ്ചമിൻ ഫ്ളേഷിന്റെ അറിവ് അപാരം തന്നെയാ യിരുന്നു.

ദിസ്നോസും ഫ്ളേഷും പരസ്പരം കത്തിടപാടുകൾ നടത്തി. എന്റെ ഗുരുനാഥൻ എന്നോട് പറഞ്ഞിരുന്നതിലും കൂടുതൽ രേഖകൾ ഫ്ളേ ഷിന്റെ പക്കൽ ഉണ്ടായിരുന്നു. വെറുമൊരു സായാഹ്ന സന്ദർശനമാക യാൽ കൂടുതൽ ചോദ്യങ്ങളൊന്നും ഉണ്ടായില്ല. കുറച്ചുദിവസത്തേക്ക് ലാക്യാഫുഷിലെ ഗ്രാമീണ മാളികയിൽ താമസിക്കാൻ ക്ഷണിക്കാനുള്ള കാരുണ്യം അദ്ദേഹം എന്നോട് കാണിച്ചു. ചിലപ്പോൾ അത് ദിസ്നോ സിനെ പ്രതി ആയിരുന്നിരിക്കും. ഫ്ളേഷിനും ഭാര്യക്കും കുഞ്ഞുങ്ങളില്ല. എന്നാൽ അദ്ദേഹത്തിന്റെ വായിൽനിന്നും വീണുപോയ ചില വാക്കുകൾ ഞാൻ ഗവേഷണം നടത്തുന്ന പതിനേഴാം നൂറ്റാണ്ടിലെ രേഖകളെക്കാളും അതുപയോഗിച്ച് എഴുതിയുണ്ടാക്കാൻ പോകുന്ന പ്രബന്ധത്തെക്കാളും പ്രതീക്ഷ നല്കുന്നതായിരുന്നു. അവിടെ മനുഷ്യരുമായി കൂട്ടുകെട്ടിനുള്ള സാദ്ധ്യത തെളിഞ്ഞുവന്നു. എന്റെ ഗവേഷണം ഒരു മറ മാത്രമായിത്തീരും. ഒരു ഗവേഷകൻ എന്ന നിലയിലായിരിക്കില്ല ഞാനിനി ആ ഗ്രാമീണ മാളിക സന്ദർശിക്കുക. പിന്നെയോ ടർജനീവിന്റെ കന്നിമണ്ണിലെ നായക നായ നെജ്ഡനോഫിനെപ്പോലെയോ ലാക്യൂവിന്റെ *അപകടകരമായ വിട്ടു വീഴ്ചകൾ* എന്ന നോവലിലെ നായകനെപ്പോലെയോ ഇതൊരു സാഹ സിക പരിപാടിയാക്കാനാണെനിക്കിഷ്ടം. ലാ ക്യാഫുഷ്! ക്രോസ്‌വേ! നിഗൂഢാത്മകമായ ഈ പേരുകൾ ഞാൻ വീണ്ടും വീണ്ടും ആവർത്തി ച്ചു. ഇതൊരു ഹെർക്കുലിയൻ ആശങ്ക തന്നെയാണ്. ഞാൻ ചിന്തിക്കാൻ തുടങ്ങി. നന്മയിലേക്കുള്ള പാതയിൽ അദ്ദേഹത്തെ കാത്തിരിക്കുന്നത് എന്തെന്നെനിക്കറിയാം. എന്നാൽ മറ്റേ പാതയിലോ?

സെപ്തംബർ മധ്യത്തോടെ ഞാൻ എനിക്കുള്ളതിൽ ഏറ്റവും മാന്യ മെന്നു തോന്നുന്ന വസ്ത്രങ്ങളും തെരഞ്ഞെടുത്ത ഏതാനും ടൈകളു മെടുത്ത് യാത്രതിരിച്ചു. പു ലെ ഈവിഷിനും ലീസ്വുവിനും ഇടയ്ക്കുള്ള ബായി ബ്ലോജി സ്റ്റേഷനിൽ ഞാൻ എത്തിച്ചേരുമ്പോൾ രാത്രിയായിക്കഴി ഞ്ഞിരുന്നു. തീവണ്ടിയിൽ നിന്നും പുറത്തിറങ്ങിയ ഏക മനുഷ്യൻ ഞാനാ യിരുന്നു.

ഒരു ദരിദ്രകർഷകൻ എന്ന് പ്രത്യക്ഷത്തിൽത്തന്നെ തോന്നിയ ഒരാൾ എത്തി എന്റെ ബാഗുമെടുത്ത് സ്റ്റേഷനു പുറത്തേക്കു നടന്നു. ഒരു കുതി രവണ്ടി അവിടെ ഞങ്ങളെയും കാത്ത് നില്പുണ്ടായിരുന്നു. എന്റെ പ്രതീ ക്ഷകൾക്കൊപ്പമെത്താത്തതായിരുന്നു ആ കുതിരയും വണ്ടിയും. ഇതിലും ശോചനീയമായ പരിണതി സങ്കല്പിക്കാനാവില്ല. കുതിരവണ്ടിക്കാരൻ

രജിസ്ട്രേഡായി എത്തിയിട്ടുള്ള എന്റെ ട്രങ്ക് എടുക്കാൻ പോയി. ട്രങ്ക് വണ്ടിയിൽ കയറ്റി വച്ചപ്പോൾ രണ്ട് യാത്രക്കാർക്ക് അഭിമുഖമായി ഇരിക്കാവുന്ന ആ പഴയ കുതിരവണ്ടിയുടെ സ്പ്രിങ്ങുകൾ ഒന്നു താണു. വണ്ടിക്കുള്ളിൽനിന്നും കോഴിക്കാഷ്ഠത്തിന്റെ ദുർഗ്ഗന്ധമുയർന്നു. ജനാലകൾ താഴ്ത്തിയിടാനുള്ള എന്റെ ശ്രമം വിഫലമായി. ജനലിന്റെ പിടി ഊരി എന്റെ കൈയിൽ വന്നു. ആ ദിവസം മുഴുവൻ മഴ പെയ്യുകയായിരുന്നു എന്നുതോന്നി. പാതയാകെ നനഞ്ഞു കുതിർന്നതിനാൽ യാത്ര ദുർഘടമായി. ആദ്യത്തെ കുന്നിന്റെ ചെരിവു പിന്നിടുമ്പോഴേക്കും കുതിരവണ്ടിക്കാരൻ തന്റെ സീറ്റിനടിയിൽനിന്നും ഒരു ചരടെടുത്ത് അത് വീണ്ടും കെട്ടിവച്ചു. ഞാൻ വണ്ടിയിൽനിന്നും പുറത്തിറങ്ങി വണ്ടിയിലെ വിളക്ക് കത്തിക്കാൻ സഹായിച്ചു. കുതിരച്ചട്ട പോലെതന്നെ നിരവധി തുണ്ടുകൾ തുന്നിച്ചേർത്ത പോലെയായിരുന്നു ആ പാവം കുതിരവണ്ടിക്കാരന്റെ കുപ്പായവും. അതിൽ പലയിടത്തും ഇനിയും തുന്നിച്ചേർക്കലുകൾ വരുത്താനുണ്ട്.

"തുകൽ അല്പം പഴയതാണ്. അല്ലേ?"

ഞാൻ സഹതപിച്ചു.

ഞാൻ അയാളെ അപമാനിച്ചു എന്ന രീതിയിൽ ഒന്നു നോക്കിയ ശേഷം പരുഷമായി പറഞ്ഞു:

"ഞങ്ങൾ നിങ്ങളെ കൂട്ടിപ്പോകാനെത്തിയത് നിങ്ങളുടെ ഭാഗ്യമാണെന്നു കരുതൂ, മിസ്റ്റർ."

"ലാ ക്യാഫ്യൂഷിലെത്താൻ ഇനിയും ഏറെ ദൂരമുണ്ടോ?"

ഞാൻ എനിക്കു കഴിയാവുന്നത്ര സൗമ്യതയോടെ ചോദിച്ചു. അയാൾ അതിനു നേരിട്ടുത്തരം തന്നില്ല. എന്നാൽ:

"ഇത് ഞങ്ങൾ നിത്യേന നടത്തുന്ന യാത്രയല്ലെന്ന് നിങ്ങൾക്കറിയാം."

അയാൾ ഒന്നു മുരണ്ടു.

അല്പനേരം കഴിഞ്ഞപ്പോൾ അയാൾ പറഞ്ഞു:

"ഏതാണ്ട് ആറുമാസമായിക്കാണും ഈ വണ്ടിയൊന്ന് പുറത്തിറക്കിയിട്ട്."

"അപ്പോ നിങ്ങടെ യജമാനന്മാർ അങ്ങനെ പുറത്തേക്കൊന്നും പോകാറില്ല അല്ലേ?"

സംഭാഷണം തുടരണം എന്ന ആഗ്രഹത്തോടെ വളരെ സൂക്ഷിച്ചാണ് ഞാനതു പറഞ്ഞത്.

"ഇല്ല. അവർക്ക് വേറെ പിടിപ്പതു പണിയുണ്ട്."

വണ്ടിക്കുണ്ടായ തകരാറുതീർത്ത് അയാൾ എന്നോട് കയറിയിരിക്കാൻ ആംഗ്യം കാട്ടി. കുതിരവണ്ടി വീണ്ടും മുന്നോട്ടു നീങ്ങാൻ തുടങ്ങി. കയറ്റം കയറുമ്പോൾ കുതിര കിതച്ചു. കാലുകൾ ഇടറുന്നതായി അനുഭവപ്പെട്ടു. ചില ഘട്ടങ്ങളിൽ അത് നടക്കാനാകാതെ നിന്നു.

"ഈ വഴിയേയാണു ഞങ്ങൾ പോകുന്നതെങ്കിൽ ക്രോസ്വേയിൽ

ഞാനൊട്ട് എത്തുകയുമില്ല, എന്റെ ആതിഥേയർക്കൊപ്പം കഴിക്കാൻ ഒക്കു
കയുമില്ല. ഞാനിത്രയും ചിന്തിക്കുന്നതിനിടയിൽ കുതിര ഒരിക്കൽക്കൂടി
നിന്നു. "അവർ ഭക്ഷണം കഴിച്ച് കിടന്നതിനു ശേഷമായിരിക്കും ഞങ്ങ
ളുടെ എഴുന്നള്ളത്ത്." എനിക്ക് നല്ല വിശപ്പുണ്ടായിരുന്നു. വിശപ്പ് കൂടുന്ന
തിനനുസരിച്ച് എന്റെ നിയന്ത്രണം നഷ്ടപ്പെട്ടുകൊണ്ടിരുന്നു. ഞാൻ ഭൂപ്ര
കൃതി ആസ്വദിക്കാൻ ഒരു ശ്രമം നടത്തി. എന്റെ ശ്രദ്ധയിൽ പെടാതെ
തന്നെ കുതിരവണ്ടി പ്രധാന പാതവിട്ട് പരുക്കനും ഇടുങ്ങിയതുമായ ഒരു
വഴിയിലേക്കു പ്രവേശിച്ചുകഴിഞ്ഞിരുന്നു. കുതിരവണ്ടിയിലെ റാന്തൽവി
ളക്ക് ഇടത്തും വലത്തും ആടിക്കൊണ്ടിരുന്നു. വിളക്കിൽ നിന്നുള്ള വെട്ടം
ഇരുവശത്തുമുള്ള അനന്തമായ വേലിയിൽ വീണുകൊണ്ടിരുന്നു. ആ
വേലിയാകട്ടെ ഞങ്ങൾ അപ്പുറമിപ്പുറം പോകാതിരിക്കാൻ വേണ്ടി കെട്ടി
യതുപോലെ തോന്നി. ഈ വേലിക്കെട്ടുകൾ ഞങ്ങൾക്കായി മാത്രം തുറ
ക്കാനും ഞങ്ങൾ അകത്തു കടന്നയുടൻ അടയ്ക്കാനുമെന്നപോലെ നില
കൊണ്ടു.

കുറെക്കൂടി ഉയരം കൂടിയ ഒരു കുന്നിനു ചുവട്ടിൽ വണ്ടി ഒരി
ക്കൽക്കൂടി നിന്നു. കുതിരവണ്ടിക്കാരൻ ഇറങ്ങിവന്ന് വാതിൽ തുറന്ന് ഒട്ടും
ക്ഷമാപണം കൂടാതെ പറഞ്ഞു:

"മിസ്റ്റർ നിങ്ങൾ വണ്ടിയിൽനിന്നും ഇറങ്ങണം. ഈ കുന്ന് ഇത്തിരി
ഉയരം കൂടിയതാണ്. കുതിര വലിക്കില്ല." അയാൾ ക്ഷീണിച്ചവശനായ
ആ പാവം കുതിരയുടെ കടിഞ്ഞാണൂരിവിട്ട് അതിനൊപ്പം നടക്കാൻ
തുടങ്ങി. കുന്നിന്റെ പകുതി ദൂരത്തോളം പോയശേഷം അയാൾ തിരി
കെവന്നു. വണ്ടി ഞാനാണു വലിച്ചുകൊണ്ടുവരുന്നതെന്ന ഭാവത്തിലാ
ണയാളെന്നെ നോക്കിയത്.

"നമ്മൾ ഉടനെ അവിടെ എത്തും."
അയാൾ അല്പം മൃദുവായി പറഞ്ഞു.
"നോക്ക്... അവിടെയാണ് നമുക്കെത്തേണ്ടത്."
മേഘത്തുണ്ടുകൾ പോലുമില്ലാത്ത ആകാശത്തോടു ചേർന്നുനി
ല്ക്കുന്ന മരക്കൂട്ടമാണ് ഞാൻ കണ്ടത്. അത് ഉങ്ങുമരങ്ങൾ വളർന്നുനി
ല്ക്കുന്ന തോട്ടമായിരുന്നു. ഞങ്ങൾ അതിനുള്ളിൽ കയറി നേരത്തെ
പിന്നിട്ട വിശാലമായ പാതയിൽ എത്തിച്ചേർന്നു. കുതിരവണ്ടിക്കാരൻ
വണ്ടിക്കകത്തു കയറാൻ ക്ഷണിച്ചു. ഞങ്ങൾ വേഗത്തിൽ കവാടത്തിന
രികിൽ എത്തി പൂന്തോട്ടത്തിലേക്കു പ്രവേശിച്ചു.

നല്ല ഇരുട്ടായിരുന്നതു കാരണം ആ ഗ്രാമീണ ഭവനത്തിന്റെ പൂമുഖം
ഏതെന്നു കണ്ടുപിടിക്കാൻ എനിക്കു കഴിഞ്ഞില്ല. കുതിരവണ്ടി മാളിക
യുടെ മുന്നിലെ വിശാലമായ പടിക്കെട്ടുകൾക്കു മുന്നിൽ നിന്നു. ഞാൻ
വണ്ടിയിൽനിന്നും ഇറങ്ങി മൂന്നോ നാലോ പടിക്കെട്ടുകൾ കയറി. കയ
റുന്ന അവസരത്തിൽ മുഖത്തുവന്നു തറച്ച പ്രകാശത്താൽ അല്പമൊന്ന്
പരിഭ്രമിച്ചു. മുകളിൽ നില്ക്കുകയായിരുന്ന ഒരു സ്ത്രീ എനിക്കായി വെട്ടം
തെളിക്കുകയായിരുന്നു. എത്ര വയസ്സുവരും അവർക്കെന്ന് തിട്ടപ്പെടുത്താ

നായില്ല. തടിച്ചു കുറുകിയ ആ സ്ത്രീ മുഷിഞ്ഞ വസ്ത്രമാണ് ധരിച്ചിരു
ന്നത്. അത്ര അയവില്ലാത്തവിധം അവരൊന്ന് തല കുനിച്ചു.

അനിശ്ചിതത്വത്തോടെ ഞാനൊന്നു മെല്ലെ കുനിഞ്ഞു.

"മദാം ഫ്ളേഷ് അല്ലേ?"

"അല്ല. മിസ്സ് വെർദ്യു. സറും മദാമും ഉറങ്ങാൻ പോയി. താങ്കളെ
സ്വീകരിക്കാൻ ഉണ്ടാവാത്തതിൽ ക്ഷമിക്കണമെന്നു പറയാൻ എന്നെ
ഏല്പിച്ചിരുന്നു. ഇവിടെ ഞങ്ങൾ അല്പം നേരത്തെയാണ് അത്താഴം
കഴിക്കുക."

"മിസ്സ്, അപ്പോൾ ഞാൻ കാരണം നിങ്ങൾക്കും ഉറങ്ങാൻ കഴി
ഞ്ഞില്ല."

"അയ്യോ, അതുമായി ഞാൻ എന്നേ പൊരുത്തപ്പെട്ടു കഴിഞ്ഞു. ചുറ്റും
നോക്കാതെയാണവർ അങ്ങനെ പറഞ്ഞത്. അവർ എന്നെ ഒരു ഹാളി
ലേക്കു കൂട്ടി.

"എന്തെങ്കിലും ആവശ്യമുണ്ടോ?"

"സത്യത്തിൽ ഞാനൊന്നും കഴിച്ചിട്ടില്ല."

അവർ വിശാലമായ ഭക്ഷണമുറിയിലേക്കെന്നെ കൂട്ടിപ്പോയി. മാന്യ
മായ അത്താഴമായിരുന്നു അവിടെയെന്നെ കാത്തിരുന്നത്.

"രാത്രി ഇത്ര വൈകുമ്പോൾ അടുക്കളയിലൊക്കെ തീ കെടുത്തും.
നാട്ടിൻപുറത്താകുമ്പോൾ ഉള്ളതുകൊണ്ട് തൃപ്തിപ്പെടേണ്ടിവരും."

"പക്ഷേ, ഇത് അത്യുഗ്രൻ ഭക്ഷണമാണല്ലോ." തണുത്ത ഇറച്ചി വില
മ്പിവച്ചിരുന്ന പാത്രത്തിനു മുന്നിലിരുന്ന് ഞാൻ പറഞ്ഞു. വാതിലിനരി
കിലേക്ക് നീക്കിയിട്ട ഒരു കസേരയിൽ മി. വെർദ്യു ഇരുന്നു. ഞാൻ കഴിച്ചു
തീരും വരെയും അവർ അവിടെത്തന്നെയുണ്ടായിരുന്നു. കണ്ണുകൾ
താഴ്ത്തി കൈകൾ കാൽമുട്ടിൽ പിണച്ചുകെട്ടിയുള്ള ഇരുപ്പു കണ്ടാല
റിയാം അവരൊരു ആശ്രിതയാണെന്ന്. ഞങ്ങൾ തിരക്കിട്ടു നടത്തിക്കൊ
ണ്ടിരുന്ന സംഭാഷണങ്ങൾക്കിടയിൽ സമയം കിട്ടുമ്പോഴൊക്കെ ഉറക്കം
തടസ്സപ്പെടുത്തിയതിന് ഞാൻ ക്ഷമ ചോദിച്ചു. എന്നാൽ എനിക്കറിയാം
ഞാൻ കഴിച്ചെഴുന്നേറ്റിട്ടു വേണം അവർക്ക് അതെല്ലാം വൃത്തിയാക്കി
കഴുകിയടുക്കി വയ്ക്കാൻ.

"താങ്കൾ എങ്ങനെ താങ്കൾക്കുള്ള മുറി കണ്ടുപിടിക്കും?" എനിക്കു
കഴിയാവുന്നത്രയും വേഗത്തിൽ സാധാരണ കഴിക്കുന്നതിന്റെ ഇരട്ടി
ഭക്ഷണം വായ്ക്കുള്ളിലേക്ക് തിരുകിക്കയറ്റി കൊണ്ടിരിക്കുമ്പോൾ
ഡൈനിങ് ഹാളിലേക്കുള്ള വാതിൽ തുറന്ന് നരച്ചമുടിയുള്ള ഒരു പാതിരി
കടന്നുവന്നു. പരുക്കനെന്നു തോന്നിയെങ്കിലും പ്രസന്നതയോടെയാണാ
വരവ്. അദ്ദേഹം അടുത്തെത്തി കൈകൾ നീട്ടി.

"എന്റെ വിരുന്നുകാരനെ സന്ധിക്കുമ്പോഴുള്ള സന്തോഷം നാളെ
യ്ക്കു മാറ്റിവയ്ക്കുന്നില്ല. മിസ്. ഒനാബ് വെർദ്യുവിനോട് സംസാരിച്ചിരി
ക്കുന്നതു കാരണമാണ് ഞാൻ നേരത്തെ ഇറങ്ങിവരാതിരുന്നത്."

അദ്ദേഹം വെർദ്യുവിനു നേരെ തിരിഞ്ഞ് ഒരു പരിഹാസച്ചിരി നല്കി.

അവരാകട്ടെ പൂട്ടിപ്പിടിച്ച ചുണ്ടുമായി നിർവ്വികാരയായാണ് കാണപ്പെട്ടത്. ഞാൻ ഭക്ഷണം കഴിഞ്ഞ് എഴുന്നേല്ക്കുമ്പോൾ പുരോഹിതൻ പറഞ്ഞു.

"അപ്പോൾ താങ്കൾ ഭക്ഷിച്ചു കഴിഞ്ഞ സാഹചര്യത്തിൽ നമുക്ക് മിസ് ഒനാബിനെ കാര്യങ്ങൾ വൃത്തിയാക്കാൻ വിടാം. അതായിരിക്കും അവർ കൂടുതൽ ഇഷ്ടപ്പെടുന്നത്. മിസ്റ്റർ ലക്കാദിന് മുറിയൊരുക്കിക്കൊടുക്കുന്ന കാര്യം ഒരു പുരുഷനെ ഏല്പിക്കാം. അക്കാര്യം ഞാനേറ്റെടുക്കുന്നു."

അദ്ദേഹം ഉപചാരപൂർവ്വം മിസ്. വെർദ്യുവിനു മുന്നിൽ തലകുനിച്ചു വണങ്ങി. അവളാകട്ടെ ഉദാസീനമായ ഒരു ഔപചാരിക വണക്കം തിരിച്ചുനല്കി.

"ഞാനിതാ വഴങ്ങുന്നു! ഇപ്പോൾ മാത്രമല്ല എപ്പോഴേക്കും, എന്റെ പ്രിയ പുരോഹിതാ ഞാൻ അങ്ങേക്കു മുന്നിൽ വഴങ്ങിത്തരുന്നു. അത് അങ്ങേക്കും അറിയാം." എന്നിട്ട് അവൾ വേഗത്തിൽ തിരിഞ്ഞുനിന്നു.

"മിസ്റ്റർ ലക്കാദിന് എന്താണു പ്രാതലിനു വേണ്ടതെന്നു ചോദിക്കാൻ പോലും പറ്റാത്തതരത്തിലാക്കി താങ്കൾ."

"എന്തായാലും മതിയെനിക്ക്.... എന്താണിവിടെ പ്രാതലിനു പതിവ്?"

"എന്തുമാവാം. സ്ത്രീകൾക്ക് ചായ, മിസ്റ്റർ ഫ്ളേഷിന് കോഫി, പാതിരിക്ക് ഒരു കപ്പ് സൂപ്പ്, മാസ്റ്റർ കസിമീറിന് ഒരു കപ്പ് ക്വാക്കർ ഓട്സ്."

"അപ്പോൾ നിങ്ങൾക്കോ മിസ്... ഒന്നും കഴിക്കില്ലേ?"

"ഓ... എനിക്ക് വെറും പാൽക്കാപ്പി."

"നിങ്ങൾക്കു സമ്മതമെങ്കിൽ പാൽക്കാപ്പി കുടിക്കാൻ ഞാനും കൂടാം."

"സൂക്ഷിച്ചോണേ മിസ്" എന്റെ കൈ പിടിച്ചുകൊണ്ട് പുരോഹിതൻ പറഞ്ഞു. "മിസ്റ്റർ ലാക്കാദ് നിങ്ങളോട് പ്രേമപ്രകടനം നടത്തുകയാണെന്ന് എനിക്കു തോന്നുന്നു." അവൾ തോളുവെട്ടിച്ച്, എന്നോട് വണങ്ങി കടന്നുപോയി. ഞാൻ പാതിരിക്കൊപ്പം കിടപ്പുമുറിയിലേക്കും.

ആദ്യനിലയിൽ ഒരു ഇടനാഴിക്കരികിലായിരുന്നു എന്റെ മുറി.

വിറകെരിഞ്ഞുകൊണ്ടിരുന്ന വിശാലമായ മുറിയിലൂടെ വാതിൽ തുറന്നു പിടിച്ച് പുരോഹിതൻ പറഞ്ഞു:

"ഇതാ... ദൈവം നിങ്ങളെ അനുഗ്രഹിക്കട്ടെ! അവർ നിങ്ങൾക്ക് നെരിപ്പോടെരിക്കാൻ തീ തന്നു! അതുകൂടാതെ തന്നെ നിങ്ങൾക്കിവിടെ കഴിയാനാകുമെങ്കിലും ഇവിടത്തെ രാത്രികൾ തണുത്തതാണ്. ഈ സീസണിൽ നല്ല മഴ കിട്ടുകയും ചെയ്തു."

അദ്ദേഹം കൈകൾ നീട്ടിപ്പിടിച്ച് നെരിപ്പോടിനടുത്തേക്കുചെന്നു. അതേസമയം തന്നെ അദ്ദേഹം മുഖം മാറ്റിപ്പിടിക്കുകയും ചെയ്തു. മഹത്വമുള്ള ഒരാൾ അപ്രകാരം ചെയ്താൽ നമുക്കും അങ്ങനെ ചെയ്യാൻ തോന്നും. എന്നെ ഉറങ്ങാൻ വിടാതെ സംസാരിച്ചിരിക്കാനാണദ്ദേഹത്തിനു താല്പര്യമെന്നു തോന്നി. എന്റെ ട്രങ്കും ഹാന്റ് ബാഗും ശ്രദ്ധയിൽപ്പെട്ട പ്പോൾ പറഞ്ഞു:

"അപ്പോൾ ഗ്രാസിയ ഇതെല്ലാം ഇവിടെയെത്തിച്ചു."

"എന്നെയിവിടെയെത്തിച്ച കുതിരവണ്ടിക്കാരനാണോ അയാൾ?"

"അയാളിവിടത്തെ തോട്ടക്കാരൻ കൂടിയാണ്. കുതിരവണ്ടിക്കാരൻ എന്ന നിലയിലുള്ള ചുമതല വല്ലപ്പോഴുമേ ഉണ്ടാവാറുള്ളൂ."

"കുതിരവണ്ടി വല്ലപ്പോഴുമേ പുറത്തിറക്കേണ്ടിവരൂ എന്നയാൾ പറ ഞ്ഞിരുന്നു."

"അയാൾ വണ്ടിയുമായി പുറത്തിറങ്ങുന്നത് ഒരു ചരിത്ര സംഭവമാണ്. മാത്രമല്ല മിസ്റ്റർ സെയ്ന്റ് ഓറിയോൾ കുതിരാലയം പണ്ടേ ഉപേക്ഷിച്ചി രുന്നു. എന്നാൽ ഇന്നത്തേതുപോലുള്ള വിശിഷ്ടാവസരങ്ങളിൽ അവർ കൃഷിക്കാരുടെ കുതിരയെ കടം വാങ്ങും."

അത്ഭുതത്തോടെ ഞാൻ ചോദിച്ചു.

"മിസ്റ്റർ ദ സെയ്ന്റ് ഓറിയോൾ?"

"അതെ, എനിക്കറിയാം ഫ്ളേഷിനെക്കാണാനാണ് താങ്കൾ എത്തി യതെന്ന്. എന്നാൽ ഇവിടെ ഈ ലാ ക്യാഫുഷ് മാളിക അദ്ദേഹത്തിന്റെ മരുമകന്റേതാണ്. നാളെ താങ്കളെ മിസ്റ്റർ ഓറിയോളിനെയും പത്നിയെയും പരിചയപ്പെടുത്തുന്നതായിരിക്കും.

"ക്വാക്കർ ഓട്സ് പ്രഭാത ഭക്ഷണമാക്കിയ ഈ കസൗമീർ ആരാണ്? ക്വാക്കർ ഓട്സ് കഴിക്കുന്നയാൾ എന്നതിനപ്പുറം അദ്ദേഹത്തെപ്പറ്റി എനി ക്കൊന്നുമറിയില്ല."

"അവരുടെ പേരക്കുട്ടിയാണവൻ. എന്റെ ശിഷ്യനും. ദൈവാനുഗ്ര ഹത്താൽ കഴിഞ്ഞ മൂന്നുവർഷമായി ഞാനാണവന്റെ അദ്ധ്യാപകൻ. ഒരു രാജകുമാരനെപ്പറ്റി പറയുമ്പോൾ ഉണ്ടാവുന്ന തരത്തിലുള്ള ഒരു ആദ രവും വാത്സല്യവും അദ്ദേഹത്തിന്റെ മുഖത്ത് അപ്പോൾ സ്ഫുരിച്ചു.

"അദ്ദേഹത്തിന്റെ മാതാപിതാക്കൾ ഇല്ലേ, ഇവിടെ?"

"അവർ യാത്രയിലാണ്."

ചുണ്ടുകൾ കൂട്ടി ഈർപ്പം വരുത്തിയശേഷം അദ്ദേഹം പെട്ടെന്നു പറഞ്ഞു.

"എന്തു പ്രധാനപ്പെട്ട പ്രവൃത്തിക്കാണ് താങ്കളിവിടെ വന്നതെന്ന് എനിക്കറിയാം."

"അയ്യോ, അതിനെയങ്ങനെ പെരുപ്പിച്ചു പറയരുതേ."

"ചരിത്രത്തിന്റെ കാഴ്ചപ്പാടിൽ മാത്രമേ എനിക്കതിനെ കാണുവാൻ താല്പര്യമുള്ളൂ." ഞാൻ വിനീതനായി.

"സന്തുഷ്ടകരമല്ലാത്ത എന്തെങ്കിലും സംസാരത്തിൽനിന്നും ഉരു ത്തിരിഞ്ഞിട്ടുണ്ടെങ്കിൽ അതിനെയെല്ലാം ഒരു കരചലനത്താൽ റദ്ദാക്കി ക്കൊണ്ട് അദ്ദേഹമിങ്ങനെ പറഞ്ഞു:

"പ്രശ്നമില്ല. ചരിത്രത്തിന് അതിന്റെ ചില ശരികൾ കൂടിയുണ്ട്. മിസ്റ്റർ ഫ്ളേഷ് നിങ്ങൾക്കു കിട്ടാവുന്നതിൽവച്ച് ഏറ്റവും മികച്ച ഗൈഡായി രിക്കും. അങ്ങേയറ്റം കരുണയുള്ളവനും. നിങ്ങൾ ഇത് അനുഭവിക്കാൻ പോവുകയാണ്."

"അതു തന്നെയാണ് എന്റെ ഗുരുവായ ദിസ്നോസും എന്നോടു പറ

ഞ്ഞത്."

"ഓ... താങ്കൾ മി. ദിസ്നോസിന്റെ ശിഷ്യനാണല്ലേ?"

"താങ്കൾ എപ്പോഴെങ്കിലും മി. ദിസ്നോസിന്റെ പ്രഭാഷണം കേട്ടി ട്ടുണ്ടോ?

ഞാനല്പം അഭിമാനത്തോടെ ചോദിച്ചു.

"ഇല്ല... ഞാൻ കേട്ടിട്ടില്ല."

അല്പം പൗരുഷ്യം കലർന്ന സ്വരത്തിൽ അദ്ദേഹം പറഞ്ഞു....

"എന്റെ അറിവിനുവേണ്ടി ഞാനദ്ദേഹത്തെപ്പറ്റി ആവശ്യത്തിനു മന സ്സിലാക്കിയിട്ടുണ്ട്.... സാഹസികനായ ബുദ്ധിജീവി. നിങ്ങളുടെ പ്രായ ത്തിലുള്ള ഒരുവനെ അസാധാരണ വഴികളിലൂടെ കൊണ്ടുപോകാൻ അദ്ദേ ഹത്തിനു കഴിയും. എന്നാൽ അദ്ദേഹത്തിന്റെ സിദ്ധാന്തങ്ങൾക്ക് ഞാൻ മറുപടി കൊടുക്കാറില്ല. ശരിയാണ്, ചെറുപ്പക്കാരിൽ അദ്ദേഹം സ്വാധീനം ചെലുത്തപ്പെടുന്നുണ്ട്. എന്നാൽ അതൊക്കെത്തന്നെ കുറഞ്ഞു കുറഞ്ഞു വരുന്നതായാണ് ഞാൻ മനസ്സിലാക്കുന്നത്."

തർക്കിക്കുന്നതിനെക്കാൾ നല്ലത് കിടന്നുറങ്ങുന്നതാണെന്ന് എനി ക്കപ്പോൾ തോന്നി.

എന്നിൽനിന്നും മറുപടിയായൊന്നും പുറത്തു വരുന്നില്ല എന്നു മന സ്സിലാക്കിയപ്പോൾ അദ്ദേഹം തുടർന്നു: "തട്ടിച്ചുനോക്കിയാൽ മിസ്റ്റർ ഫ്ലേഷിന്റെ മേൽനോട്ടമാണ് അപകടം കുറഞ്ഞത്." കോട്ടുവാ വന്നത് ഞാൻ മറയ്ക്കാൻ ശ്രമിച്ചുമില്ല.

"നേരം വളരെ വൈകി. താല്പര്യമുണ്ടെങ്കിൽ നമുക്കീ സംവാദം നാളെ തുടരാവുന്നതാണ്. താങ്കൾക്ക് നല്ല യാത്രാക്ഷീണവും കാണും." "ശരിയാണ് ഞാൻ ഉറക്കംതൂങ്ങി വീഴാൻ പോവുകയാണ്." അദ്ദേഹം പോയ ഉടനെ ഞാൻ നെരിപ്പോടിൽനിന്നും വിറകുകഷ്ണങ്ങൾ എടുത്തു മാറ്റി. ജനാലകൾ തുറന്നിട്ടു. ഷട്ടറുകൾ ഉയർത്തി. ഇരുട്ടിനൊപ്പം ഈർപ്പ മുള്ള കാറ്റ് മുറിയിലേക്ക് അടിച്ചുകയറിയപ്പോൾ മുറിയിലെ മെഴുകുതിരി നാളങ്ങൾ ഉലഞ്ഞു. ഇരുട്ടിനെ പൂർണ്ണമായും ഉള്ളിലേക്ക് ആവാഹിക്കു വാനായി ഞാൻ മെഴുകുതിരി കെടുത്തി. ഉദ്യാനത്തിന് അഭിമുഖമായാ ണെന്റെ മുറി. എന്നാൽ സാധാരണ നീണ്ട ഇടനാഴികയുള്ള വീടുകളിൽ കാണപ്പെടുംപോലെ അത് വീടിന്റെ മുൻവശത്തല്ല. അവിടെയായിരുന്നെ ങ്കിൽ കൂടുതൽ വിശാലമായ കാഴ്ചകൾ കാണാമായിരുന്നു. മരക്കൂട്ടങ്ങൾ എന്റെ കാഴ്ച മറച്ചു. ആകാശത്തേക്ക് നോക്കാൻ ഒരു പഴുതും അത് ബാക്കിവച്ചില്ല. അതിനിടയിലൂടെ ചന്ദ്രക്കല ഒരു നിമിഷത്തേക്ക് പ്രത്യക്ഷമാവുകയും ഉടൻതന്നെ മേഘങ്ങൾക്കിടയിൽ മറയുകയും ചെയ്തു. മുൻപു പെയ്ത മഴ ശക്തിയായിരുന്നിരിക്കണം. മരങ്ങളിൽ നിന്നും കണ്ണീർ മുത്തുകൾ അടർന്നു വീഴുന്നുണ്ടായിരുന്നു...

ജനാലകളും ഷട്ടറും അടയ്ക്കുമ്പോൾ എന്റെ മനസ്സു പറഞ്ഞു: കാര്യ ങ്ങൾ അത്ര സന്തോഷകരമായിരിക്കില്ല. ഒരു നിമിഷത്തെ ചിന്ത എന്റെ ശരീരത്തെ മാത്രമല്ല ആത്മാവിനെയും ഭയചകിതമാക്കി. ഞാൻ നെരി

പ്പോടിലേക്ക് വീണ്ടും വിറകുകൾ വച്ച് തീ ജ്വലിപ്പിച്ചു. ചൂടുവെള്ളം നിറച്ച കുപ്പി കണ്ടപ്പോൾ മിസ് വെർദ്യുവിന് എന്നോടുള്ള കരുതലിൽ ഞാൻ സന്തുഷ്ടനായി.

അല്പം നേരം കഴിഞ്ഞപ്പോഴാണ് ഞാനെന്റെ പാദരക്ഷകൾ മുറിക്കു പുറത്ത് ഇട്ടില്ലല്ലോ എന്ന ചിന്ത വന്നത്. ഞാൻ എഴുന്നേറ്റ് ഇടനാഴിയി ലേക്ക് നടന്നു. അപ്പോൾ മിസ് വെർദ്യു വീടിന്റെ അങ്ങേത്തലയ്ക്കലൂടെ നടന്നുപോകുന്നതായി കണ്ടു. അവരുടെ മുറി എന്റെ മുറിയുടെ മുകളി ലാണെന്ന് സീലിങ് വിറപ്പിക്കുന്ന തരത്തിലുള്ള കനത്ത ചുവടുകൾ എന്നെ ഓർമ്മിപ്പിച്ചു. തുടർന്നുവന്ന അഗാധമായ നിശ്ശബ്ദതയിൽ ഞാൻ ഉറക്കത്തിലേക്ക് ആണ്ടുപോയി. അപ്പോൾ ആ വീട് വലിയൊരു കപ്പൽ പോലെ നങ്കൂരങ്ങൾ ഉയർത്തി ഇരുട്ടിലൂടെ തുഴഞ്ഞുപോയി.

അദ്ധ്യായം 2

അടുക്കളയിൽ നിന്നുള്ള തട്ടുമുട്ടു ശബ്ദം കേട്ട് ഞാൻ ഉണർന്നു. എന്റെ ജനലിന്റെ തൊട്ടു താഴെയാണ് അടുക്കള വാതിൽ. ഷട്ടറുകൾ ഉയർത്തി പുറത്തേക്ക് നോക്കിയപ്പോൾ പ്രസന്നമായ ആകാശം കണ്ടു. തോട്ടത്തിലെ ചെടികളിൽ തലേന്നു രാത്രി പെയ്ത മഴയുടെ ഈർപ്പം വിട്ടുമാറിയിരുന്നില്ല. സൂര്യപ്രകാശമേറ്റപ്പോൾ ഇലകൾ തിളങ്ങി. നീല ഛവി പുരണ്ട മൂടൽമഞ്ഞ് എങ്ങും പരന്നു. ഞാൻ ഷട്ടറുകൾ അടയ്ക്കാൻ തുടങ്ങിയപ്പോൾ പച്ചക്കറിത്തോട്ടത്തിലേക്ക് ഒരു ആൺകുട്ടി ഓടിയെത്തു ന്നതു കണ്ടു. അവന്റെ പ്രായം ഊഹിക്കാനാകില്ല. ശരീരത്തെക്കാൾ മൂന്നോ നാലോ വയസ്സ് തലയ്ക്ക് കൂടും. അവന്റെ ശരീരവും തലയും തമ്മിലെ പൊരുത്തം ശരിയായിരുന്നില്ല. ചരിഞ്ഞു ചരിഞ്ഞാണവൻ നട ന്നിരുന്നത്. ഒരു കാല് മറ്റെക്കാലിന്റെ മുന്നിലേക്കു വയ്ക്കാൻ അവൻ തന്നെ പാടുപെടുന്നുണ്ടായിരുന്നു. ഇതായിരിക്കണം പാതിരിയുടെ ശിഷ്യൻ കസിമീർ. ഒരു തടിയൻ നായ അവനോടൊപ്പമുണ്ടായിരുന്നു. ഉരുമ്മിയും തുള്ളിച്ചാടിയുമാണ് നായ ഒപ്പം കൂടിയത്. തനിക്കു കഴിയും വിധമെല്ലാം നായയെ തള്ളിമാറ്റാൻ കുട്ടി ശ്രമിച്ചുകൊണ്ടിരുന്നു. എന്നാൽ നടന്നു നടന്ന് അടുക്കളയ്ക്കരികിൽ എത്തിയപ്പോൾ നായ അവനെ തള്ളി യിട്ട് അകത്തേക്ക് ഓടിക്കയറി. കുട്ടിയാകട്ടെ ചെളിയിലേക്ക് തെന്നിവീണ് അവിടെക്കിടന്ന് ഉരുണ്ടു. അടുക്കളക്കാരിയായ ഒരു യുവതി ഓടിയെത്തി കുട്ടിയെ പിടിച്ചുയർത്തി.

"ദൈവമേ എന്താണീ കുട്ടി കാണിച്ചുവച്ചിരിക്കുന്നത്? എങ്ങനെ ഞാനീ കുട്ടിയെ കൈകാര്യം ചെയ്യും. പട്ടിയെ കൂട്ടിൽത്തന്നെ ഇട്ടേക്ക ണമെന്ന് നൂറാവർത്തി ഞാൻ പറഞ്ഞതല്ലേ കുഞ്ഞേ. അകത്തേക്ക് വാ

തുടച്ചെടുക്കട്ടെ!"

അവൾ കുട്ടിയെ അടുക്കളയിലേക്ക് വലിച്ചുകൊണ്ടുപോയി. ഏതാണ്ട് ആ സമയത്ത് ആരോ എന്റെ വാതിലിൽ മുട്ടി. അത് ചൂടുവെള്ളവുമായി എത്തിയ പരിചാരികയായിരുന്നു. കാൽമണിക്കൂർ കഴിയുമ്പോഴേക്കും പ്രഭാത ഭക്ഷണത്തിനായുള്ള മണി മുഴങ്ങി.

ഞാൻ ഡൈനിങ് റൂമിലേക്ക് കേറിച്ചെന്നയുടനെ പാതിരി മുന്നോട്ടുവന്ന് പറഞ്ഞു.

"മദാം ഫ്ളേഷ്, ഇതാ നമ്മുടെ വിരുന്നുകാരൻ."

മദാം ഫ്ളേഷ് കസേരയിൽ നിന്നും എഴുന്നേറ്റു. ആ എഴുന്നേല്ക്കൽ ഇരുപ്പിനെക്കാൾ അധികം ഉയർന്നിട്ടായിരുന്നില്ല. ഞാൻ അവരെ വണങ്ങി. അവർ തിരിച്ചൊന്ന് തലകുലുക്കി. ഏതെങ്കിലും ഭയങ്കര സംഭവം അവരുടെ തലയെ ചുമലുകൾക്കിടയിലേക്ക് താഴ്ത്തിക്കളഞ്ഞിട്ടുണ്ടാവണം. അതിനുശേഷം അത് അനങ്ങിയിട്ടുണ്ടാവില്ല! അല്പമൊന്ന് കൂനിയിട്ടുമുണ്ട്. എന്നെ അഭിവാദ്യം ചെയ്യാനായി മിസ്റ്റർ ഫ്ളേഷ് അവർക്കരികിലേക്കു വന്നു. ആ ദമ്പതികൾക്ക് ഒരേ ഉയരമായിരുന്നു. ഒരേ ഫാഷനിൽ വസ്ത്രം ധരിച്ചിരുന്നു... കാഴ്ചയിൽ അവർ ഒരേ മാംസമാണെന്നും തോന്നി. കുറച്ചു നിമിഷങ്ങൾ ഞങ്ങൾ അവ്യക്തമായ ചില പ്രശംസകൾ നടത്തിക്കൊണ്ടിരുന്നു. മൂന്നുപേരും ഒരേസമയം സംസാരിച്ചു. അതിനു ശേഷം രാജകീയമായ ഒരു നിശ്ശബ്ദത വന്നുചേർന്നു. അവിടേക്ക് ചായ പ്പാത്രവുമായി മിസ്. വെർദ്യൂ കടന്നുവന്നു.

തല ചലിപ്പിക്കാനാകാത്തതിനാൽ ശരീരമാകെ തിരിച്ചുകൊണ്ട് മദാം ഫ്ളേഷ് പറഞ്ഞു:

"താങ്കൾക്ക് സുഖമായി ഉറങ്ങാൻ കഴിഞ്ഞോയെന്നറിയാൻ നമ്മുടെ സുഹൃത്ത് മിസ് ഒലാംബ് ആകാംക്ഷാഭരിതയായി നില്ക്കുകയാണ്. കിടക്കയൊരുക്കുന്നതിൽ എന്തെങ്കിലും തകരാറുണ്ടായോയെന്നും അവൾക്ക് അറിയണം." ഇതിലും മെച്ചപ്പെട്ട സൗകര്യം ലഭ്യമാകാനില്ലെന്നും രാത്രി കിട്ടിയ ചൂടുവെള്ളം എനിക്ക് ഏറെ ആശ്വാസകരമായെന്നും ഞാനറിയിച്ചു.

എനിക്ക് സുപ്രഭാതം പറഞ്ഞ് മിസ് വെർദ്യൂ ഒരിക്കൽക്കൂടി പുറത്തേക്കു പോയി.

"അടുക്കളയിൽ നിന്നുള്ള ശബ്ദം ഉറക്കത്തിനു തടസ്സമായില്ലല്ലോ?" ഞാൻ നിന്റെ വാക്കുകൾ ആവർത്തിച്ചു.

"പറയാൻ മടിക്കേണ്ട. വേറൊരു മുറിയൊരുക്കാൻ അധികസമയം വേണ്ടിവരില്ല."

മിസ്റ്റർ ഫ്ളേഷിന് അധികമൊന്നും സംസാരിക്കേണ്ടിവന്നില്ല.

തന്റെ പ്രിയപത്നി പറയുന്ന കാര്യങ്ങൾ ശരിയാണെന്ന രീതിയിൽ പുഞ്ചിരിച്ചാൽ മാത്രം മതിയായിരുന്നു.

"തീർച്ചയായും. ഇതൊരു വലിയ വീടാണെന്ന് എനിക്കറിയാം. പക്ഷേ, ഇതിലും മെച്ചമായ സുഖസൗകര്യങ്ങൾ ലഭിക്കുവാനില്ല."

"നമുക്ക് നമ്മുടെ അതിഥിയെ സൽക്കരിക്കാം" പാതിരി പറഞ്ഞു.

മിസ് ഒലാംബ് ഒരു പ്ലേറ്റിൽ മൊരിച്ച റൊട്ടിയുമായി എത്തി. ചെറിയ മുടന്തുള്ള കുട്ടിയെ തള്ളിമാറ്റിയാണ് അവർ അകത്തേക്കു കടന്നത്. അവന്റെ സാന്നിദ്ധ്യം അല്പം കഴിഞ്ഞാണ് ഞാൻ ശ്രദ്ധിക്കുന്നത്.

പാതിരി അവന്റെ കൈകകളിൽ പിടിച്ചു:

"കസിമീർ ഇങ്ങോട്ടു വാ.... നീയിപ്പോൾ വെറുമൊരു കുട്ടിയല്ല. വന്ന് മിസ്റ്റർ ലക്കാദിനെ അഭിവാദ്യം ചെയ്യ്. തലയുയർത്തി നോക്കി കൈ കൊടുക്ക്."

തെല്ല് ക്ഷമാപണഭാവത്തിൽ എനിക്കുനേരെ നോക്കി.

"ഞങ്ങളിങ്ങനെ കമ്പനി കൂടിയൊന്നും ശീലിച്ചിട്ടില്ല."

കുട്ടിയുടെ നാണം എന്നെ ചെറുതായെന്ന് അസ്വസ്ഥനാക്കി.

"ഇവൻ നിങ്ങളുടെ പേരക്കുട്ടിയാണോ?"

ഞാൻ മദാം ഫ്ലേഷിനോട് ചോദിച്ചു. തലേദിവസം പാതിരി തന്ന വിവരം ഞാൻ പൂർണ്ണമായി മറന്നുപോയിരുന്നു!

"അവൻ എന്റെ സഹോദരിയുടെ പേരക്കുഞ്ഞാണ്. അവളെയും ഭർത്താവിനെയും നമ്മൾ ഉടനെ പരിചയപ്പെടും."

"വസ്ത്രം മുഴുവൻ ചെളിപുരണ്ടതുകൊണ്ടാണ് അവൻ ചെറിയൊരു നാണം.... നായോട് കളിച്ച് മറിഞ്ഞുവീണിരുന്നു."

വെർദ്യു പറഞ്ഞു.

കസിമീറിനു നേരെ സഹതാപപൂർവ്വം നോക്കി ഞാൻ പറഞ്ഞു.

"അത് നല്ല തമാശയായിരുന്നു. മുകളിൽനിന്നും ഞാനെല്ലാം കണ്ടു. പരിക്കു വല്ലതും പറ്റിയോ?"

"മിസ്റ്റർ. ലക്കാദിന് നമ്മൾ ഒരു കാര്യം പഠിപ്പിച്ചുകൊടുക്കും. സമ തുലിതാവസ്ഥ പാലിക്കുന്നതല്ല നമ്മുടെ ശക്തിയെന്ന്."

അദ്ദേഹം പറയാതെ തന്നെ ഞാനതു ഗ്രഹിച്ചിരുന്നു!

ആ പുരോഹിതനോട് എന്തോ ഒരു അനിഷ്ടം എന്നിൽ ഇതിനകം രൂപപ്പെട്ടു കഴിഞ്ഞിരുന്നു.

കുട്ടി എന്നോടൊന്നും മിണ്ടിയില്ല. എന്നാലവന്റെ മുഖമാകെ ചുവന്നു തുടുത്തു. ഞാൻ പറഞ്ഞുപോയ കാര്യങ്ങളിൽ എനിക്കു വിഷമം തോന്നി. അവന്റെ പരിമിതിയെപ്പറ്റി ഞാൻ പരിഹാസരൂപേണ പറഞ്ഞോയെന്ന സന്ദേഹം എന്നുള്ളിൽ ഉയർന്നു. പുരോഹിതൻ അയാളുടെ സൂപ്പ് കഴിച്ച ശേഷം തന്റെ മുറിയിലേക്കുപോയി. സംസാരിക്കാതിരിക്കുമ്പോൾ അയാ ളുടെ മുഖം അടച്ചുവച്ച പേഴ്സുപോലെ തോന്നി. ഒരു വൃദ്ധന്റെ പല്ലി ല്ലാത്ത വായപോലെ. സ്വന്തം പാത്രത്തിൽ ശേഷിച്ചത് വിരൽകൊണ്ടു പിടിച്ചെടുത്ത് അകത്താക്കിക്കൊണ്ടിരുന്ന കസിമീറിനു പുറകിൽ അയാൾ ചെന്നുനിന്നു.

"വേഗം എഴുന്നേല്‍ക്ക്.... അവന്‍സുര്‍ നമുക്കായി കാത്തിരിക്കു ന്നുണ്ട്."

പ്രഭാത ഭക്ഷണം കഴിഞ്ഞയുടനെ മി. ഫ്ളേഷ് എന്നെ അദ്ദേഹത്തി നരികിലേക്കു വിളിച്ചു.

"നമുക്ക് തോട്ടത്തിലേക്ക് പോകാം. പാരീസിലെ ബുദ്ധിജീവിലോകം എങ്ങനെ മുന്നോട്ടുപോകുന്നുണ്ടെന്ന് അറിയണമല്ലോ!"

നര്‍മ്മത്തില്‍ ചാലിച്ച് ഫ്ളേഷ് അനര്‍ഗ്ഗളമായി സംസാരിക്കാന്‍ തുടങ്ങി. ഞാന്‍ കൊടുത്ത മറുപടികളൊന്നും ശ്രദ്ധിക്കാതെ അദ്ദേഹം തന്റെ ചങ്ങാതി ഗസ്തോന്‍ ദയ്‌സിയെപ്പറ്റിയും ഞാന്‍ ആരുടെ കീഴി ലെല്ലാം പഠിച്ചിരിക്കാന്‍ സാദ്ധ്യതയുണ്ടോ അവരില്‍ താനുമായി എഴു ത്തുകുത്തുകളുള്ള പണ്ഡിതന്മാരെപ്പറ്റിയുമൊക്കെ അന്വേഷിച്ചു. എന്റെ പഠനവുമായി ബന്ധപ്പെട്ട ചോദ്യങ്ങളും ഇടയ്ക്കിടെ ചോദിക്കുന്നുണ്ടാ യിരുന്നു. എന്റെ സാഹിത്യ സംബന്ധിയായ പദ്ധതികളെപ്പറ്റി ഒന്നും ഞാന്‍ വെളിപ്പെടുത്തിയില്ല. സൊര്‍ബോണ്‍ സര്‍വ്വകലാശാലയിലെ ഒരു ഗവേഷ കന്‍ എന്ന നിലയില്‍ മാത്രമേ ഞാന്‍ എന്നെ പരിചയപ്പെടുത്തിയുള്ളൂ. ഇതിനെല്ലാം ശേഷം അദ്ദേഹം ലാ ക്യാഫൂഷിന്റെ ചരിത്രം പറയാനാരം ഭിച്ചു. കഴിഞ്ഞ പതിനഞ്ചു വര്‍ഷത്തിനകം ഇവിടെനിന്നും അദ്ദേഹം പുറ ത്തേക്ക് കടന്നിട്ടില്ലത്രെ! തോട്ടം, വീട് എന്നിവയുടെ ചരിത്രം വെളിപ്പെ ടുത്തിയ അദ്ദേഹം മുമ്പ് അവിടെ പാര്‍ത്തിരുന്നവരുടെ ചരിത്രം പറഞ്ഞി ല്ല. അത് മറ്റൊരവസരത്തിലേക്ക് മാറ്റിവച്ചതാകാം. എന്റെ ഗവേഷണത്തിന് സഹായകരമായേക്കാവുന്ന പതിനേഴാം നൂറ്റാണ്ടിലെ കൈയെഴുത്തു പ്രതികള്‍ എങ്ങനെ തന്റെ പക്കല്‍ എത്തി എന്നദ്ദേഹം പറയാന്‍ തുട ങ്ങി. അദ്ദേഹത്തിന്റെ ചുവടുവെയ്പുകള്‍ കുറിയതായും കാലുകള്‍ക്ക് അല്‍പം മുടന്ത് ഉള്ളതായും തോന്നി. അദ്ദേഹം തന്റെ ടൗസര്‍ വളരെ ഇറക്കിയിട്ടിരുന്നതുകാരണം കാലുറകള്‍ തുടങ്ങുന്ന സ്ഥലം മുട്ടുവരെ താഴ്ന്നും ടൗസറിന്റെ അറ്റം പിന്‍കാല്‍ കവിഞ്ഞും കിടന്നിരുന്നു. ഷൂസിനെ മുടിക്കിടന്ന ഈ വിചിത്ര വസ്ത്രത്തെ എന്തു പേരു വിളിക്ക ണമെന്ന് ദൈവത്തിനു മാത്രമേ അറിയൂ. മൃദുവായി പ്രവഹിച്ച കാറ്റിന്റെ ഇളംചൂട് ആസ്വദിച്ച് തെല്ലൊരു ആലസ്യത്തോടെ ഞാന്‍ അദ്ദേഹം പറ യുന്നത് ശ്രദ്ധയോടെ കേള്‍ക്കുന്നതായി ഭാവിച്ചു. ഞങ്ങളുടെ തലയ്ക്കു മീതെ ശാഖകള്‍ പടര്‍ത്തി നില്‍ക്കുന്ന കൂറ്റന്‍ ചെസ്‌നട്ട് മരങ്ങള്‍ നിറഞ്ഞ തോട്ടത്തിലൂടെ നടന്ന് ഞങ്ങള്‍ മറുഭാഗത്തെത്തി. വിഗ്മരങ്ങളുടെ നിഴല്‍ വീണുകിടക്കുന്ന ഒരു ബഞ്ച് അവിടെയുണ്ടായിരുന്നു. മി. ഫ്ളേഷ് എന്നെ അതിലേക്കു ക്ഷണിച്ചു.

"എന്റെ ഭാര്യാ സഹോദരന് അല്‍പം......,"

അദ്ദേഹമാ വാചകം പൂര്‍ത്തിയാക്കാതെ ചൂണ്ടുവിരല്‍ നെറ്റിയില്‍ വച്ചു. ശേഷം പറഞ്ഞു: "പ്രശ്നമുള്ളതായി ഫാദര്‍ സന്താള്‍ പറഞ്ഞി

രുന്നോ?"

എന്തു പറയണമെന്നറിയാതെ ഞാനല്പം അന്ധാളിച്ചു. അദ്ദേഹം തുടർന്നു: "സെയ്ന്റ് ഓറിയോൾ പ്രഭു എന്റെ ഭാര്യാ സഹോദരനാണ്. ഫാദർ സന്താൾ ചിലപ്പോൾ എന്നോട് പറഞ്ഞതിനെക്കാൾ കൂടുത ലൊന്നും നിങ്ങളോടു പറഞ്ഞിട്ടില്ലായിരിക്കാം. പക്ഷേ, അദ്ദേഹം അങ്ങനെ ചിന്തിക്കുന്നതായി എനിക്കറിയാം. ഞാനും അങ്ങനെ തന്നെ.. ഞാന ല്പം.... ആണെന്ന് ഫാദർ നിങ്ങളോടു പറഞ്ഞല്ലോ?"

"മി. ഫ്ലേഷ്, ഞാനതെങ്ങനെ സങ്കല്പിക്കും?"

എന്റെ കൈകളിൽ രഹസ്യമായൊന്നു തട്ടിക്കൊണ്ട് അദ്ദേഹം പറഞ്ഞു:

"അത് സ്വാഭാവികം മാത്രം. ഞങ്ങൾ എത്രയോ കാലമായി ലോക ത്തിൽ നിന്നും മാറി അടച്ചുപൂട്ടി ഇരിക്കുകയയല്ലേ? അത് കുറച്ച് അസാ ധാരണവുമാണല്ലോ. ഒന്നുമങ്ങനെ വളഞ്ഞുതിരിഞ്ഞ് ഇവിടെ എത്താ റില്ല എന്നു വേണമെങ്കിൽ പറയാം. നിങ്ങൾ ഞങ്ങളെ കാണാനെത്തി യത് നിങ്ങളിലുള്ള കാരുണ്യംകൊണ്ടും."

അപ്പറഞ്ഞതിനെ എതിർക്കാനുള്ള ത്വര എന്നിൽ നാമ്പിട്ടു.

"ഞാൻ ആവർത്തിച്ചു പറയുന്നു, യുവ സുഹൃത്തേ, താങ്കളുടെ കാരുണ്യം കൊണ്ടുമാത്രമെന്ന്. ഞാൻ ഇന്നുതന്നെ എന്റെ പ്രിയ സുഹൃത്ത് ദിസ്നോസിന് എഴുതുന്നുണ്ട്. അദ്ദേഹത്തിനോടും ഞാൻ ഇതു തന്നെ പറയും. നിങ്ങളുടെ ഹൃദയത്തിലിരുന്നു വിങ്ങുന്ന എന്തെങ്കിലും എന്നോടു ചോദിക്കുവാനോ പറയുവാനോ ഉണ്ടെങ്കിൽ, നിങ്ങൾക്ക് താല്പ ര്യമുള്ള പ്രശ്നങ്ങൾ വല്ലതുമുണ്ടെങ്കിൽ... ശരി! നിങ്ങൾ എന്താണു പറ ഞ്ഞുകൊണ്ടിരുന്നതെന്ന് എനിക്ക് മനസ്സിലായില്ല."

ഇതിന് എന്തു മറുപടിയാണ് ഞാൻ നല്കേണ്ടത്? എന്റെ കൈയി ലിരുന്ന വടിയുടെ അഗ്രംകൊണ്ട് ഞാൻ ചരലുകൾ മാന്തി.

"നോക്ക്, ഇവിടെ ഞങ്ങൾ അല്പം ഒറ്റപ്പെട്ട അവസ്ഥയിലാണ്... എതിർക്കാൻ നോക്കണ്ട. ഓറിയോൾ പ്രഭു ഈ തൂണുപോലെ ബധിര നാണ്. ബധിരനല്ലെന്ന് ഭാവിക്കാനാണ് അദ്ദേഹത്തിന്റെ ശ്രമമൊക്കെയും. ആളുകളോട് ഉച്ചത്തിൽ സംസാരിക്കാൻ പറയുന്നതിനു പകരം എല്ലാം കേൾക്കുന്നതായി ഭാവിക്കും. ഇന്നിവിടെ കൈമാറപ്പെട്ട അഭിപ്രായങ്ങ ളിൽ ഞാനും അദ്ദേഹത്തെപ്പോലെ ബധിരനാണ്. കാര്യങ്ങൾ അപ്രകാര മാണ് നീങ്ങുന്നതെങ്കിൽ എനിക്ക് പരാതിയില്ല. ഞാനിതൊന്നും അത്ര ശ്രദ്ധയോടെ മനസ്സിലാക്കാൻ മുതിർന്നിട്ടുമില്ല. മാസ്വോൺ, ബുസ്വേ തുട ങ്ങിയ മഹാന്മാരായ ഫ്രെഞ്ച് ക്രിസ്തീയ ചിന്തകന്മാരിൽനിന്നും എനിക്ക് ഗ്രഹിക്കാനായ കാര്യം യുവത്വത്തിൽ എന്റെ ചിന്താലോകത്തെയാകെ അപഹരിച്ചിരുന്നു. ആ മഹാന്മാരുടെ മനസ്സിനെ അലട്ടിയിരുന്ന കാര്യ ങ്ങളാകട്ടെ എനിക്കൊട്ടും ഗ്രഹിക്കാനായില്ല. ഇപ്പോഴുമത് അങ്ങനെ

തന്നെ. അതുകൊണ്ട്, താങ്കൾക്ക് താങ്കളുടെ പഠനമേഖലയുടെ മുൻഗ ണനകൾ ഞാനുമായി പങ്കുവയ്ക്കാവുന്നതും അത് എന്റേതുകൂടി ആയി ത്തീരുന്നതുമായിരിക്കും. സംഗീതജ്ഞരെപ്പോലെയോ, കവികളെപ്പോ ലെയോ നിങ്ങൾ ഇഷ്ടപ്പെടുന്ന മഹാപ്രഭാഷകരെപ്പോലെയോ അല്ല, നിങ്ങൾ ഏറ്റവും ഇഷ്ടപ്പെടുന്ന സർക്കാർ രൂപങ്ങളെപ്പോലെയോ ഞാൻ നിങ്ങളോട് ചോദിക്കുന്നില്ലെങ്കിൽ എന്നോടു ക്ഷമിക്കണം."

അദ്ദേഹം പുരാതനമായ ഒരു പോക്കറ്റ് വാച്ച് പുറത്തെടുത്ത് സമയം നോക്കിയശേഷം പോകാനായി എഴുന്നേറ്റു.

"നമുക്കിപ്പോൾ പോകാം. പത്തുമണിക്കുതന്നെ ജോലി തുടങ്ങിയി ല്ലെങ്കിൽ ഒരു ദിവസം മുഴുവൻ നഷ്ടപ്പെട്ടതായി എനിക്കു തോന്നും."

ഞാൻ നീട്ടിയ കൈയിൽ അദ്ദേഹം പിടിച്ചു.

തികഞ്ഞ ഉദാസീനതയോടെ ഞാനദ്ദേഹത്തോടൊപ്പം ചുവടുകൾ വച്ചു.

"വേഗം... വേഗം..." അദ്ദേഹം ധൃതിപ്പെട്ടു.

"ചിന്തകൾ പൂവുകൾ പോലെയാണ്. പുലരിയിൽ ശേഖരിക്കുന്നവ ഏറ്റവും കൂടുതൽ സമയം പ്രസരിപ്പോടെ ഇരിക്കും."

കർട്ടൻ കൊണ്ടുമാത്രം മറച്ച ഇരുമുറികളിലാണ് ലാ ക്യാഫുഷിലെ ലൈബ്രറി. ഒരു മുറി തീരെ ചെറുതാണ്. മിസ്റ്റർ ഫ്ലേഷ് അവിടെയാണി രിക്കുന്നത്. മറ്റേ മുറിയിൽനിന്നും മൂന്നു പടവുകൾ മുകളിലാണത്. അവിടെ ജനലിനോട് ചേർന്ന് ഒരു മേശയുണ്ട്. കരിമരത്തിന്റെ ചില്ലകൾ ജനാലച്ചില്ലകളിൽ ഉരസുന്ന കാഴ്ചയല്ലാതെ മറ്റൊന്നും പുറത്തേക്കു കാണാനാവുകയില്ല. മേശമേൽ പച്ചനിറത്തിലുള്ള മൂടിയോടു കൂടിയ എണ്ണവിളക്കും ചുവട്ടിൽ ശീതകാല കാലുറയും മൂലയിൽ ചെറിയൊരു സ്റ്റൗവും കാണപ്പെട്ടു. അടുത്തുള്ള മറ്റൊരു മേശമേൽ തടിച്ച ഗ്രന്ഥങ്ങൾ ബൈൻഡ് ചെയ്ത് സൂക്ഷിച്ചിരുന്നു. ഇതിനു രണ്ടിനുമിടയിലെ കബോർഡിൽ ഫയലിങ് കാബിനറ്റ് ഉറപ്പിച്ചിട്ടുണ്ട്. രണ്ടാമത്തെ മുറിയാ കട്ടെ അതിവിശാലമാണ്. അതിന്റെ ചുമരുകൾ സീലിങ്ങോളവും പുസ്ത കങ്ങളാണ്. ആ മുറിക്ക് രണ്ടു ജനലുകളുണ്ട്. നടുവിലായി വലിയൊരു വായനാ മേശയും.

"ഇവിടെയാണ് നിങ്ങളുടെ ഇരിപ്പിടം." മേശ ചൂണ്ടിക്കാണിച്ച് മിസ്റ്റർ ഫ്ലേഷ് അതു പറഞ്ഞപ്പോൾ ഞാനല്പം ചൂളി. "എനിക്കെന്റെയാ കൊച്ചു മുറി മതി. അവിടെയാണ് എനിക്ക് കൂടുതൽ ശ്രദ്ധയോടെ ഇരിക്കാനാവു ന്നത്." "വലിയ മേശയ്ക്കു മുന്നിലിരിക്കാൻ ശങ്കിക്കേണ്ടതില്ല. പരസ്പരം ശല്യമാവാതിരിക്കാൻ നമുക്ക് വേണമെങ്കിൽ ആ കർട്ടൻ നീക്കിയിടാം."

"അയ്യോ, അതൊന്നും വേണ്ട."

ഞാൻ എതിർത്തു നോക്കി.

"അങ്ങനെയെങ്കിൽ കർട്ടൻ അപ്രകാരം തന്നെ കിടക്കട്ടെ. നിങ്ങൾ

അവിടെയിരിക്കുന്നത് എനിക്ക് ഇടയ്ക്കിടയ്ക്ക് കാണാനും കഴിയുമല്ലോ!"

(സത്യത്തിൽ അദ്ദേഹത്തിന്റെ കണ്ണുകളിൽ പെടാതെ ഒരു നിമിഷം പോലും എനിക്കവിടെ ഇരിക്കാനായിട്ടില്ല എന്ന് പിന്നീടുള്ള ദിവസങ്ങൾ തെളിയിച്ചു. അദ്ദേഹം എന്റെ നേരെ നോക്കി ചിരിച്ചുകൊണ്ട് തലകു ലുക്കും. എന്നെ ശല്യപ്പെടുത്തിയേക്കുമോയെന്നു പേടിച്ച് ചിലപ്പോൾ ദൂരേക്കു നോക്കിക്കളയും. എന്നിട്ട് ആഴത്തിൽ വായനയിൽ മുഴുകുന്ന തായി ഭാവിക്കും.)

ആ നിമിഷം തന്നെ അദ്ദേഹം പണിതുടങ്ങി. എനിക്കാവശ്യമെന്നു തോന്നിയ പുസ്തകങ്ങളും കൈയെഴുത്തുപ്രതികളും എന്റെ കൈ യെത്തുംദൂരത്ത് അടുക്കിവച്ചു. അവയെല്ലാം തന്നെ അദ്ദേഹത്തിന്റെ അടുത്ത് ഫയലിങ് കാബിനറ്റിൽ ഇരുന്നവയായിരുന്നു. മിസ്റ്റർ ദിസ്നോസ് പറഞ്ഞിരുന്നതിലും എത്രയോ വിപുലമായിരുന്നു എണ്ണത്തിലും പ്രധാ ന്യത്തിലും അവ. അതിന്റെയെല്ലാം ഉള്ളടക്കം ഒന്നു മനസ്സിലാക്കി വരാൻ തന്നെ ചുരുങ്ങിയത് ഒരാഴ്ചയെങ്കിലും വേണ്ടിവരും. അവസാനം മിസ റ്റർ ഫ്ളേഷ് ചെറിയ കബോർഡ് തുറന്ന് പ്രശസ്തമായ ബുസേ ബൈബിൾ പുറത്തെടുത്തു. ബൈബിളിലെ ഓരോ വാക്യത്തിനു നേരെയും മൂവിലെ ഗരുഡൻ എന്നറിയപ്പെട്ട ബുസേ പ്രബോധന തീയ തികൾ കുറിച്ചിട്ടിരുന്നു. എന്നാൽ, എന്നെ അത്ഭുതപ്പെടുത്തിയ വസ്തുത അൽബേർ ദിസ്ദോസ് അദ്ദേഹത്തിന്റെ രചനകളിൽ ഇതൊന്നും ഉൾപ്പെ ടുത്തിക്കണ്ടില്ല എന്നതാണ്. ചിലപ്പോൾ ഫ്ളേഷിന് ഈ പുസ്തകം സമീ പകാലത്തു മാത്രം കൈവന്നതാകാനും മതി.

"സത്യം പറഞ്ഞാൽ ഞാനിതിനെപ്പറ്റി ചില കുറിപ്പുകൾ എടുത്തി ട്ടുണ്ട്. എന്നാൽ അത് മറ്റാർക്കും നല്കിയിട്ടില്ല. അതുകൊണ്ട് നിങ്ങളുടെ പ്രബന്ധത്തിൽ പുതിയ കണ്ടെത്തലായിത്തന്നെ ഉൾപ്പെടുത്താവുന്ന താണ്."

അദ്ദേഹം പറഞ്ഞു.

"എന്റെ പ്രബന്ധത്തിന് എന്തെങ്കിലും മേന്മ വന്നുചേരുന്നുവെങ്കിൽ ഞാനതിന് അങ്ങയോട് കടപ്പെട്ടിരിക്കും. അങ്ങയോടുള്ള കടപ്പാട് അതിൽ പരാമർശിക്കാൻ അങ്ങ് എന്നെ ദയവായി അനുവദിക്കുകയും വേണം. അതെനിക്ക് അങ്ങയോടുള്ള ഏറ്റവും വിനീതമായ നന്ദി പ്രകടനമായി രിക്കുമത്."

അല്പം വ്യസനത്തോടെ അദ്ദേഹം പറഞ്ഞു:

"ഒരാൾ ലോകത്തോട് വിടപറയാനുള്ള നാളുകൾ അടുത്തുവരു മ്പോൾ കാലം കടന്നും നിലനില്ക്കുന്ന ഏതൊരു വാഗ്ദാനവും ഒരാൾ സ്വാഗതം ചെയ്യും."

"ഈ ലൈബ്രറി നിങ്ങൾക്കുള്ളതാണ്. എന്തെങ്കിലും ആവശ്യം വരു ന്നെങ്കിൽ മാത്രം എന്നെ വിളിക്കുക. ആവശ്യമുള്ള എല്ലാ രേഖകളും എടു ക്കുക. വീണ്ടും കാണുംവരെ വിടപറയുന്നു."

അതിനുശേഷം ഞാൻ ആ മൂന്നു പടവുകൾ ഇറങ്ങി, അദ്ദേഹത്തെ നോക്കി ചിരിച്ചു. അദ്ദേഹം കൈകൾ വീശി.

"വീണ്ടും കാണുംവരെ വിടപറയുന്നു."

എന്റെ ഗവേഷണത്തിനാവശ്യമായ രേഖകളുമായി ഞാൻ വലിയ മുറിയിലേക്കു പോയി. തന്റെ മേശയ്ക്കരികിൽ ഇരിക്കുമ്പോൾ എനിക്ക് മി. ഫ്ളേഷിനെ കാണാം. അദ്ദേഹം അസ്വസ്ഥതയോടെ മേശവലിപ്പ് തുറക്കുകയും അടയ്ക്കുകയും ചെയ്യുന്നുണ്ടായിരുന്നു. ചില പേപ്പറുകൾ പുറത്തെടുക്കുകയും വീണ്ടും അകത്തേക്കുവയ്ക്കുകയും ചെയ്തു. ഇതെല്ലാം തന്നെ ഞാനൊരു തെരക്കുള്ള മനുഷ്യനാണെന്ന് കാണിക്കാ നാണെന്നു തോന്നി. അദ്ദേഹം വളരെ അസ്വസ്ഥനാണെന്ന് സംശയിക്കാ തിരിക്കാനായില്ല. എന്റെ സാന്നിദ്ധ്യംകൊണ്ട് ആകണമെന്നില്ല. എന്നാൽ, തന്റെ ക്രമപ്പെടുത്തിയ ജീവിതത്തിൽ വന്നുചേരാവുന്ന ഓരോ ആഘാ തവും അദ്ദേഹത്തിന്റെ മാനസിക സമതുലിതാവസ്ഥയെ അപകടപ്പെടു ത്തിയേക്കാം. ഒടുവിൽ അദ്ദേഹം സമനില വീണ്ടെടുക്കുന്നതു കാണാ നായി. കാലുകൾ ശീതകാല ഉറയിലേക്ക് കയറ്റിവച്ച് അദ്ദേഹം അനങ്ങാ തിരുന്നു.

ഞാനും എന്റെ പഠനപ്രക്രിയയിൽ ആമഗ്നനായി ഇരിക്കുന്നതായി നടിച്ചു. എന്നാൽ എനിക്കെന്റെ ചിന്തകളെ നിയന്ത്രിക്കാനായില്ല. നിയ ന്ത്രിക്കാൻ ശ്രമിച്ചില്ല എന്നതാണ് നേര്. എന്റെ ചിന്തകൾ ലാ ക്യാഫുഷിനു ചുറ്റും കറങ്ങി. അതൊരു പ്രവേശന കവാടമില്ലാത്ത ദുർഗ്ഗം പോലെ എനിക്കുതോന്നി. അതിനുള്ളിലേക്കു കടക്കണമെങ്കിൽ എനിക്കല്പം ബലം പ്രയോഗിക്കണം. അത്രയ്ക്ക് സൂക്ഷ്മത എനിക്കുണ്ടോ? അതാണു ഞാൻ ഉറപ്പിക്കേണ്ടത്. എന്റെ സുഹൃത്തേ നീയൊരു നോവലിസ്റ്റാണ ല്ലോ. എന്താണ് നീ ചെയ്യാൻ പോകുന്നതെന്ന് നമുക്ക് കാണാം. ഞാൻ എന്നോടു പറഞ്ഞു.

വിവരിക്കുക!

ദൈവം നിന്നെ രക്ഷിക്കട്ടെ!

അതിനായല്ല നീയിവിടെ വന്നത്.

ഈ ബാഹ്യാകാരങ്ങൾക്കുള്ളിൽ എന്താണെന്നു കണ്ടെത്തലാണ് നിന്റെ ദൗത്യം. ലാ ക്യാഫുഷിലെ ഫ്രസ്വ വാസത്തിനുള്ളിൽ ഒരൊറ്റ ചലനം ശ്രദ്ധിക്കാതെ പോയാൽമതി, ഒരു നേരിയ സ്പന്ദനം വിട്ടുപോ യാൽ മതി അതുനിന്നെ മനഃശാസ്ത്രപരമായി, ചരിത്രപരമായി, പെട്ടെന്ന് ബാധിച്ചു എന്നുവരില്ല. എന്നാൽ ഈ പണിക്ക് നിന്നെ കൊള്ളില്ല എന്നതു തെളിയിക്കും.

ഞാൻ ഒരിക്കൽക്കൂടി മി. ഫ്ളേഷിനുനേരെ നോക്കി. അദ്ദേഹം എനിക്കു നേരെയാണിരിക്കുന്നത്. ആ തടിച്ചുതുങ്ങിയ വികാരരഹിതമായ മൂക്കും കുറ്റിച്ചെടികൾപോലുള്ള പുരികങ്ങളും വൃത്തിയായി ക്ഷൗരം

ചെയ്ത താടിയും പുകയിലക്ഷണം ചവയ്ക്കുന്നതുപോലെ അനങ്ങി
ക്കൊണ്ടിരുന്നു. സ്വയം എടുത്തണിഞ്ഞ കാരുണ്യമുഖംമൂടിക്കല്ലാതെ
മറ്റൊന്നിനും ഒരു മുഖത്തിനെ ഇത്രമേൽ കാഠിന്യമേറിയതാക്കാനാവില്ല
എന്നെനിക്കു തോന്നി.

ഈ ചിന്തകൾക്കിടയിൽ ഉച്ചഭക്ഷണത്തിനായുള്ള മണി മുഴങ്ങിയത്
എന്നെ അതിശയിപ്പിച്ചു.

അദ്ധ്യായം 3

ആ അത്താഴവേളയിലാണ് മി. ഫ്ളേഷ് ഒരു മുന്നറിയിപ്പുമില്ലാതെ സെയ്ന്റ് ഓറിയോൾ ദമ്പതികൾക്കരികിലേക്ക് എന്നെ കൂട്ടിക്കൊണ്ടുപോയത്.

ഫാദർ സന്താൾ പോലും, ഈ സാഹചര്യത്തിൽ, തലേരാത്രിയിലെങ്കിലും എനിക്കു മുന്നറിയിപ്പു തരുമായിരുന്നു. ഇത്തരത്തിൽ സ്തംഭിച്ചുപോയ അവസരം, മുമ്പൊരിക്കൽ, മൃഗശാലയിൽവച്ച് രാജഹംസങ്ങളെ കണ്ടപ്പോഴും ഉണ്ടായതായി ഞാൻ ഓർക്കുന്നു. ഈ ദമ്പതിമാരിൽ പ്രഭു വാണോ പ്രഭിയാണോ കൂടുതൽ സവിശേഷമായയാൾ എന്ന് നിർണ്ണയിക്കാനാകുമായില്ലെങ്കിലും അവരെ ഒരു മ്യൂസിയത്തിലെ കണ്ണാടിക്കൂട്ടിൽ 'വംശനാശം നേരിടുന്ന ജീവികൾ' എന്ന അടിക്കുറിപ്പോടെ തീർച്ചയായും പ്രദർശിപ്പിക്കാവുന്നതാണ്. ഇവരെ ആദ്യമായി കണ്ടപ്പോൾ എനിക്ക് ആദ്യമുണ്ടായ അനിർവ്വചനീയമായ വികാരം മഹത്തായ കലാസൃഷ്ടിയോ ലോകാത്ഭുതമോ കാണുമ്പോഴുണ്ടാകുന്നതിനു തുല്യമാണ്. നമ്മൾ സ്തംഭിച്ചങ്ങനെ നിന്നുപോകും. അത്ഭുതത്താൽ വാ തുറന്നങ്ങനെ നില്ക്കുമ്പോൾ വിശകലനം തന്നെ അസാദ്ധ്യമാകും. ക്രമേണ മാത്രമേ എനിക്കെന്റെ വിശകലനശേഷി തിരികെ കിട്ടിയുള്ളൂ.

മുട്ടുവരെയെത്തുന്ന കാലുറയാണ് നാർസിസ് ഓറിയോകോൾ പ്രഭു ധരിച്ചിരുന്നത്. ഷൂസിൽ എടുത്തുകാണിക്കുന്ന ബക്കിലും മസ്ലിൻ കുപ്പായത്തിനു മുന്നിൽ ഫ്രില്ലും അതിനുമീതെ കെട്ടിയ പഴയ രീതിയിലുള്ള ടൈയുമാണ് വേഷവിധാനത്തിലെ പ്രത്യേകതകൾ. കോളറുകൾക്കിടയിലൂടെ താടിയെല്ലിനോട് ഉരുമ്മിനില്ക്കുന്നു എന്നു തോന്നുന്ന തൊണ്ട മുഴ കാണാം. തിരമാലകൾ പോലെ ഇളകിക്കൊണ്ടിരിക്കുന്ന മനസ്സിനുള്ളിൽ മറഞ്ഞിരിക്കാൻ അത് ശ്രമിക്കുന്നുണ്ട്. വായയന്നനങ്ങിയാലുടനെ

മേൽത്താടി മൂക്കിലൊന്നു മുട്ടാൻ വൃഥാ ശ്രമിക്കും. അതൊരു സൈനിക നീക്കംപോലെയാണ് അനുഭവപ്പെടുന്നത്. ഒരു കണ്ണാകട്ടെ വായു കട ക്കാത്ത വിധത്തിൽ അടച്ചുപിടിച്ചിരിക്കുന്നു. വായുടെ ഒരു അറ്റവും മുഖത്തു ദൃശ്യമായ ചുളിവുകളും തമ്മിൽ പിരിയാണി ഉപയോഗിച്ച് ഉറ പ്പിച്ചതുപോലെ തോന്നും. കവിളെല്ലുകൾക്കു പിന്നിൽ ഒളിച്ചിരുന്ന് അവ ഇങ്ങനെ വിളിച്ചു പറയുന്നതായി തോന്നും. "സൂക്ഷിക്കുക! ഞാനിവിടെ ഒറ്റയ്ക്കാണ്, ആർക്കും എന്റെ അനുമതിയില്ലാതെ കടന്നുപോകാനാവില്ല."

കൃത്രിമ റേതകളുടെ കുഞ്ഞൊലിപ്പിൽ മുങ്ങിപ്പോയിരിക്കുന്നു മദാം ദ സെയ്ന്റ് ദാരിയോൾ. അവരുടെ നീളമുള്ള കൈകളിൽ അസംഖ്യം വളകൾ അണിഞ്ഞിട്ടുണ്ട്. പടപടെ തുടിക്കുന്ന അവരുടെ കുപ്പായക്കൈക ളിൽ അവ വിശ്രമിക്കുന്നു. വെളുത്ത കിന്നരികൾ തുന്നിച്ചേർത്ത ശിരോ വസ്ത്രം മുഖം മൂടിക്കിടന്നിരുന്നു. ആ മുഖത്തിലാകട്ടെ ഭയാനകമാംവി ധത്തിൽ വെള്ളച്ചായം പൂശിയിരുന്നു. എന്നെ കണ്ടപ്പോൾ നാട്യഭാവ ത്തിൽ അവർ ഉച്ചത്തിൽ ഇങ്ങനെ പറയാൻ തുടങ്ങി:

"സഹോദരീ, സെയ്ന്റ് ഓറിയോൾ എന്ന പേരിന് കൂടുതൽ ബഹു മാനം ലഭിച്ചിരുന്ന ഒരു കാലഘട്ടമുണ്ടായിരുന്നു."

ആരോടാണവരുടെ യുദ്ധം? ആരോടായാലും ഒരു കാര്യം വ്യക്തം. ഞാൻ മി. ഫ്ളേഷിന്റെ അതിഥിയല്ലെന്ന് എന്നെയും സഹോദരിയെയും ധരിപ്പിക്കാനാവണം ഈ ഒച്ചയെടുക്കൽ. തലയല്പം ചരിച്ചുപിടിച്ചും വലതുകൈ എനിക്കു നേരെ ചൂണ്ടിയും അവർ തുടർന്നു:

"ഞങ്ങളുടെ മേശയ്ക്കരികിലേക്ക് താങ്കളെ സ്വാഗതം ചെയ്യാൻ പ്രഭു വിനും എനിക്കും അങ്ങേയറ്റത്തെ സന്തോഷമുണ്ട്."

ഞാൻ അവരുടെ മോതിരങ്ങളിലൊന്നിൽ ഔപചാരികമായി ചുംബി ച്ചശേഷം തല ഉയർത്തി. ഓറിയോൾ പ്രഭുവിനും മി. ഫ്ളേഷിനും ഇടയി ലുള്ള നില എന്നെ സങ്കോചപ്പെടുത്തി. എന്നാൽ തന്റെ സഹോദരിയുടെ വികാരപ്രകടനത്തിന് മദാം ഫ്ളേഷ് ഒരു ശ്രദ്ധയും കൊടുത്തതായി തോന്നിയില്ല. പ്രഭുവിന്റെ നിലനില്പുതന്നെ ഒരു പ്രശ്നമാകുമോ എന്നു ഞാൻ പേടിച്ചു. എന്നാൽ അദ്ദേഹം തേൻ പുരട്ടിയ ഭാവത്തിലായിരുന്നു. ലാ ക്യാഫൂഷിലെ എന്റെ വാസകാലം മുഴുവൻ മിസ്റ്റർ *ദെലാ കേസിൽ നിന്നുള്ളയാൾ എന്നല്ലാതെ എന്നെ വിളിച്ചിട്ടില്ല. അങ്ങനെ അഭിസംബോ ധന ചെയ്യുകവഴി ത്യൂലറിയിലുള്ള എന്റെ പല ബന്ധുജനങ്ങളെയും തനിക്ക് പരിചയമുണ്ടെന്ന് സ്ഥാപിക്കുകയാണദ്ദേഹം. അവിടെയുള്ള എന്റെ ഒരമ്മാവനുമായി ചീട്ടുകളിക്കുമായിരുന്നു.

"അയാളൊരു വിചിത്ര മനുഷ്യനായിരുന്നു. തുറുപ്പിറക്കുന്ന ഓരോ വട്ടവും അയാൾ ആർത്തു വിളിക്കുമായിരുന്നു....

പ്രഭുവിന്റെ വർത്തമാനങ്ങൾ ഏറെയും ഈ ഗണത്തിൽ പെടുന്നവ യായിരുന്നു. ഭക്ഷണസമയത്ത് സംസാരിച്ചുകൊണ്ടിരിക്കുന്ന ഏക മനു

---

*   ദെലാ കേസ്: ഫ്രാൻസിലെ ഒരു പർവ്വത നഗരം

ഷ്യനും അദ്ദേഹമാണ്. ഭക്ഷണം കഴിഞ്ഞയുടൻ അദ്ദേഹം ജീവനറ്റവനെ
പ്പോലെ നിശ്ശബ്ദനാവും.

ഭക്ഷണമുറിയിൽനിന്നും പുറത്തേക്ക് കടക്കാൻ നേരം മദാം ഫ്ളേഷ്
അടുത്തെത്തി രഹസ്യംപോലെ പറഞ്ഞു:

"മി. ലക്കാദ് സംസാരവേളയിൽ എന്നെ പിന്തുണച്ചതിന് അങ്ങേ
യറ്റം നന്ദിയുണ്ട്."

മറ്റാരും അതു കേൾക്കരുത് എന്ന് നിർബ്ബന്ധമുള്ളതുപോലെയാണ
വർ സംസാരിച്ചത്. അതിനുശേഷം അവർ അടുക്കളത്തോട്ടത്തിലേക്ക്
എന്നെ കൊണ്ടുപോയി. ചില കുറ്റിച്ചെടികൾ എനിക്കു കാണിച്ചുതരാം
എന്ന് ഉച്ചത്തിൽ, മറ്റുള്ളവർ കേൾക്കാനായി, പറയുകയും ചെയ്തു.

മറ്റാരും കേൾക്കുന്നില്ലെന്ന് ഉറപ്പായപ്പോൾ അവ പറഞ്ഞു. "എന്റെ
സഹോദരിയുടെ പേരക്കുട്ടിയെപ്പറ്റിയാണ്... സന്താൾ പിതാവിന്റെ ശിക്ഷ
ണത്തെ ഞാൻ വിമർശിക്കുകയാണെന്ന് തോന്നരുത്. എന്നാൽ താങ്കൾ
വിജ്ഞാനത്തിന്റെ ഉറവിടത്തിൽ നിന്നും എത്തിയവനാണ്. ഞങ്ങൾക്കായി
ചില ഉപദേശങ്ങൾ നല്കണം.

"മദാം, താങ്കൾ പറഞ്ഞാൽ മതി. കഴിയുന്നതെല്ലാം ഞാൻ ചെയ്തി
രിക്കും."

"അത്രയും ചെറിയ കുഞ്ഞിന് അദ്ദേഹത്തിന്റെ "പ്രബന്ധം" അല്പം
വഴിവിട്ടതാണെന്നു തോന്നുന്നു."

അതിശയത്തോടെ ഞാൻ ചോദിച്ചു.

"പ്രബന്ധമോ?"

"പ്രാഥമിക പരീക്ഷക്കുള്ള പ്രബന്ധം."

"തീർച്ചയായും... ഏതു വിഷയത്തിലാണാ പ്രബന്ധം."

ഇനി മേലിൽ ഒന്നിലും അതിശയപ്പെടില്ലെന്ന് ഞാൻ തീരുമാനിച്ചു
കഴിഞ്ഞിരുന്നു!

"സന്താൾ പിതാവ് പറയുന്നത് തത്ത്വശാസ്ത്ര സംബന്ധിയായ വിഷ
യങ്ങൾ അവ്യക്തത സൃഷ്ടിക്കുമെന്നും അത് കുട്ടിയെ ദിവാസ്വപ്നങ്ങൾ
കാണുന്നവനാക്കിത്തീർക്കുമെന്നുമാണ്. അതിനാൽ കസിമീർ ചരിത്രം
വിഷയങ്ങൾ തിരഞ്ഞെടുക്കണമത്രെ!"

"ഏറെ പറയാനാവുന്ന ഒരു വീക്ഷണമാണത്. എന്താണു വിഷയം?"

"ക്ഷമിക്കണം. ഞാൻ തെറ്റായി ഉച്ചരിച്ചെന്നാണ് തോന്നുന്നത്....
*എവറോസ്."

"ആ വിഷയം തിരഞ്ഞെടുത്തതാണത്. സന്താൾ പിതാവ് നിർദ്ദേശി
ച്ചതു കാരണം ഞാനതിനെ പിന്തുണച്ചു. ആ വിഷയത്തിലെ ഉപാഖ്യാന
ങ്ങൾ കഥകളിലെന്നപോലെ കസിമീറിന് ശ്രദ്ധ കേന്ദ്രീകരിക്കാൻ സഹാ
യിക്കുമെന്ന് അദ്ദേഹം പറഞ്ഞു.

---

*   *Averroes:* ഇബിൻ റുഷദ് എന്ന അറബ് ഗണിത ശാസ്ത്രജ്ഞന്റെ ലാറ്റിൻ പേര്.

അവനിപ്പഴേ അല്പം അലഞ്ഞു നടത്തക്കാരനാണ്. ഇതിനുമുമ്പ് ഇക്കാര്യം പരിശോധിക്കപ്പെട്ടിട്ടില്ലാത്തതിനാൽ പരിശോധകർ അതിന് വലിയ പ്രാധാന്യവും നല്കും.”

“അതു ശരിയാണോയെന്ന് എനിക്ക് ഉറപ്പില്ല.”

“മുമ്പൊരിക്കലും പരിശോധിക്കപ്പെട്ടിട്ടില്ലാത്ത ഒരു വിഷയം കണ്ടെ ത്താൻ വേണ്ടി ഒരാൾക്ക് സ്വാഭാവികമായും പുതുവഴികൾ തേടേണ്ടി വരും.”

“തീർച്ചയായും.”

“എന്താണ് എന്നെ വിഷമിപ്പിക്കുന്നതെന്നാൽ.... ഞാൻ നിങ്ങളുടെ വിലപ്പെട്ട സമയം അപഹരിക്കുകയാണോ?”

“ഞാൻ താങ്കളെ സഹായിക്കാൻ അതീവതല്പരനാണ്.”

“എന്നാൽ ശരി. കാര്യമിതാണ്. കസിമീർ അവന്റെ പരീക്ഷ വിജയി ക്കുകയൊക്കെ ചെയ്യും. എന്നാൽ ഒരു പ്രത്യേക വിഷയത്തിൽ പ്രാഗത്ഭ്യം നേടാനുള്ള ഈ ആഗ്രഹം – ചിലപ്പോഴത് അല്പം അപകടമാകാം – സന്താൾ പിതാവ് അവന്റെ പൊതുവിദ്യാഭ്യാസം അവഗണിക്കുന്നതിൽ കൊണ്ടെത്തിക്കുമോ? ഉദാഹരണത്തിന് വാനശാസ്ത്രം.”

“അതെപ്പറ്റി മി. ഫ്ളേഷിന്റെ അഭിപ്രായം എന്താണ്? ഞാൻ അല്പം ഉൽക്കണ്ഠയോടെ ചോദിച്ചു.

“സന്താൾ പിതാവ് എന്തു പറഞ്ഞാലും അദ്ദേഹം അത് അംഗീക രിക്കും.”

“അവന്റെ മാതാപിതാക്കൾ?”

“അവർ ഞങ്ങളെയാണ് കുഞ്ഞിനെ ഏല്പിച്ചിരിക്കുന്നത്.” അതു പറഞ്ഞശേഷം മദാം അല്പം രസക്കേടോടെ നിന്നു.

“മിസ്റ്റർ ലക്കാദ്, താങ്കൾ ദയവായി ആ കുട്ടിയോടൊന്നു സംസാരി ക്കണം. ചോദ്യം ചെയ്യുകയാണെന്നു തോന്നാത്തവിധത്തിലാവണമത്. സന്താൾ പിതാവിന്റെ മുന്നിൽ വച്ചുമാകരുത്. അങ്ങേർക്കത് ചിലപ്പോൾ ഇഷ്ടപ്പെട്ടില്ലെന്നു വരും.... അങ്ങനെയെങ്കിൽ.”

“തീർച്ചയായും... ഞാനാ കുഞ്ഞുമായി പുറത്തേക്ക് ഒന്നുപോകാം. അവൻ എനിക്ക് തോട്ടത്തിന്റെ മറ്റ് ഭാഗങ്ങൾ കാട്ടിത്തരട്ടെ!

“അവൻ അല്പം അന്തർമ്മുഖനാണ്. അപരിചിതരോട് വേഗത്തിൽ ഇണങ്ങില്ല.”

“ഞങ്ങൾ വേഗത്തിൽ ചങ്ങാതിമാരാവും.”

ഞങ്ങൾ വീണ്ടും ചായക്കായി ഒത്തുകൂടിയ സമയം മദാം ഫ്ളേഷ് പറഞ്ഞു:

“കസീമീർ നീ മിസ്റ്റർ ലക്കാദിന് നമ്മുടെ കല്ലുവെട്ടാംകുഴി കൊണ്ടു പോയി കാണിച്ചുകൊടുക്ക്. അദ്ദേഹത്തിനത് ഇഷ്ടമാവും.”

എന്നിട്ട് എന്നോടായി:

“സന്താൾ പിതാവ് ഇങ്ങത്തും മുമ്പ്, വേഗമാകട്ടെ. അവൻ ഒപ്പം വരും.”

ഞാൻ തോട്ടത്തിലേക്ക് അപ്പോൾത്തന്നെ ഇറങ്ങി. ആ കുട്ടി വഴികാ
ണിച്ച് ഒപ്പം നടന്നു.

"ഇപ്പോൾ നിനക്ക് കളിക്കാനുള്ള സമയമായിരിക്കും, അല്ലേ?"

അവനൊന്നും മിണ്ടിയില്ല. അതിനാൽ ഞാൻ തുടർന്നു.

"ചായക്കുശേഷം പഠിക്കേണ്ടേ?"

"തീർച്ചയായും. പഠിക്കും. ഇന്നത്തേക്കുള്ള പകർത്തിയെഴുത്ത് ഞാൻ
നടത്തിക്കഴിഞ്ഞു."

"എന്താണു നീ പകർത്തിയെഴുതുന്നത്?"

"പ്രബന്ധം."

"അങ്ങനെയോ?"

അല്പനേരത്തെ ചുറ്റിക്കറങ്ങലിനുശേഷം സന്താൾ പിതാവ് കുട്ടി
യെക്കൊണ്ട് പകർത്തിയെഴുതിച്ച പ്രബന്ധം എന്താണെന്നു ഞാൻ
കണ്ടെത്തി. കുട്ടി നല്ല കൈയക്ഷരത്തിലാണ് പകർത്തിയെഴുതിയിരുന്നത്.
ചട്ടയിട്ടു സൂക്ഷിച്ച നാലു നോട്ടുബുക്കുകളിലായി നാല് വീതം പകർപ്പു
കൾ തയ്യാറാക്കപ്പെട്ടിരുന്നു. ഓരോ ദിവസവും നിശ്ചിത പേജുകൾ വീതം
പകർത്തിയിട്ടുണ്ട്. താൻ പകർത്തിയെഴുത്ത് വളരെയധികം ഇഷ്ടപ്പെടു
ന്നതായി കാസിമീർ വെളിപ്പെടുത്തി.

"എന്തിനാണ് നാലുപ്രാവശ്യം?"

"എന്നാലല്ലേ എനിക്ക് ശരിയായി ഓർക്കാനാകൂ."

"എഴുതിയത് എന്താണെന്ന് അറിയുമോ, നിനക്ക്?"

"ചിലപ്പോൾ മറ്റുള്ള സമയത്ത് പിതാവ് പറഞ്ഞുതരും. മറ്റ് ചിലത്
മുതിർന്നു കഴിയുമ്പോൾ മാത്രമേ എനിക്ക് മനസ്സിലാവൂ."

പിതാവ് ഈ കുട്ടിയെ ഒരുതരം പകർത്തിയെഴുത്ത് യന്ത്രമായി മാറ്റി
ക്കഴിഞ്ഞിരുന്നു. അതാണു തന്റെ ചുമതലയെന്നാണോ അദ്ദേഹം ധരി
ച്ചിരിക്കുന്നത്? എന്റെ ഉള്ള് ധാർമ്മികരോഷത്താൽ ജ്വലിച്ചു. എത്രയും
വേഗം ഈ പുരോഹിതനുമായി സംസാരിക്കണമെന്ന് ഞാൻ തീർച്ചപ്പെ
ടുത്തി. കോപം വന്നതിനാലാവണം എന്റെ ചുവടുകൾ വേഗത്തിലായി.
കസിമീർ ഒപ്പമെത്താൻ പണിപ്പെട്ടു. അവനാകെ വിയർത്തൊലിക്കുന്നു
ണ്ടായിരുന്നു. ഞാൻ കൈ നീട്ടിയപ്പോൾ അവൻ അതിൽ പിടിച്ചു. മുടന്തി
മുടന്തി എനിക്കൊപ്പം നടന്നുവന്നു. ചിലനേരത്ത് ഞാൻ നടത്തം മെല്ലെ
യാക്കി.

"പ്രബന്ധമെഴുത്തു മാത്രമാണോ നിന്റെ പണി"

"അല്ലല്ല. ഞാൻ ഒരുപാട് വായിക്കും." പാവപ്പെട്ട മനുഷ്യൻ എനിക്ക്
വേറെയും ചില വസ്ത്രങ്ങളുണ്ട്. എന്നു പറയുംപോലെ.

"എന്താണ് നീ വായിക്കുന്നത്?"

യാത്രകൾ.

ആത്മവിശ്വാസം സ്ഫുരിക്കുന്ന മിഴികളോടെ അവൻ തുടർന്നു.

"പിതാവ് ചൈനയിൽ പോയിട്ടുണ്ട്, അറിയുമോ നിങ്ങൾക്കത്."

പുരോഹിതനോടുള്ള പരിധികളില്ലാത്ത ആരാധന ആ വാക്കുകളിൽ നിറ

ഞ്ഞിരുന്നു.

മദാം ഫ്ളേഷ് 'കല്ലുവെട്ടാംകുഴി' എന്നു വിളിച്ച തോട്ടത്തിനുള്ളിലെ ആ സവിശേഷ സ്ഥലത്ത് ഞങ്ങളെത്തി. കാടും പടലും നിറഞ്ഞ ഒരു ഗുഹാപ്രദേശമായിരുന്നു അത്. പണ്ടെങ്ങോ ഉപേക്ഷിക്കപ്പെട്ട ഖനന സ്ഥലം. സായാഹ്നസൂര്യന്റെ ഇളം വെയിലേറ്റ് ഞങ്ങൾ ഒരു പാറമേൽ ഇരുന്നു. ഉദ്യാനത്തിന്റെ അവസാനം അടച്ചുറപ്പുണ്ടായിരുന്നില്ല. അവി ടെനിന്നും ഒരു ചവിട്ടുവഴി കുന്നിൻചരിവിലേക്ക് നീണ്ടുപോയിരുന്നു. ആ വഴി എത്തിച്ചേരുന്നിടത്തുനിന്നും കമ്പിവേലി മുറിച്ചു മാറ്റപ്പെട്ടിരുന്നു. ആ പ്രദേശത്തിന്റെ ചരിവ് ഏറെ ആഴമുള്ളതിനാൽ അത് സ്വാഭാവിക സുരക്ഷ നല്കിയിരുന്നു.

"കസീമിർ, നീ എങ്ങോട്ടെങ്കിലും യാത്ര ചെയ്തിട്ടുണ്ടോ?"
ഞാൻ ചോദിച്ചു.

തലതാഴ്ത്തി ഇരുന്നതല്ലാതെ അവൻ അതിനു മറുപടി നല്കിയില്ല. ഞങ്ങളുടെ കാൽച്ചുവട്ടിനപ്പുറത്തുള്ള താഴ്വാരത്തിലേക്ക് നിഴലുകൾ നീണ്ടുപോയി. അവിടെ, സ്പാനിഷ് ഓക്കുമരങ്ങൾ ക്രമരഹിതമായി വളർന്നിരുന്നു. മുയലുകൾ ഉപേക്ഷിച്ചുപോയ ദ്വാരങ്ങൾ അവിടെ കാണാനായി. ഒട്ടും കാല്പനികത ചേർക്കാതെ പറഞ്ഞാൽ ഒരു കാര്യം വ്യക്തമാവും. പ്രദേശത്തെയാകെ ഒരുപോലെ പൊതിഞ്ഞുനിന്ന ആർദ്ര തയുടെ അഭാവം ഇവിടെ പ്രകടമായും അനുഭവപ്പെട്ടു.

"ദാ മുയലുകൾ ചാടിപ്പോകുന്നു!"
കസിമീർ പെട്ടെന്ന് ആർത്തുവിളിച്ചു. എന്നിട്ടവൻ മരക്കൂട്ടങ്ങളിലേക്ക് വിരൽ ചൂണ്ടിയശേഷം പറഞ്ഞു:

"പിതാവിനോടൊപ്പം ഒരിക്കൽ ഞാനവിടെ പോയിട്ടുണ്ട്.

വീട്ടിലേക്ക് മടങ്ങുംവഴി കാടും പടർപ്പും മൂടിയ ഒരു കിണർ കണ്ടു. തവളയെ ഉപയോഗിച്ച് മീൻ പിടിക്കുന്നതെങ്ങനെയെന്ന് പഠിപ്പിച്ചുകൊ ടുക്കാം എന്ന് ഞാനവനോടു പറഞ്ഞു.

രാത്രി ഒമ്പതുകഴിഞ്ഞ് അല്പനേരത്തിനുശേഷം അവസാനിച്ച ലാ ക്യാഫുഷിലെ എന്റെ ആദ്യത്തെ രാത്രി സായാഹ്നം അതിനുശേഷം വന്നു ചേർന്ന മറ്റു രാത്രികളിൽ നിന്നും ഏതെങ്കിലും വിധത്തിൽ സവിശേഷ മായിരുന്നില്ല. അതിൽനിന്നും മുമ്പുള്ള രാത്രികളും ഇപ്രകാരം തന്നെ ആയിരിക്കാനേ വഴിയുള്ളൂ എന്നു ഞാൻ ഊഹിച്ചു. പിന്നീടുവന്ന രാത്രി കളിലൊന്നും എനിക്കെന്തെങ്കിലും സവിശേഷ പരിഗണന ലഭിച്ചുമില്ല. അത്താഴത്തിനുശേഷം ഞങ്ങൾ സ്വീകരണമുറിയിലേക്കു പോയി. അപ്പോ ഴേക്കും ഗ്രാസിയ അവിടെ ദീപങ്ങൾ ജ്വലിപ്പിച്ചിരുന്നു. കൊത്തുപണി കൾ ചെയ്ത വലിയൊരു വിളക്ക് ഒറ്റത്ത് പ്രകാശിച്ചു. പ്രഭുവും പാതി രിയും മറ്റേ അറ്റത്തുള്ള മേശയ്ക്കിരുവശത്തുമിരുന്ന് ചീട്ടുകളി തുടങ്ങി ക്കഴിഞ്ഞു. മറ്റൊരു ചെറിയ മേശയ്ക്കരികിൽ സ്ത്രീകൾ ചിത്രപ്പണികൾ ചെയ്ത കാർഡുകൾ ഉപയോഗിച്ച് വിനോദത്തിൽ ഏർപ്പെട്ടു.

"പാരീസിലെ വമ്പൻ കളികൾ കണ്ടു ശീലിച്ച മി. ലക്കാദിന് നമ്മുടെ

കളി കാണുമ്പോൾ അല്പം തമാശ തോന്നിയേക്കും."

മദാം സെന്റ് ഒറിയോൾ സംസാരത്തിനു തുടക്കം കുറിച്ചു.

അപ്പോഴേക്കും ഞെരിപ്പോടിനരികിലെ ചാരുകസേരയിൽക്കിടന്ന് മി. ഫ്ളേഷ് മയങ്ങാൻ തുടങ്ങി. കസിമീറാകട്ടെ കൈയിലുള്ള സചിത്രഗ്രന്ഥത്തിൽനിന്നും ലോകാത്ഭുത ചിത്രങ്ങൾ ഉഴുതുമറിക്കുകയാണ്. അവന്റെ കാൽമുട്ടുകൾ മേശമേൽ താങ്ങി കൈകൾക്കുള്ളിൽ തല ഉറപ്പിച്ചിരുന്നു. തുറന്നുപിടിച്ച വായിലൂടെ ഉമിനീരൊലിച്ചിറങ്ങി. ഞാൻ ബലം പിടിച്ചാണ് നില്ക്കുന്നതെന്നു തോന്നാതിരിക്കാനും മര്യാദക്കാരനായി തോന്നിക്കാനും ഞാൻ ബഹുമാന്യ വനിതകളുടെ കളിയിൽ അതീവത ല്പരനാണെന്നു വരുത്തി. അവർ സാമാന്യം നന്നായി കളിക്കുന്നുണ്ട്. കളിയിൽ പങ്കുചേരാനുള്ള താല്പര്യം മദാം സെന്റ് ഒറിയോൾ സന്തോ ഷത്തോടെ സ്വീകരിക്കുകയും എന്നെ അവരുടെ പങ്കാളിയാക്കുകയും ചെയ്തു. ആദ്യ നീക്കങ്ങൾ ദുരന്തമായി. പിന്നീട് വിജയത്തിലേക്കു നീങ്ങി. മദാം ഫ്ളേഷ് അഭിനന്ദിച്ച് എന്റെ കൈകളിൽ തട്ടി. മിസ്. ഒലാമ്പ് ശ്രദ്ധ യോടെയാണ് നീക്കങ്ങൾ നടത്തിയത്. വിജയകരമായ നീക്കം നടത്തു മ്പോൾ മദാം ഒറിയോളിന്റെ കണ്ണുകൾ തിളങ്ങി കവിളുകൾ തുടുത്തു, താടിവിറച്ചു. നല്ല "കൈ" കിട്ടിയാലുടനെ ആഹ്ളാദമടക്കാനാവാതെ മേശ യ്ക്കടിയിലെ എന്റെ കാലിൽ മെല്ലെ ചവിട്ടും. മദാം ഒറിയോളിനൊപ്പം പിടിച്ചു നില്ക്കാൻ ഒലാമ്പ് കഴിവിന്റെ പരമാവധി ശ്രമിച്ചു. എന്നാൽ ആ വൃദ്ധ അവരെ ഇടിച്ചു താഴ്ത്തുന്നതിൽ ശ്രദ്ധയൂന്നി.

മറ്റൊരു സംഖ്യ വിളിക്കുന്നതിനു മുന്നേ അവർ പെട്ടെന്ന് അലറി:

"വെർദ്യു, അതു കള്ളക്കളിയാണ്."

ആദ്യ റൗണ്ട് കഴിഞ്ഞപ്പോൾ മദാം ഫ്ളേഷ് പോക്കറ്റ് വാച്ചെടുത്ത് സമയം നോക്കി പറഞ്ഞു.

"കസിമീർ.... ഉറങ്ങാൻ നേരമായി."

ആ കുട്ടി മടിയോടെ ഉണർന്നു.

അവിടെയിരുന്ന ആണുങ്ങൾക്ക് കൈയും പെണ്ണുങ്ങൾക്ക് കവിളും നല്കിയശേഷം അവൻ കാലും വലിച്ചിഴച്ച് മുറിയിലേക്ക് നീങ്ങി.

ആദ്യ കളിയുടെ പരാജയത്തിന് പകരം വീട്ടാൻ മദാം ഒറിയോൾ എന്നെ ക്ഷണിച്ചു. ഇപ്പോൾ മദാം ഫ്ളേഷ് തന്റെ സഹോദരീ ഭർത്താ വിന്റെ സ്ഥാനം ഏറ്റെടുത്തു. മി. ഫ്ളേഷോ സന്താൾ പിതാവോ ചീട്ടിറ ക്കിയില്ല. സെന്റ് ഒറിയോൾ ഏതോ രാഗം മൂളിക്കൊണ്ടിരുന്നു. മി. ഫ്ളേഷ് പിതാവിനെ വിട്ട് പ്രഭുവിനോട് ഗുസ്തിപിടിക്കാൻ പോയി. പ്രഭു വാകട്ടെ തന്റെ കസേരയിൽത്തന്നെ ഇരുന്നു. അദ്ദേഹം യഥാർത്ഥത്തിൽ മയങ്ങുകയായിരുന്നില്ല, നിഴൽ നോക്കി തലയാട്ടുകയായിരുന്നു. അദ്ദേ ഹത്തിന്റെ മുഖം വേഗത്തിൽ ജ്വലിച്ചു. അദ്ദേഹം കരയുന്നതാണ് പിന്നെ ഞാൻ കണ്ടത്.

രാത്രി ഒമ്പതു മണി കഴിഞ്ഞതോടെ ചീട്ടുകളി അവസാനിച്ചു. മദാം ഫ്ളേഷ് എഴുന്നേറ്റ് വിളക്ക് അണച്ചു. ഇപ്പോൾ മിസ്. വെർദ്യു മെഴുകു

തിരികൾ കത്തിച്ചു. കത്തിച്ച മെഴുകുതിരികൾ ചതുരംഗപ്പലകയുടെ ഇരു ഭാഗങ്ങളിലായി അവർ വെച്ചു.

മദാം സെന്റ് ഓറിയോൾ പുരോഹിതനോട് പറഞ്ഞു:

"അവനെ അധികനേരം ഉണർത്തിയിരുത്തണ്ട." അതിനുശേഷം അവർ ഭർത്താവിന്റെ ചുമലിൽ വിശറികൊണ്ടു തട്ടി.

ആദ്യത്തെ രാത്രി – പിന്നീടുള്ള രാത്രികളിലും ഞാൻ പഠിച്ച പാഠം ബഹുമാന്യ വനിതകളുടെ അടയാളങ്ങളെ അനുസരിച്ച് ചതുരംഗം കളി ക്കുന്നവരെ അതിനും മി. ഫ്ളേഷിനെ ധ്യാനത്തിനും വിടുക എന്നതാണ്. ഹാളിലുണ്ടായിരുന്ന എല്ലാവരും ഓരോ മെഴുകുതിരികൾ എടുത്ത്, ശുഭ രാത്രി നേർന്നു. ഞാനെന്റെ മുറിയിലേക്കു പോയി. അല്പസമയം കഴി ഞ്ഞയുടൻ പുരുഷന്മാരും മുകളിലേക്ക് കയറിവന്നു.

പെട്ടെന്ന് എങ്ങും നിശ്ശബ്ദത പരന്നു. പിന്നെ കുറേ ഏറെ നേര ത്തേക്കു കൂടി ചില മുറികളിൽ വെട്ടമുണ്ടായിരുന്നു. ഒരു മണിക്കൂർ കൂടി കഴിഞ്ഞ് ആരെങ്കിലും ഇടനാഴിയിലേക്ക് ഇറങ്ങുകയാണെങ്കിൽ നിശാ വസ്ത്രം ധരിച്ച മദാം ഫ്ളേഷോ മിസ് വെർദ്യുവോ അവരുടെ വീട്ടുപ ണികളിൽ ഏർപ്പെട്ടിരിക്കുന്നതായി കാണാം. പിന്നെയും കുറെ സമയം കഴിഞ്ഞാൽ എല്ലാ വിളക്കുകളും അണഞ്ഞുകഴിഞ്ഞുവെന്നുറപ്പാകു മ്പോൾ അടഞ്ഞുകിടക്കുന്ന ചെറിയ മുറിയുടെ കണ്ണാടി ജാലകത്തിൽ ഒരു നിഴൽ പതിയുന്നതു കാണാം. ആ മുറിക്ക് ഇടവഴിയിലേക്കു തുറ ക്കുന്ന ജനാലയുണ്ട്. എന്നാൽ വാതിലില്ല. മദാം ദെ സെയ്ന്റ് ഓറിയോ ളിന്റെ നിഴൽ അവരുടെ മേൽ പതിക്കുകയാണ്....

അധ്യായം 4

ലാ ക്യാ ഫൂഷിലെ എന്റെ രണ്ടാം ദിവസവും ആദ്യ ദിവസത്തേതു പോലെ തന്നെയായിരുന്നു. മണിക്കൂറുകൾ മുതൽ മണിക്കൂറുകൾ വരെ. അന്തേവാസികളുടെ ചെയ്തികളെപ്പറ്റിയുള്ള ഉൽക്കണ്ഠകൾ കഴിഞ്ഞു തുടങ്ങി. രാവിലെ മുതൽ തുടങ്ങിയ മഴ നേരിയ ചാറ്റലായി നിലകൊണ്ടു. പുറത്തേക്കിറങ്ങാനാകാത്തതിനാൽ ബഹുമാന്യ വനിതകളുടെ സംസാരം ക്രമേണ സൊറ പറച്ചിലായി മാറിയപ്പോൾ ഏറെക്കുറെ ആ ദിവസം മുഴു വൻ ഞാനെന്റെ പഠനകാര്യങ്ങളിൽ മുഴുകി. ഉച്ചഭക്ഷണത്തിനുശേഷം പാതിരിയുമായി സംസാരിച്ചതു മാത്രമാണ് ഏകവ്യത്യാസം. അദ്ദേഹം എന്നെ പുകവലിക്കാൻ ക്ഷണിച്ചു. സ്വീകരണമുറിയോടനുബന്ധിച്ചുള്ള ഒരു കണ്ണാടിമുറിയായിരുന്നു അത്. അല്പം പൊങ്ങച്ചത്തോടെ "മധുര നാരങ്ങാത്തോട്ടം" എന്നാണാ മുറി വിളിക്കപ്പെടുന്നത്. ഉദ്യാനത്തിൽ ഉപ യോഗിക്കുന്ന ഏതാനും കസേരകൾ നനയാതിരിക്കാൻ ഇവിടെ എടു ത്തിട്ടിരിക്കുന്നു.

ആ കുട്ടിയുടെ വിദ്യാഭ്യാസത്തെപ്പറ്റി അല്പം അസ്വസ്ഥതയോടെ ചോദിച്ചപ്പോൾ അദ്ദേഹമിങ്ങനെ പറഞ്ഞു: "എന്റെ പ്രിയപ്പെട്ട സർ, എന്റെ പരിമിതമായ അറിവ് അവന് പകർന്നു കൊടുക്കുന്നതിൽ എനിക്ക് സന്തോ ഷമേ ഉള്ളൂ. വലിയ വിഷമത്തോടെയാണ് ഞാനത് ഉപേക്ഷിച്ചത്. അവന്റെ ഈ മുടന്തുംവച്ച് അവനെ ഞാനിന്മേൽ നടത്തിക്കാനാവില്ലല്ലോ. എന്റെ ലക്ഷ്യത്തിൽ നിന്നും ഞാൻ വേഗത്തിൽ പിൻവാങ്ങുന്നതാണ് നല്ലതെന്ന് എനിക്കു തോന്നി. അവൻ എനിക്കൊപ്പം എവറോസിനെപ്പറ്റി ഇപ്പോൾ പഠിക്കുന്നുവെങ്കിൽ അതിനു കാരണം ഞാനിപ്പോൾ അരിസ്റ്റോട്ടിലിന്റെ തത്ത്വശാസ്ത്രത്തെപ്പറ്റി ഒരു പ്രബന്ധം തയ്യാറാക്കുന്നതുകൊണ്ടാണ്.

അവനെ എന്റെ ജോലിയുമായി ബന്ധപ്പെടുത്തുന്നതിൽ ഞാൻ സന്തോ ഷവാനാണ്. അതല്ലാതെ അവനെ അക്ഷരം പഠിപ്പിക്കുക എന്റെ ലക്ഷ്യ മല്ല. മറ്റേതു വിഷയത്തെപ്പോലെയും ഇതും നല്ല വിഷയം തന്നെയാണ്. ഒരു ദിവസത്തിൽ മൂന്നോ നാലോ മണിക്കൂർ അവനെ അടക്കിയിരുത്തുക എന്നതാണ് പ്രശ്നം. എന്റെ ജോലിയുടെ പകുതി സമയം അത്തരത്തിൽ പാഴായിപ്പോകുന്നതിൽ എനിക്ക് ചില്ലറ ദേഷ്യമൊക്കെയുണ്ട്. ഇതുകൊ ണ്ടൊന്നും അവന് യാതൊരു പ്രയോജനവും ഉണ്ടാകുകയില്ലെന്ന് ഉറ പ്പായും പറയാം. ഈ വിഷയത്തിന്മേൽ ഇത്രയും മതി. എന്താ, അങ്ങനെ തോന്നുന്നില്ലേ."

ഇത്രയും പറഞ്ഞ് വലിച്ചു പൂർത്തിയാകാത്ത സിഗരറ്റ് ദുരെയെറിഞ്ഞ് അദ്ദേഹം എഴുന്നേറ്റ് ഹാളിലേക്കു നടന്നു.

കാലാവസ്ഥ പ്രതികൂലമായതിനാൽ ഞാൻ കസിമീറിനൊപ്പം പുറ ത്തിറങ്ങിയില്ല. മുൻകൂട്ടി നിശ്ചയിച്ച പ്രകാരമുള്ള മീൻപിടുത്ത പരിപാടി അടുത്ത ദിവസത്തേക്കു മാറ്റി. ആ കുട്ടിക്ക് നിരാശ ഉണ്ടാകാതിരിക്കാൻ എന്തു ചെയ്യാനാകുമെന്ന് ഞാൻ തലപുകഞ്ഞു. അപ്പോൾ എനിക്ക് ചെസ് ബോർഡിന്റെ കാര്യം ഓർമ്മ വന്നു. അതുപയോഗിച്ച് അവനെ ഞാൻ കുറുക്കനും താറാവും കളി കളിപ്പിച്ചു. അത്താഴസമയം വരെ അവനെ രസിപ്പിക്കാൻ അതുമതിയാവും.

തലേദിവസത്തെ സായാഹ്നം പോലെ തന്നെ ഇന്നത്തേതും; അതി നാൽ മറ്റുള്ളവരെ ശ്രദ്ധിക്കുന്ന പരിപാടി ഞാൻ നിർത്തി. പറയാനാകാ ത്തവിധം ഭാരമേറിയ മടുപ്പ് എന്നെ കീഴടക്കാൻ തുടങ്ങി.

അത്താഴം കഴിഞ്ഞുടൻ കൊടുങ്കാറ്റു വരുംപോലുള്ള ഒരു സീല്ക്കാരം കേൾക്കായി. ചീട്ടുകളി നിർത്തി വെർദ്യു മഴ വരുന്നോ എന്നു നോക്കാൻ മുകളിലെ നിലയിലേക്കു കയറിപ്പോയി. അവരെക്കൂടാതെ കളി തുടരേണ്ടിവന്നു, ഞങ്ങൾക്ക്. എന്തുതന്നെയായാലും കളിതുടരാനുള്ള പ്രേരണ നഷ്ടപ്പെട്ടു. മറ്റുള്ളവർ തമാശയായി കുതിരവണ്ടി എന്നു വിളി ക്കുന്ന ചാരുകസേരയിലിരുന്നു മഴയുടെ താരാട്ടുകേട്ട് മി. ഫ്ലേഷ് ഉറ ങ്ങാൻ തുടങ്ങി. പ്രഭുവാകട്ടെ അദ്ദേഹത്തിനെതിരെയുള്ള തടിക്കസേര യിലിരുന്ന് സന്ധിവാദമുള്ളവർക്ക് സഹജമായ മൂളലും മുരളലും തുട ങ്ങി.

ചതുരംഗം കളിക്കാൻ തുടങ്ങിയാൽ നിങ്ങടെ ചിന്തകളൊക്കെ മാറി ക്കിട്ടും. പാതിരി ആരോടെന്നില്ലാതെ പിറുപിറുത്തുകൊണ്ടിരുന്നു. ഉപ ദേശം ചെവിക്കൊള്ളാൻ ആളില്ലെന്നു കണ്ടപ്പോൾ അദ്ദേഹം കിടപ്പുമുറി യിലേക്കു പോയി; പോകുന്ന പോക്കിൽ കസിമീറിനെയും കൂടെക്കൂട്ടി.

വീണ്ടും ഞാനെന്റെ മുറിയിൽ ഒറ്റയ്ക്കായി. ഒരുതരം പീഡിതഭാവം എന്നെ വേട്ടയാടി. ഒടുങ്ങാൻ തയ്യാറാകാത്ത മടുപ്പ് ക്രമേണ ഭയമായി എന്നുള്ളിൽ വളർന്നു. മഴച്ചുമരുകളാൽ ചുറ്റപ്പെട്ട് ഞാൻ ലോക ത്തിൽനിന്നും ഒറ്റപ്പെട്ട് ഒരു തടവറയിലായി. എല്ലാത്തരം പ്രലോഭനങ്ങ

ളിൽനിന്നും അകന്ന്, ജീവിതത്തിൽനിന്നും ഒറ്റപ്പെട്ട് മനുഷ്യരെന്നു വിളി ക്കാനാകാത്തതും രക്തം വാർന്നു നിറം മങ്ങിയും ഹൃദയധമനികളുടെ മിടിപ്പുപോലും പണ്ടെങ്ങോ നിലച്ചുപോയവരുമായ ഏതാനും മനുഷ്യ രൂപങ്ങൾക്കിടയിൽ ഭയാനക സ്വപ്നങ്ങളും കണ്ട് ഞാനിതാ ഇവിടെ കഴി യുന്നു. ഞാനെന്റെ തോൽസഞ്ചി തുറന്ന് റെയിൽവേ ഗൈഡ് പുറത്തെ ടുത്തു. ഒരു തീവണ്ടി! സമയമേതായാലും വേണ്ടില്ല. പകലോ രാത്രിയോ ആയിക്കോട്ടെ! എന്നെ എങ്ങോട്ടേക്കെങ്കിലും കൊണ്ടുപോകാൻ ഒരു തീവണ്ടി. എനിക്കിവിടെ ശ്വാസംമുട്ടുന്നു....

ക്ഷമ നഷ്ടമാകമൂലം ഉറക്കം ദീർഘനേരത്തേക്ക് എന്നിൽനിന്നും അകന്നുതന്നെ നിന്നു. പിറ്റേന്ന് രാവിലെ ഉണർന്നെണീറ്റപ്പോൾ എന്റെ തീരുമാനങ്ങളിൽ അയവു വന്നതുപോലെ തോന്നി. എന്റെ താമസം വെട്ടിച്ചുരുക്കുന്നതിന് മതിയായ കാരണമെന്തെങ്കിലും പറയുവാനായില്ലെ ങ്കിൽ അത് എന്റെ ആതിഥേയരോടു കാട്ടുന്ന മര്യാദക്കുറവായിരിക്കും എന്ന ചിന്ത ഉള്ളിൽ പെരുകി. ഒരാഴ്ചയെങ്കിലും ലാ ക്യാഫൃഷിലുണ്ടാവും എന്നു പറയുവാൻ തുടങ്ങുകയായിരുന്നു ഞാൻ. അതിനെന്ത്? പാരീസി ലേക്ക് തിരിച്ചുവിളിക്കാൻ തക്ക ഒരു മോശം വാർത്ത എന്നെത്തേടി എത്തണം. ഭാഗ്യത്തിന് എനിക്കുള്ള കത്തുകൾ ലഭിക്കാൻ ഞാൻ ലാ ക്യാ ഫൃഷിന്റെ മേൽവിലാസം നല്കിയിരുന്നു. അത്ഭുതമെന്നു തന്നെ പറയാം മിക്ക ദിവസങ്ങളിലും ഏതെങ്കിലുമൊക്കെ എഴുത്തുകുത്തുകൾ എന്നെത്തേടി എത്തിയിരുന്നു. എന്റെ എല്ലാ പ്രതീക്ഷകളും ഞാൻ തപാൽക്കാരനിൽ ഊന്നി. സാധാരണ പന്ത്രണ്ടു മണി കഴിഞ്ഞാണയാ ളുടെ വരവ്. വരുന്ന കത്തുകളെയും ചെറിയൊരു പെട്ടിയിലാക്കി ദെൽഫീൻ മദാം ഫ്ളേഷിനെ ഏല്പിക്കാറാണു പതിവ്. അവർ ഓരോ രുത്തരുടെയും കത്തുകൾ വിതരണം ചെയ്യും. ദൗർഭാഗ്യവശാൽ ഫാദർ സന്താളിനെ പു ലെ ഈവിഷിലെ പുരോഹിതൻ ഉച്ചഭക്ഷണത്തിനു ക്ഷണിച്ചിട്ടുള്ളതു കാരണം മി. ഫ്ളേഷിനോടും എന്നോടും വിട ചോദി ക്കാനായി അദ്ദേഹം പതിനൊന്നു മണിക്ക് എത്തിച്ചേർന്നു. എനിക്ക് കുതി രയും വണ്ടിയും ലഭ്യമാകാത്ത സാഹചര്യമാണുണ്ടാകാൻ പോകുന്ന തെന്ന് എനിക്കപ്പോൾ തോന്നിയില്ല.

അതിനാൽ ചെറിയൊരു നാടകത്തിനു തയ്യാറായാണ് ഞാൻ ഉച്ച യ്ക്ക്, ഭക്ഷണത്തിനെത്തിയത്. മിസ് ഫ്ളേഷ് കൈമാറിയ ഒരു കത്തു തുറന്ന് "അയ്യോ... എന്തു കഷ്ടം" എന്നൊക്കെ പറഞ്ഞു.

ആരും അതു ശ്രദ്ധിക്കുന്നില്ല എന്നു കണ്ടപ്പോൾ ഞാൻ അല്പം കൂടിയടുപ്പിച്ച് ഇങ്ങനെ പറഞ്ഞു:

"എന്തൊരു ദൗർഭാഗ്യം!"

അല്പമെരു നാട്യത്തോടെ ഞാൻ കത്തിലേക്ക് മിഴിച്ചുനോക്കി.

അവസാനം മദാം ഫ്ളേഷ് ചോദിച്ചു:

"മോശം വാർത്തകളൊന്നുമല്ലല്ലോ?"

"ഓ... അങ്ങനെയൊന്നുമില്ല. എന്നോട് ഉടനെ പാരീസിലെത്താൻ ആവശ്യപ്പെട്ടിരിക്കുന്നു."

മേശയുടെ ഒറ്റം മുതൽ മറ്റേ അറ്റം വരെ ഇരുന്ന സകലരും വേഗ ത്തിൽ ശ്രദ്ധാലുക്കളായപ്പോൾ ഞാനല്പം വിഷമത്തിലായി. എന്റെ നോട്ടം കസിമീറിന്റെ ഉച്ചിയിൽ തറച്ചു.

ആദ്യം വിഷാദഭരിതമായ നിശ്ശബ്ദത പരന്നു. ഒടുവിൽ പതറിയ സ്വരത്തിൽ മി. ഫ്ലേഷ് പറഞ്ഞു.

"ശരിയാണോ? അപ്പോൾ നിങ്ങളുടെ പഠനം?"

"നമ്മുടെ...."

അദ്ദേഹമതു പൂർത്തിയാക്കിയില്ല. എന്താണുപറയേണ്ടത് എന്നു ചിന്തിക്കാനോ പറയാനോ കഴിഞ്ഞില്ല. ഞാൻ കസിമീറിന്റെ ഉച്ചിയിൽ നോക്കി. അവനാകട്ടെ മുക്കുപാത്രത്തിൽ മൂക്ക് വട്ടം പിടിച്ച് ആപ്പിൾ ചെറു കഷണങ്ങളാക്കുകയായിരുന്നു. വെർദ്യു വന്ന് ചുവന്ന മേശവിരി കോപ ത്തോടെ എടുത്തുമാറ്റി.

"നില്ക്കണമെന്ന് എനിക്ക് നിർബ്ബന്ധിക്കാനാവില്ലല്ലോ." വിഷമ ത്തോടെ മദാം ഫ്ലേഷ് പറഞ്ഞു.

"എന്തു പ്രലോഭനമാണ് ഞങ്ങൾ മുന്നോട്ടുവയ്ക്കേണ്ടത്? മദാം ദെ ഓറിയോൾ ചോദിച്ചു.

"അയ്യോ അങ്ങനെയൊന്നും പറയല്ലേ.... ദയവായി എന്നെ വിശ്വ സിക്കൂ...

ഞാൻ പറഞ്ഞതൊന്നും ശ്രദ്ധിക്കാതെ അവർ ഭർത്താവിന്റെ ചെവി യിൽ ഉറക്കെപ്പറഞ്ഞു:

"മി. ലക്കാദ് പോകുന്നെന്ന്..."

"സന്തോഷകരം.... അങ്ങേയറ്റം ഭയമുള്ളത്..." എന്നെ നോക്കി ആ ബധിരൻ പറഞ്ഞു. ഈ സമയം മദാം ഫ്ലേഷ് വെർദ്യുവിനോട് എന്തോ കൂടിയാലോചന നടത്തുകയായിരുന്നു.

"നമ്മളെങ്ങനെ കൈകാര്യം ചെയ്യും? കുതിരവണ്ടി ഫാദർ കൊണ്ടു പോയി."

അവിടെ ഞാനൊന്നിടപെട്ടു.

"നാളെ രാവിലെ പാരീസിലെത്തണമെങ്കിൽ വൈകുന്നേരത്തെ തീവണ്ടി പിടിക്കണം.."

"ഗ്രാസിയ പോയി ബിയിനിയുടെ കുതിര കിട്ടുമോ എന്ന് അന്വേ ഷിക്കട്ടെ. തീവണ്ടി പിടിക്കാനാണെന്നു പ്രത്യേകിച്ചു പറയണം."

എന്നിട്ട് എന്റെ നേരെ തിരിഞ്ഞ് അവർ ചോദിച്ചു:

"ഏഴു മണിക്കാണെങ്കിൽ ശരിയാവുമോ?"

"മദാം ഫ്ലേഷ്... നിങ്ങൾക്ക് പ്രയാസമുണ്ടാക്കുന്നതിന് എന്നോടു ക്ഷമിക്കൂ..."

ഉച്ചഭക്ഷണം നിശ്ശബ്ദമായി അവസാനിപ്പിച്ചു.

അതുകഴിഞ്ഞയുടൻ മിസ്റ്റർ ഫ്ലേഷ് എന്നെ ലൈബ്രറിയിലേക്കു നീണ്ടുപോകുന്ന ഇടനാഴികയിലേക്ക് കൂട്ടിക്കൊണ്ടുപോയി...

"അപ്പോൾ സർ, എന്റെ കുഞ്ഞിന്റെ കാര്യം... എനിക്ക് വിശ്വസി ക്കാനേ പറ്റുന്നില്ല... ഒരുപാട് കാര്യങ്ങൾ നിങ്ങൾ ഇനിയും പരിശോധി ച്ചിട്ടില്ല. ഇനി അതിനു കഴിയുമോ? ഭാഗ്യക്കേടെന്നു പറഞ്ഞാൽ മതി. നിങ്ങളെ ഏല്പിച്ച ജോലി ചെയ്തുകഴിഞ്ഞാലുടൻ മറ്റ് ചില രേഖകൾ കൈമാറാൻ കാത്തിരിക്കുകയായിരുന്നു ഞാൻ. അത് താങ്കളിൽ താല്പര്യം ജനിപ്പിക്കുമെന്നും അല്പദിവസം കൂടി ഇവിടെ താമസിക്കാൻ അതിടവരുത്തുമെന്നും കരുതുന്നു. അവ ഇപ്പോൾത്തന്നെ കാണാം.

"വരൂ. വേഗം വരൂ. വൈകുന്നേരമാകുവാൻ ഇനിയും ഏറെ സമയ മുണ്ട്. അല്ല, നിങ്ങൾ വീണ്ടും ഇവിടേക്ക് വരുമോ?"

അദ്ദേഹം കാട്ടിയ താല്പര്യം എനിക്ക് എന്നോടുതന്നെ നാണക്കേട് തോന്നിച്ചു. വാസ്തവത്തിൽ എനിക്ക് കിട്ടിയ രേഖകളിൽനിന്നും ഇനി വലുതായൊന്നും ശേഖരിക്കാനില്ല. അത്രമാത്രം കഠിനമായി തലേദിവസം പണിയെടുത്തിരുന്നു. എന്നാൽ അദ്ദേഹത്തിന്റെ മുറിയിൽ എത്തിയ ഉടനേ അദ്ദേഹം മേശവലിപ്പ് നീക്കി നിഗൂഢമായി ലിനൻ തുണി കൊണ്ടുപൊ തിഞ്ഞ് അതിന്റെ മേൽ ഒരു നാടകൊണ്ട് കെട്ടി കവറിലിട്ട ഒരു ചെറിയ പൊതി പുറത്തെടുത്തു. അതിനുപുറത്ത് സ്രോതസ്സിനെപ്പറ്റിയും ഉള്ളട ക്കത്തെപ്പറ്റിയും എഴുത്തുണ്ടായിരുന്നു. "ഈ പൊതി മൊത്തത്തിൽ എടു ത്തോളൂ. ഇതിനകത്തുള്ളതെല്ലാം ഉപയോഗപ്പെടും എന്നു കരുതുന്നില്ല. എന്നാൽ എന്തൊക്കെ പ്രയോജനപ്പെടും എന്ന് മനസ്സിലാക്കാൻ എന്നെ ക്കാൾ നിങ്ങൾക്കു കൂടുതൽ കഴിയും."

അദ്ദേഹം മേശവലിപ്പ് വലിക്കുകയും അടയ്ക്കുകയും ചെയ്യുന്നതിൽ വ്യാപൃതനായിരിക്കെ ഞാൻ ലൈബ്രറിയിലേക്ക് മടങ്ങി, ചില കെട്ടുകൾ പരിശോധിച്ചു.

ചിലതൊക്കെ എന്റെ വിഷയവുമായി ബന്ധപ്പെട്ടതായിരുന്നുവെ ങ്കിലും അത്ര പ്രധാനപ്പെട്ടതായിരുന്നില്ല. മിക്കതും മി. ഫ്ലേഷിന്റെ കൈയെഴുത്തിലുള്ളതായിരുന്നു. അതൊക്കെത്തന്നെ മാസ്യോണിന്റെ ജീവിതത്തെക്കുറിച്ചുള്ളവയും എനിക്ക് പ്രയോജനപ്പെടാത്തതും ആയി രുന്നു.

ഇതെല്ലാമാണോ എന്നെ ലാ ക്യഫ്ലൂഷിൽ പിടിച്ചുനിർത്താൻ ശേഷി യുള്ളതായി മി. ഫ്ലേഷ് കണ്ടുവച്ചത്? ഞാനദ്ദേഹത്തെ നോക്കി. അദ്ദേഹം വീണ്ടും ശീതകല കാലുറയിലേക്കു കയറി. കുരുമുളകുപൊടിയിട്ടു വയ്ക്കാറുള്ള ഒരു ഡപ്പി പോലൊന്നിൽ ക്ഷമയോടെ ഒരു പിന്നുകൊണ്ടു കുത്തുകയായിരുന്നു. ആ പണി കഴിഞ്ഞ് എന്റെ മുഖത്തേക്കു നോക്കി. വളരെ സൗഹൃദപൂർവ്വമുള്ള ഒരു ചിരി അദ്ദേഹത്തിൽ വിരിഞ്ഞു. ഞാൻ അദ്ദേഹത്തിനടുത്തേക്കുചെന്ന് സംസാരിക്കാൻ തുടങ്ങി.

"മി. ഫ്ളേഷ്, അങ്ങ് എന്തുകൊണ്ടാണ് പാരീസിൽ വരാത്തത്. താങ്കളെ അവിടെ സ്വീകരിക്കാൻ ഞങ്ങൾക്ക് എത്ര സന്തോഷമാ ണെന്നോ."

അദ്ദേഹത്തിന്റെ സ്വകാര്യമുറിയുടെ കവാടത്തിനരികിൽ ജനൽപ്പടി യിലേക്കു ചാഞ്ഞുനിന്ന് ഞാൻ ചോദിച്ചു.

"എന്റെ ഈ പ്രായത്തിൽ യാത്ര വളരെ പ്രയാസകരമായിരിക്കും. മാത്രമല്ല ചെലവ് വളരെ കൂടുതലും." ഈ ഗ്രാമം വിട്ടുപോകാൻ മനസ്സി ല്ലാത്തതുകൊണ്ടല്ലേ." "ഛേ, അതൊന്നും വലിയ കാര്യമല്ല. എത്രയോ വട്ടം ഇവിടം വിട്ടുപോയി. ഇനിയും അതിനു തയ്യാറുമാണ്. ആദ്യമൊക്കെ ഈ നാട്ടിൻപുറത്തിലെ ഏകാന്തതയുടെ സൗന്ദര്യത്തെപ്പറ്റി പ്രകീർത്തിച്ചു സംസാരിക്കുന്നവർക്കുപോലും പിന്നീട് പ്രയാസപ്പെടും... പിന്നെയങ്ങ് പൊരുത്തപ്പെടും." കൈകൾ ഉയർത്തി അദ്ദേഹം പറഞ്ഞു.

"അപ്പോൾ സ്വന്തം ഇഷ്ടപ്രകാരമല്ലേ ഈ ലാ ക്യാ ഫുഷിലേക്ക് എത്തിയത്?"

അദ്ദേഹം ശീതകാല കാലുറയിൽനിന്നും കാലുകൾ ഊരിയെടുത്ത ശേഷം എഴുന്നേറ്റ് സൗഹൃദപൂർവ്വം എന്റെ തോളിൽ കൈവച്ച് ഇങ്ങനെ പറഞ്ഞു:

"ഇൻസ്റ്റിറ്റ്യൂട്ടിലെ ചില സഹപ്രവർത്തകർക്കൊപ്പമാണ് ഞാനിവി ടേക്ക് വന്നത്. അക്കൂട്ടത്തിൽ നിങ്ങളുടെ അദ്ധ്യാപകൻ മി. ഡെസ്നോ സുമുണ്ടായിരുന്നു. അവർക്കൊപ്പമായിരുന്നപ്പോൾ അത് ശരിയുമായി രുന്നു...."

അദ്ദേഹത്തിന് മറ്റെന്തോ പറയാനുള്ളതുപോലെ തോന്നി. എന്നാൽ നേരിട്ടുള്ള ചോദ്യം ഞാനൊഴിവാക്കി.

"മദാംഫ്ളേഷ് കാരണമാണോ നാട്ടിൻപുറത്തോടുള്ള ഈ സ്നേഹം...?"

"അല്ലല്ല. അവളെക്കരുതിയല്ല ഞാൻ വന്നത്. കുടുംബത്തിൽ വന്നു ചേർന്ന ചില സംഭവങ്ങളുമായി ബന്ധപ്പെട്ട് അവളെ ഇവിടേക്ക് വിളിച്ചു വരുത്തിയതാണ്."

അദ്ദേഹം വലിയ മുറിയിലേക്ക് ഇറങ്ങിവന്ന് ഞാൻ കെട്ടിപ്പൊതിഞ്ഞ് വച്ചിരിക്കുന്ന സാധനങ്ങൾ നോക്കി.

"ഓഹോ... അപ്പോൾ നിങ്ങൾ തയ്യാറെടുത്തു കഴിഞ്ഞു."

ദുഃഖത്തോടെ അദ്ദേഹം പറഞ്ഞു.

"നിങ്ങൾക്ക് പ്രയോജനപ്പെടുത്താനായി ഏറെയൊന്നും ഇവിടെയില്ല. ഉള്ളതെല്ലാം എടുത്തോളു. തീരെ ചെറിയ തുണ്ടുകൾ പോലും ഞാൻ പെറുക്കിക്കൂട്ടിവച്ചു. ഇങ്ങനെയുള്ള കച്ചിത്തുരുമ്പുകൾ പെറുക്കിക്കൂട്ടി എന്റെ ജീവിതം തുലയും എന്ന് ഞാൻ പലപ്പോഴും ചിന്തിക്കാറുണ്ട്. കാരണം, എന്നെപ്പോലുള്ളവർ കഠിനപ്പണിയെടുത്താൽ മാത്രമല്ലേ നിങ്ങ ളെപ്പോലുള്ളവർക്കതിനെ മഹത്തായ രചനകളാക്കി മാറ്റാൻ കഴിയു?

അതെനിക്ക് അളവറ്റ സന്തോഷം തരും. നിങ്ങളുടെ പ്രബന്ധം വായിച്ച പ്പോൾ ഞാൻ സഹിക്കേണ്ടിവന്ന വേദനകൾ നിങ്ങൾക്ക് ചെറിയ പ്രയോ ജനം ചെയ്യുമെന്നു തോന്നി...."

അപ്പോഴേക്കും ചായക്ക് വേണ്ടി മണി മുഴങ്ങി.

കുടുംബത്തിനകത്തു "വന്നുചേർന്ന ഏതു സംഭവത്തെ" പ്രതി യാവും രണ്ട് വൃദ്ധജനങ്ങൾ ഇപ്രകാരമൊരു തീരുമാനം എടുത്തത് എന്നു ഞാൻ അതിശയിച്ചു. സന്താൾ പിതാവിന് ഇക്കാര്യം അറിയാമായിരി ക്കുമോ? അദ്ദേഹത്തെ ഇങ്ങനെ സംശയിക്കുന്നതിനുമുമ്പ് ഇതൊക്കെ ചോദിച്ചു മനസ്സിലാക്കാമായിരുന്നു. എന്തായാലും അത് വൈകിപ്പോയി. അതൊക്കെ എന്തുതന്നെയായായാലും മി. ഫ്ളേഷ് ഓർമ്മിക്കത്തക്ക ഒരു മനുഷ്യനാണ്. അദ്ദേഹത്തെ ഏറെ കരുണയോടെ വേണം എന്നെന്നും ഓർക്കാൻ.

"ഒരിക്കൽക്കൂടി അവനെ ഉദ്യാനത്തിലേക്ക് കൂട്ടിപ്പോകുമോയെന്ന് ചോദിക്കണമെന്നുണ്ട് നമ്മുടെ കസിമീറിന്." അവനത് ഏറെ ഇഷ്ടമാകും. എന്നാൽ, അതിനുള്ള സമയമുണ്ടോ ഇനി" മദാം ഫ്ളേഷ് ചോദിച്ചു.

മുമ്പിലിരിക്കുന്ന പാൽ നിറച്ച കപ്പിനു മുന്നിൽ ശ്വാസം മുട്ടി ഇരി ക്കുകയായിരുന്നു അവൻ.

"ഞാനങ്ങോട്ട് ചോദിക്കാനിരിക്കുകയായിരുന്നു. തയ്യാറെടുക്കാൻ ഇനിയുമുണ്ട് സമയം. മഴയും തീർന്നെന്നു തോന്നുന്നു...."

അവനെയും കൂട്ടി ഉദ്യാനത്തിലേക്കു നടന്നു.

വഴിയിലെ ആദ്യ തിരിവിലെത്തിയപ്പോൾ, എന്റെ കൈകൾ തന്റെ കുഞ്ഞിക്കൈകളാൽ ചേർത്തുപിടിച്ചിരുന്ന കുട്ടി പെട്ടെന്ന് അവന്റെ ചുടുള്ള കവിൾ അതിനോട് ചേർത്തു പിടിച്ചു.

"ഒരാഴ്ചക്കാലം ഇവിടെ താമസിക്കുമെന്നായിരുന്നല്ലോ അങ്ങു പറ ഞ്ഞിരുന്നത്?"

"എന്റെ കുഞ്ഞേ, എനിക്കിനി ഇവിടെ കഴിയാനാവില്ല."

"ഇവിടം മടുത്തോ?"

"അയ്യോ ഇല്ല. പക്ഷേ, പോകണം."

"എങ്ങോട്ടാണു പോകുന്നത്."

"പാരീസിലേക്ക്. എന്നാൽ ഞാനിനിയും വരും."

ഞാനിതു പറഞ്ഞപ്പോൾ അവൻ എന്റെ മുഖത്തേക്കു നോക്കി.

"സത്യമായും? ഉറപ്പ് തരുമോ എനിക്ക്?"

അത്രയും വിശ്വാസത്തോടെയാണവന്റെ ചോദ്യം. മറിച്ചുപറയാൻ എന്റെ മനസ്സ് അനുവദിച്ചില്ല.

"ഒരു തുണ്ടു കടലാസിൽ അതൊന്നെഴുതി തരുമോ? എനിക്ക് സൂക്ഷിക്കാനായി."

"പിന്നെന്ത്?" അതിശയത്തോടെ പറഞ്ഞുകൊണ്ട് അവൻ എന്റെ കൈയിൽ ചുംബിച്ചു. അവൻ സന്തോഷം അടക്കാനായില്ല. "എന്തു ചെയ്യാ

നായിരിക്കും എനിക്ക് കൂടുതൽ ഇഷ്ടമെന്ന് നിനക്ക് അറിയാമോ? മീൻ പിടിക്കാൻ പോകുന്നതിനു പകരം നമുക്ക് നിന്റെ അമ്മായിക്കു നല്കാൻ കുറച്ച് പൂവുകളിറുത്താലോ? എന്നിട്ട് വലിയൊരു പൂച്ചെണ്ടുണ്ടാക്കി അവരുടെ മുറിയിൽ കൊണ്ടുചെന്നു കൊടുത്ത് അത്ഭുതപ്പെടുത്തിയാലോ?"

ആ രണ്ടു വൃദ്ധകളും എപ്പോഴും വീടിന്റെ മുകളിലും താഴെയുമായി കയറിയിറങ്ങുന്നുണ്ടല്ലോ. അവരുടെ മുറികളിലൊന്ന് സന്ദർശിക്കാതെ ലാ ക്യാഫൂഷ് വിടുന്നത് എന്റെ അന്വേഷണത്തെ ചിലപ്പോൾ ബാധിച്ചേ ക്കാൻ ഇടയാക്കുമെന്നതിനാൽ ഞാൻ ഉടൻ അവിടം വിടേണ്ടതില്ലെന്ന് തീരുമാനിച്ചു കഴിഞ്ഞിരുന്നു. അതിനുള്ളിലേക്ക് കടക്കാനുള്ള ഉപാധി യായി ഞാൻ ആ കുട്ടിയെ കരുതി. ആ കുട്ടിയുടെ മുത്തശ്ശി അല്ലെങ്കിൽ "അമ്മായി മുത്തശ്ശി"യുടെ മുറിയിലേക്ക് കയറിച്ചെല്ലുന്നത് അല്പം സാഹ സികമാണെങ്കിൽക്കൂടി ആ പൂച്ചെണ്ട് ചിലപ്പോൾ വലിയ സഹായക മായേക്കും.

എന്നാൽ ലാ ക്യാ ഫൂഷിലെ ഉദ്യാനത്തിൽനിന്നും പൂക്കളിറുക്കു ന്നത് എന്നെ സംബന്ധിച്ച് അത്ര എളുപ്പമുള്ള കാര്യമല്ല. ഗ്രാസിയയുടെ സംശയം നിറഞ്ഞ കണ്ണുകൾ സദാ തോട്ടത്തിന്മേലുണ്ട്. ഏതു പൂവ് എപ്ര കാരം ഇറുത്തെടുക്കണം എന്നൊക്കെയുള്ള നിർദ്ദേശങ്ങൾ ഉണ്ടാവും. പൂവു മുറിക്കാനുള്ള കത്രിക കരുതണം. അല്ലെങ്കിൽ കത്തി എടുക്കണം. എന്തൊക്കെ മുൻകരുതലാവും എടുക്കേണ്ടിവരിക? ഇക്കാര്യങ്ങളെപ്പറ്റി യെല്ലാം കസിമീറാണെന്നോട് പറഞ്ഞത്. മനോഹരമായ ഡാലിയപ്പൂക്ക ളുടെ വലിയ നിരയിലേക്കാണ് ഗ്രാസിയ ഞങ്ങളെ ആദ്യം കൊണ്ടുപോ യത്. ആ പൂക്കളാകട്ടെ പൂച്ചെണ്ടുകളുണ്ടാക്കാൻ അനുപേക്ഷണീയവു മാണ്.

"മാസ്റ്റർ കസിമീർ, എത്ര തവണ ഞാൻ പറഞ്ഞുതന്നിട്ടുണ്ട്. പൂമൊ ട്ടുകൾക്ക് മുകളിൽ വച്ചു മുറിക്കണമെന്ന്."

"പൂക്കാലം കഴിയാറായ സ്ഥിതിക്ക് അതിൽ വലിയ കാര്യമൊന്നു മില്ല."

ഞാൻ അല്പം ശക്തമായി ഇടപെട്ടു.

"അതെപ്പോഴും പ്രധാനം തന്നെ. പിന്നെ, തെറ്റായി കാര്യങ്ങൾ ചെയ്യു ന്നതിന് പ്രത്യേക കാലമൊന്നും വേണ്ടതാനും."

മറുപടിയും വളരെ മൂർച്ചയേറിയതായിരുന്നു. എന്നാൽ ഇത്തരം ആപ്തവാക്യങ്ങളിലൊന്നും എനിക്ക് തീരെ താല്പര്യമില്ല.

ഇറുത്തെടുത്ത പൂക്കളുമായി ബാലൻ മുൻപേ നടന്നു. ഹാളിലൂടെ നടക്കുമ്പോൾ ഒരു പൂപ്പാത്രം എന്റെ കൈകളിലെത്തി....

ആദ്ധ്യാത്മികമായ ഒരു അന്തരീക്ഷം മുറിയിൽ തങ്ങിനിന്നിരുന്നു. കിടക്കയ്ക്കരികിലെ ജാലകങ്ങൾ അടച്ചിരുന്നു. ആ ഏകാന്ത സങ്കേത ത്തിന്റെയുള്ളിൽ കരിവീട്ടിയാൽ പണിത ഒരു ക്രൂശിതരൂപം കാണായി.

ചുവന്ന വെൽവറ്റ് പരവതാനി പുതപ്പിച്ച മഹാഗണിയിലുള്ള പ്രാർത്ഥനാ പീഠവും അടുത്തായുണ്ട്. ക്രൂശിതരൂപത്തെ പാതിമറച്ച് ചെറിയൊരു പെട്ടി ഇളംചുവപ്പ് നിറത്തിലുള്ള നാടയിൽ കെട്ടി കുരിശിന്റെ ഒരു കൈയിൽ തൂക്കിയിട്ടിരുന്നു. അവിടത്തെ നിശ്ശബ്ദാന്തരീക്ഷം പ്രാർത്ഥനക്കു സമയമായെന്നു വിളിച്ചോതി. എന്തിനാണവിടെ കടന്നുചെന്നതെന്ന കാര്യം മറന്ന് ഞാനങ്ങനെ നിന്നുപോയി.

മുറിയുടെ മറ്റൊരു മൂലയിലുള്ള മേശമേൽ പൂക്കൾ ഇഷ്ടംപോലെ അടുക്കാൻ കസിമീറിനെ ചുമതലപ്പെടുത്തി.

"എന്തായാലും മുറിയിൽ കയറി ഈ മഹത്തായ കിടക്കയിൽ മദാം ഫ്ലേഷ് കരുതിവച്ച ശാന്തമായ ദിവസങ്ങൾ അവസാനിപ്പിക്കും.... കപ്പൽ കൊടുങ്കാറ്റിനായി കാത്തിരിക്കും... എന്തൊരു പ്രശാന്ത സ്വർഗ്ഗമാണിത്?"

ഞാൻ ചിന്തിച്ചു.

ഇതിനിടയിൽ പൂക്കളുടെ കാര്യത്തിൽ കസിമീർ അസ്വസ്ഥനാകാൻ തുടങ്ങി. ഭാരമേറിയ ഡാലിയാപ്പൂക്കൾ അവന് താങ്ങാവുന്നതിലും അപ്പുറമാകയാൽ മൊത്തം പൂച്ചെണ്ടും തറയിൽ ചിതറി.

"വന്ന്, എന്നെയൊന്നു സഹായിക്കൂ."

ഒടുവിൽ അവൻ പറഞ്ഞു.

ഞാൻ പൂക്കളുമായി ഗുസ്തി തുടരവേ അവൻ മുറിയുടെ അങ്ങേയറ്റത്തെ വാതിൽക്കലേക്ക് ഓടിപ്പോയി.

"താങ്കൾ തിരികെ വരണമെന്നുള്ള എന്റെ താല്പര്യം ഞാൻ എഴുതാൻ പോവുകയാണ്. നിങ്ങൾ അതിൽ ഒപ്പിടണം."

"അതൊക്കെ ശരിയാക്കാം. പെട്ടെന്നു വേണം. അവരുടെ എഴുത്തു മേശയ്ക്കരികിൽ നിന്നു പതുങ്ങുന്നതു കണ്ടാൽ നിന്റെ മുത്തശ്ശി ചാടിക്കും."

ചിരി ഉള്ളിലൊതുക്കിപ്പിടിച്ച് ഞാൻ പറഞ്ഞു.

"അവരിപ്പോ അടുക്കളയിലാണ്. മാത്രമല്ല അവർ ഒരിക്കലും എന്നെ വഴക്കു പറയുകയുമില്ല."

വളരെ കഷ്ടപ്പെട്ട് അവൻ ഒരു കടലാസിൽ എഴുതാൻ തുടങ്ങി.

"വന്ന് ഒപ്പിടൂ."

ഒപ്പിടാനായി ഞാൻ അങ്ങോട്ടു ചെന്നു.

"കസിമീർ, നീകൂടി ഒപ്പിടേണ്ടതില്ല."

ചിരിച്ചുകൊണ്ട് ഞാൻ പറഞ്ഞു.

പരസ്പര ധാരണ ഉറപ്പുവരുത്താനും അവന്റെ വാക്കുകൾ ഉറപ്പിക്കുവാൻ അവൻകൂടി ഒപ്പിടേണ്ടതാണ് എന്ന ബോദ്ധ്യത്താലും അവൻ ഇങ്ങനെ കുറിച്ചു:

"മിസ്റ്റർ ലക്കാദ് അടുത്തവർഷം ലാ ക്യാ ഫുഷിൽ മടങ്ങിയെത്തുമെന്ന് ഉറപ്പുനല്കുന്നു.

കസിമീർ ഡി സെയ്ന്റ് ഓറിയോൾ."

എന്റെ ചിരി അവനെ അല്പം പരിഭ്രമിപ്പിച്ചു എന്നുതോന്നി. ഇക്കാ ര്യങ്ങളെയെല്ലാം വളരെ ഗൗരവത്തിലാണ് അവൻ എടുത്തത്. അപ്പോൾ, എനിക്കു സത്യസന്ധനാകാതെ കഴിയുമോ? അവനാകട്ടെ കരച്ചിലിന്റെ വക്കിലും. "എനിക്കും സ്ഥലം തരൂ. ഞാനും ഒപ്പിടട്ടെ."

അവൻ എഴുന്നേറ്റു. ഞാൻ ശ്രദ്ധയോടെ കടലാസ് തുണ്ടിൽ ഒപ്പിട്ടു. അവനപ്പോൾ ആഹ്ലാദത്താൽ തുള്ളിച്ചാടി എന്റെ കൈയിൽ മുത്തമിട്ടു. ഞാൻ ഉടനെ പുറപ്പെടും എന്ന ധാരണയിൽ അവൻ എന്റെ ചുമലിലേക്ക് ചാഞ്ഞു.

"ഞാനൊരു കാര്യം കാണിച്ചുതരാം" അവൻ പറഞ്ഞു.

ഒരു സ്പ്രിങ് കൈകൊണ്ട് അമർത്തി മേശയിലെ ഒരു രഹസ്യ അറ അവൻ തുറന്നു. പഴയ ചില കടലാസു തുണ്ടുകളും റിബണും കുറെ യേറെ ആക്രി സാധനങ്ങളും വലിച്ചു പുറത്തിട്ടശേഷം ലോക്കറ്റിനുള്ളി ലുള്ള ഫ്രെയിമിട്ട ചെറിയൊരു ഛായാചിത്രം അവൻ എന്റെ നേരെ നീട്ടി.

"നോക്ക്"

അതുമായി ഞാൻ ജനാലയ്ക്കരികിലേക്കു പോയി.

ഇതെന്തൊരു മുത്തശ്ശിക്കഥയാണ്? ഒരു രാജകുമാരൻ നേരിട്ടു കാണാത്ത ഒരു രാജകുമാരിയെ അവളുടെ ഛായാചിത്രം കണ്ടു പ്രണ യിക്കുകയോ?

ഇതുതന്നെയാവണം ആ ഛായാചിത്രം. ചിത്രകലയെപ്പറ്റി എനി ക്കൊന്നും അറിയില്ല. സാങ്കേതികകാര്യങ്ങളെപ്പറ്റി ഒട്ടും അറിയില്ല. എന്നാൽ ഒരു കലാവിദഗ്ദ്ധന് ഉറപ്പായും പറയാൻ കഴിയും ഈ ചിത്രം മങ്ങിത്തുടങ്ങിയിരിക്കുന്നുവെന്ന്; ചിത്രത്തിലെ വ്യക്തിയുടെ സൗന്ദര്യം കൂട്ടിക്കാണിക്കാനുള്ള വ്യഗ്രതയിൽ ചിത്രത്തിന്റെ ശോഭ നഷ്ടമായിരി ക്കുന്നു. എന്നിട്ടും അതിന്റെ ചന്തത്തിന് ഒട്ടും കുറവു വന്നിട്ടില്ല. അത് പരിശുദ്ധവും അതുല്യവും അവിസ്മരണീയവും തന്നെ.

ചിത്രത്തിന്റെ മേന്മ-കോട്ടങ്ങളെപ്പറ്റി പറയുവാൻ ശേഷിയില്ലാത്ത തിനാൽ ഞാനത്ര സൂക്ഷിച്ചില്ല. എന്റെ മുന്നിലുള്ള ഈ യുവതിയുടെ രൂപം മാത്രമെ ഞാൻ കാണുന്നുള്ളൂ. ചെന്നി മറയ്ക്കുംവിധം വളർന്നിറ ങ്ങിയ കറുത്തു ചുരുണ്ടു മുടിയിഴകൾ, അലസ മനോഹര നയനങ്ങളിൽ സ്വപ്നവിഷാദങ്ങൾ തങ്ങിനില്ക്കുന്നു. ഒരു നെടുവീർപ്പിനാൽ പാതി തുറ ന്നുപോയതെന്ന പോലത്തെ ചുണ്ടുകൾ, ഒരു പൂവിന്റെ തണ്ടുപോലെ ദുർബ്ബലമായ കഴുത്ത്. മാലാഖയുടെ സൗന്ദര്യമുള്ളതും എന്നാൽ അങ്ങേ യറ്റം അസ്വസ്ഥവുമായ ഒരു മുഖമായിരുന്നു അത്. ആ ചിത്രത്തിൽ ലയിച്ചു നിന്നപ്പോൾ ഞാൻ നില്ക്കുന്ന ഇടത്തെപ്പറ്റിയും സമയത്തെപ്പറ്റിയുമുള്ള തിരിച്ചറിവ് എന്റെ പ്രജ്ഞയിൽ നിന്നും മാഞ്ഞുപോയിരുന്നു. ഇതിനിട യിൽ പൂച്ചെണ്ട് ശരിയാക്കാൻ പോയ കസിമീർ തിരിച്ചെത്തി ആ ഛായാ ചിത്രത്തിലേക്കു നോക്കിനിന്നു.

"ഇതെന്റെ മമ്മയാണ്. സുന്ദരിയല്ലേ അവർ?"

ആ കുട്ടിയുടെ മുന്നിൽനിന്നും അവന്റെ അമ്മ സുന്ദരിയാണെന്നു ചിന്തിച്ചുപോയതിൽ എനിക്ക് നാണക്കേട് തോന്നി.

"നിന്റെ മമ്മ ഇപ്പോൾ എവിടെയാണ്?"

"എനിക്ക് അറിയില്ല."

"എന്തുകൊണ്ട് അവരിവിടെ താമസിക്കുന്നില്ല?"

"മമ്മയ്ക്ക് ഇവിടം മടുത്തു."

"നിന്റെ പപ്പയോ?"

തലയല്പം താഴ്ത്തിപ്പിടിച്ച് അല്പം ആശയക്കുഴപ്പത്തോടെയും തെല്ല് വിഷമത്തോടെയും അവൻ പറഞ്ഞു:

"എന്റെ പപ്പ മരിച്ചുപോയി."

എന്റെ ചോദ്യം അവനെ വിഷമിപ്പിക്കുന്നുണ്ടായിരുന്നെങ്കിലും ചോദ്യ വുമായി മുന്നോട്ടുപോകാൻ തന്നെ ഞാൻ തീരുമാനിച്ചു.

"ചിലപ്പോഴൊക്കെ മമ്മ നിന്നെക്കാണാൻ എത്തും. അല്ലേ?"

"അതെ, മിക്കപ്പോഴും!"

വളരെ ഉറപ്പോടെയാണ് അവൻ അതു പറഞ്ഞത്. പെട്ടെന്നവൻ തല ഉയർത്തിപ്പിടിച്ചു. എന്നിട്ടവൻ താണ സ്വരത്തിൽ ഇങ്ങനെ പറഞ്ഞു:

"എന്റെ അമ്മായിയോട് സംസാരിക്കാനാണ് മമ്മ വരുന്നത്."

"നിന്നോടും മമ്മ സംസാരിക്കുകയില്ലേ?"

"ഇല്ല. എനിക്ക് മമ്മയോട് സംസാരിക്കാൻ കഴിയില്ല.... മാത്രമല്ല അപ്പോഴേക്കും ഞാൻ ഉറങ്ങിക്കഴിഞ്ഞിരിക്കും."

"കിടക്കയിൽ?"

"അതെ. മമ്മ രാത്രിയിലാണ് വരുന്നത്...."

എന്നിലുള്ള അവന്റെ വിശ്വാസം കൂടിവരുന്നത് ഞാനറിഞ്ഞു. ഞാനാ ഛായാചിത്രം താഴെ വച്ചപ്പോൾ അവൻ എന്റെ കൈയിൽ അമർത്തിപ്പി ടിച്ചു. എന്നിട്ടവൻ ഒരു രഹസ്യം വെളിപ്പെടുത്തുംപോലെ മൃദുവായി ഇങ്ങനെ പറഞ്ഞു:

"കഴിഞ്ഞ പ്രാവശ്യം മമ്മ വന്ന് എന്റെ കിടക്കയിൽവച്ച് എനിക്ക് മുത്തം തന്നു."

"അപ്പോൾ മമ്മ വരുമ്പോഴെല്ലാം നിനക്ക് മുത്തം തരില്ല?"

"അതെ... മിക്കപ്പോഴും."

"പിന്നെന്തുകൊണ്ടാണ് നീ 'കഴിഞ്ഞ പ്രാവശ്യം' വന്നപ്പോൾ എന്നു പറഞ്ഞത്?"

"അപ്പോൾ മമ്മ കരയുകയായിരുന്നു."

"മമ്മയ്ക്ക് ഒപ്പം നിന്റെ അമ്മായി ഉണ്ടായിരുന്നോ?"

"ഇല്ല. ഒറ്റയ്ക്കാണ് മമ്മ വന്നത്. ഇരുട്ടത്ത്. മമ്മ കരുതി ഞാൻ ഉറ ങ്ങിയിരിക്കുമെന്ന്."

"മമ്മ നിന്നെ ഉണർത്തിയോ?"

"ഇല്ല.... ഞാനപ്പോൾ ഉറങ്ങിയിരുന്നില്ല. മമ്മ വരുന്നതും കാത്തുകി ടക്കുകയായിരുന്നു."

"മമ്മ എത്തിയ വിവരം നിനക്ക് അറിയാമായിരുന്നോ?"

ഉത്തരം പറയാതെ അവൻ വീണ്ടും തല താഴ്ത്തി.

ഞാൻ നിർബ്ബന്ധപൂർവ്വം ചോദിച്ചു:

"മമ്മ ഇവിടെയുള്ള കാര്യം നീ എങ്ങനെ അറിഞ്ഞു?"

ഉത്തരമുണ്ടായില്ല. ഞാൻ തുടർന്നു:

"മമ്മ കരയുകയായിരുന്നെന്ന് ഇരുട്ടത്ത് നീ എങ്ങനെ മനസ്സിലാക്കി?"

"അതെനിക്ക് മനസ്സിലാവും."

"മമ്മയോട് ഇവിടെ നില്ക്കാൻ പറഞ്ഞില്ലേ?"

"തീർച്ചയായും പറഞ്ഞു. മമ്മ കട്ടിലിലേക്ക് ചാഞ്ഞു. ഞാനപ്പോൾ മമ്മയുടെ മുടിയിൽ പിടിച്ചു."

"മമ്മ അപ്പോൾ എന്തു പറഞ്ഞു."

"മമ്മ ചിരിച്ചു. ഞാൻ മമ്മയെ അഴുക്കാക്കിയെന്നു പറഞ്ഞു. എന്നാൽ മമ്മയ്ക്ക് പോകണമായിരുന്നു."

"അപ്പോൾ മമ്മയ്ക്ക് നിന്നോട് സ്നേഹമില്ലേ?"

"തീർച്ചയായും ഉണ്ട്. മമ്മക്ക് എന്നെ വലിയ ഇഷ്ടമാണ്." ചുമന്നു തുടുത്ത മുഖത്തോടെ അവൻ പറഞ്ഞു; അങ്ങേയറ്റത്തെ സ്നേഹവാ യ്പോടെ. അവൻ എന്റെ സമീപത്തുനിന്നും മാറിയപ്പോൾ എന്റെ ചോദ്യ ത്തിൽ എനിക്ക് വിഷമം തോന്നി.

പടിക്കെട്ടുകൾക്ക് താഴെനിന്നും മദാം ഫ്ളേഷ് വിളിക്കുന്നത് പെട്ടെന്ന് കേൾക്കാനായി:

"കസിമീർ.... കസിമീർ! മിസ്റ്റർ ലക്കാദിനോടു പോയി വേഗം പറയൂ.... അദ്ദേഹത്തിന് പോകാൻ സമയമായെന്ന്. അരമണിക്കൂറിനകം വണ്ടി ഇവിടെ എത്തിച്ചേരും."

മദാം ഫ്ളേഷ് നില്ക്കുന്നിടത്തേക്ക് ഞാൻ വേഗത്തിൽ ഓടിയിറങ്ങി.

"മദാം ഫ്ളേഷ്...." ഞാൻ വിളിച്ചു.

"എനിക്കായി ഒരു ടെലഗ്രാം കൊണ്ടുക്കൊടുക്കാൻ ആരെങ്കിലു മുണ്ടോ ഇവിടെ? ഞാൻ ഒരു കാര്യം ആലോചിച്ചിട്ടുണ്ട്. എനിക്ക് ചില ദിവസത്തേക്കുകൂടി നിങ്ങൾക്കൊപ്പം കഴിയാനാകുമെന്നു കരുതുന്നു."

"അയ്യോ ഒട്ടും പ്രതീക്ഷിച്ചില്ല. എന്തൊരാശ്വാസം." കടുത്ത വൈകാ രികഭാവത്തിൽ മറ്റൊന്നും പറയാൻ കിട്ടുന്നില്ല എന്നപോലെ അവർ പറ ഞ്ഞു... ഒട്ടും പ്രതീക്ഷിക്കാതെ... ഒടുവിൽ അവർ മിസ്റ്റർ ഫ്ളേഷിന്റെ ജനാലയ്ക്കരികിലെത്തി ഉച്ചത്തിൽ പറഞ്ഞു: "നല്ല മനുഷ്യാ... (അതാണ് അദ്ദേഹത്തിന് അവർ നല്കിയിരുന്ന പേര്) മി. ലക്കാദ് പോകുന്നില്ല. ഇവിടെ നില്ക്കാമെന്ന് സമ്മതിച്ചിരിക്കുന്നു."

അവരുടെ ദുർബ്ബലശബ്ദം ചിതറിയിരുന്നെങ്കിലും ഒടുവിൽ എത്തേ ണ്ടിടത്തെത്തി. ജനലുകൾ തുറക്കുന്നത് ഞാൻ കണ്ടു. ഒരു നിമിഷനേര ത്തേക്ക് അദ്ദേഹം പുറത്തേക്കു നോക്കി. സാഹചര്യം മനസ്സിലാക്കിയിട്ടാ വണം അദ്ദേഹം എന്നോടു പറഞ്ഞു.

"ഞാനിതാ താഴെയെത്തിക്കഴിഞ്ഞു."

"കസിമീർ അദ്ദേഹത്തോടൊപ്പം കൂടി. അല്പനേരത്തേക്ക് അവരുടെ സംയുക്ത അഭിനന്ദനങ്ങൾ എനിക്ക് അഭിമുഖീകരിക്കേണ്ടിവന്നു. ഞാൻ ഒരുപക്ഷേ, ആ കുടുംബത്തിലെ അംഗമായിക്കഴിഞ്ഞിരിക്കണം."

അപ്പോൾത്തന്നെ അത്ഭുതകരമായ സന്ദേശം എഴുതി സാങ്കല്പിക മായ മേൽവിലാസത്തിലേക്ക് അയക്കാൻ തയ്യാറാക്കിവച്ചു.

"ഉച്ചഭക്ഷണ സമയത്ത് ഞാനല്പം അവിവേകം കാണിച്ചിട്ടുണ്ട്.... താങ്കളോട് പോകരുതെന്ന് അപേക്ഷിക്കുകയും ചെയ്തിരുന്നു. ഇതുമൂലം പാരീസിലെ പരിപാടികൾക്ക് ഭംഗം വന്നുപോകുമോ?"

"ഇല്ല മദാം.... ഞാനെന്റെ സുഹൃത്തുക്കളിലൊരുവനെ അക്കാര്യം ഏല്പിച്ചുകഴിഞ്ഞു."

അപ്പോഴേക്കും മദാം ഓറിയോൾ രംഗത്തെത്തിക്കഴിഞ്ഞിരുന്നു. കൈയിലിരുന്ന വിശറിയാൽ വീശിക്കൊണ്ടും മുറിക്കു ചുറ്റും നടന്നു കൊണ്ടും അവരുടെ തുളച്ചുകയറുന്ന ശബ്ദത്തിൽ ഇങ്ങനെ പറഞ്ഞു.

"അത് അദ്ദേഹത്തിന്റെ കാരുണ്യം.... ആയിരമായിരം നന്ദി...."

അതുംപറഞ്ഞ് അവർ അപ്രത്യക്ഷമായപ്പോൾ മുറിയിലെമ്പാടും നിശ്ശ ബ്ദത പരന്നു.

അത്താഴത്തിനു തൊട്ടുമുമ്പ് സന്താൾ പിതാവ് പുലെ ഇവിഷിൽ നിന്നും എത്തിച്ചേർന്നു. ഞാൻ പോകുന്ന വിവരം അറിയാത്തതിനാൽ ഞാനിവിടെ നില്ക്കുന്നതിൽ അദ്ദേഹത്തിന് അത്ഭുതവും തോന്നിയില്ല.

"മി. ലക്കാദ്, ഞാൻ നിങ്ങൾക്കായി പുലെ ഇവിഷിൽ നിന്നും ചില പേപ്പറുകൾ കൊണ്ടുവന്നിട്ടുണ്ട്. എനിക്ക് വർത്തമാനപത്രങ്ങളിലെ കിംവ ദന്തികളിലൊന്നും വലിയ താല്പര്യമില്ല. നിങ്ങൾക്ക് ഇവിടത്തെ വാർത്ത കളെപ്പറ്റി വലിയ ധാരണകളൊന്നും ഇല്ലെന്നു തോന്നുന്നു. ഇതു ചില പ്പോൾ നിങ്ങൾക്കു സഹായകരമായേക്കും." പുരോഹിതൻ വളരെ സൗമ്യ മായി പറഞ്ഞു.

അദ്ദേഹം തന്റെ ലോഹയുടെ കീശയിൽ കടലാസിനായി തപ്പി നോക്കി.

"അയ്യോ, ഗ്രാസിയ ബാഗിനൊപ്പം അതുംകൂടി മുറിയിലേക്ക് കൊണ്ടു പോയിട്ടുണ്ടാവും. ഒരുനിമിഷം. ഞാൻ പോയി അതെടുത്തുവരാം."

"ബുദ്ധിമുട്ടേണ്ട ഫാദർ, ഞാൻ വന്ന് എടുത്തുകൊള്ളാം" ഞാൻ പറഞ്ഞു.

ഞാനദ്ദേഹത്തോടൊപ്പം മുറിയിലേക്കു ചെന്നു. സ്നേഹത്തോടെ

അദ്ദേഹമെന്നെ സ്വീകരിച്ചിരുത്തി. അത്താഴത്തിനു പോകാനായി പൗരോ ഹിത്യവസ്ത്രം ഊരുന്ന വേളയിൽ ഞാനദ്ദേഹത്തോട് ചില കാര്യങ്ങൾ ചോദിച്ചറിയാൻ ശ്രമിച്ചു. അതിൽ പ്രധാനം, അദ്ദേഹം ലാ ക്യാ ഫ്ഷിൽ വരുന്നതിനുമുമ്പ് സെയ്ന്റ് ഒറിയോളിനെ അറിയാമായിരുന്നോ എന്ന കാര്യമായിരുന്നു.

"ഇല്ല." അദ്ദേഹം പറഞ്ഞു.

"മി. ഫ്ളേഷിനെയോ?"

"പെട്ടെന്നാണ് എനിക്ക് പൗരോഹിത്യ ദൗത്യം വിട്ട് അദ്ധ്യാപനം ഏറ്റെടുക്കേണ്ടിവന്നത്. എന്റെ മേലധികാരി മി. ഫ്ളേഷുമായി സംസാരി ച്ചതിനെ തുടർന്നാണ് ഞാൻ ഇവിടത്തെ ജോലി ഏറ്റെടുത്തത്. ഇവിടെ വരുന്നതിനുമുമ്പ് അദ്ദേഹത്തെയോ എന്റെ വിദ്യാർത്ഥിയെയോ ഈ കുടും ബത്തെയോ എനിക്ക് അറിയുമായിരുന്നില്ല."

"അപ്പോൾ പതിനഞ്ചുകൊല്ലം മുമ്പ് ഇൻസ്റ്റിറ്റ്യൂട്ടിലെ അംഗത്വം ലഭി ക്കാനിരിക്കെ മി. ഫ്ളേഷ് എന്തിനാണ് തിടുക്കത്തിൽ പാരീസ് വിട്ടതെന്ന് താങ്കൾക്ക് അറിയില്ല!"

"പണം സംബന്ധിച്ച കാര്യങ്ങൾ വല്ലതുമായിരിക്കും."

"എന്ത്.... അപ്പോൾ മി. ഫ്ളേഷും മദാം ഫ്ളേഷും സെയ്ന്റ് ഒറിയോളിന്റെ ആശ്രിതരായാണോ ഇവിടെ കഴിയുന്നത്?"

"അല്ലേ അല്ല." അദ്ദേഹം അക്ഷമനായി പറഞ്ഞു.

"ഒറിയോൾമാരാണ് തകർച്ചയുടെ വക്കിലെത്തുകയോ തകരുകയോ ചെയ്തത്. ലാ ക്യാ ഫുഷ് അവരുടേതാണ്. മി. ഫ്ളേഷും മദാം ഫ്ളേഷും സാമ്പത്തിക ഭദ്രതയുള്ളവരാണ്. സെയ്ന്റ് ഒറിയോളിന്റെയും ഭാര്യയു ടെയും സ്വത്തുവകകൾ പരിപാലിക്കുന്നതിനും വീട്ടുകാര്യങ്ങൾ നോക്കു ന്നതിൽ സഹായിക്കാനുമാണ് ഇവിടെ കഴിയുന്നത്. ഈ വസ്തുവകകൾ കാലക്രമേണ കസിമീറിന് ലഭിക്കുന്നതായിരിക്കും. അങ്ങനെയാണ് കാര്യ ങ്ങൾ. ആ കുഞ്ഞിന് ഇതെല്ലാം കിട്ടുമെന്നാണ് ഞാൻ കരുതുന്നത്...."

"അപ്പോൾ മരുമകൾക്ക് പണമൊന്നും കിട്ടില്ലേ?"

"എന്തു മരുമകൾ? കസിമീറിന്റെ മമ്മ അവരുടെ മരുമകളല്ല. അവൾ സെന്റ് ഒറിയോളിന്റെ സ്വന്തം മകളാണ്."

"അപ്പോൾ പിന്നെ കുട്ടിയുടെ പേരോ?"

അദ്ദേഹം ഞാൻ പറഞ്ഞത് മനസ്സിലാക്കാത്തപോലെ നടിച്ചു.

"അവനെ കസിമീർ ദെ സെന്റ് ഒറിയോൾ എന്നല്ലേ വിളിക്കുന്നത്?"

"അങ്ങനെയാണോ? അങ്ങനെയെങ്കിൽ മിസ് സെന്റ് ഒറിയോൾ അതേ പേരുള്ള എന്തെങ്കിലും മച്ചുനന്മാരിലൊരുവനെ വിവാഹം കഴിച്ചി ട്ടുണ്ടാവും."

അദ്ദേഹം പരിഹാസത്തോടെയാണതു പറഞ്ഞത്

"അങ്ങനെയാണല്ലേ..."

അദ്ദേഹം പറഞ്ഞ കാര്യങ്ങൾ പകുതി വിശ്വസിച്ച പോലെയും

എന്നാൽ തിരക്കിട്ട് ഒരു നിഗമനത്തിൽ എത്താത്ത രീതിയിലും ഞാൻ പറഞ്ഞു.

അദ്ദേഹം കുപ്പായം ഊരി തുടച്ചുമടക്കി. കാലുകൾ ജനലിനോട് ചേർത്തുവച്ചിരുന്നു. പിന്നെ, ഒരു തൂവാലകൊണ്ട് ചെരുപ്പുതുടയ്ക്കാൻ തുടങ്ങി.

"അങ്ങേക്ക് ഈ മിസ് ദെ സെന്റ് ഓറിയോളിനെ അറിയാമോ?"

"ഞാൻ രണ്ടോ മൂന്നോ വട്ടം അവരെ കണ്ടിട്ടുണ്ട്. എന്നാൽ അവർ ഇവിടെ മിന്നൽ സന്ദർശനം നടത്തി പോകാറാണു പതിവ്."

"എവിടെയാണവർ താമസിക്കുന്നത്?"

അദ്ദേഹം നിവർന്നുനിന്നു. തൂവാല മുറിയുടെ മൂലയിലേക്ക് വലി ച്ചെറിഞ്ഞ് ഇങ്ങനെ പറഞ്ഞു:

"അപ്പോൾ ഇതൊരു വിചാരണ ചെയ്യലാണ്...?"

മുഖം കഴുകാൻപോകവേ അദ്ദേഹമിങ്ങനെ പറഞ്ഞു:

"ഇപ്പോൾ അത്താഴത്തിനുള്ള മണിമുഴങ്ങും. ഞാനിതുവരെ തയ്യാ റായുമില്ല."

അദ്ദേഹത്തെ വെറുതെവിടാനുള്ള കൃത്യമായ സൂചനയായിരുന്നു അത്. അദ്ദേഹം ചുണ്ടുകൾ പൂട്ടിക്കെട്ടി. അതിനി തുറക്കണമെങ്കിൽ പ്രത്യേക ഇടപാടുകൾ വേണ്ടിവരും. എന്തായാലും അതിൽനിന്നും ഒരു വാക്കുപോലും പുറത്തേക്കുവരാൻ പോകുന്നില്ല എന്ന കാര്യം എനിക്ക് ഉറപ്പായി.

അദ്ധ്യായം 5

ദിവസം നാല് പിന്നിട്ടു കഴിഞ്ഞിരിക്കുന്നു. ഞാൻ ഇപ്പോഴും ലാ ക്യാ ഫുഷിൽത്തന്നെയാണ്. മൂന്നാം നാളിലുണ്ടായ ഭീകരമായ മുഷി പ്പിന് അല്പം ശമനമുണ്ടായിട്ടുണ്ട് എന്നാൽ തളർച്ച പൂർണ്ണമായും മാറി യിട്ടില്ല. ദൈനംദിന സംഭവങ്ങളിൽ നിന്നോ നിന്റെ ആതിഥേയരുടെ സംഭാ ഷണങ്ങളിൽ നിന്നോ പുതിയ എന്തെങ്കിലും കണ്ടെത്താനുമായില്ല. ഈ തളർച്ചമൂലം ആകാംക്ഷകൾ ശമിക്കുന്നതായി എനിക്കു തോന്നി. "പുതി യതായി എന്തെങ്കിലും" കണ്ടെത്തുന്ന കാര്യം ഞാൻ ഉപേക്ഷിക്കുകയാണ്. ഞാൻ സ്വയം പറഞ്ഞു. എല്ലാം കെട്ടിപ്പെറുക്കി പോവുകയാണെന്നും ചിന്തിച്ചു. വിവരങ്ങൾ എന്നിലെത്താത്തവിധത്തിൽ കൊട്ടിയടയ്ക്കപ്പെ ട്ടിരിക്കുന്നു; അദ്ദേഹത്തിന് അറിയാവുന്ന കാര്യങ്ങളിന്മേൽ എനിക്കുള്ള താല്പര്യം വ്യക്തമായതോടെ പുരോഹിതനും തന്റെ വായ പൂട്ടിക്കെട്ടി ക്കഴിഞ്ഞു. എന്നെ അങ്ങേയറ്റം വിശ്വസിച്ച കസിമീറാകട്ടെ ബലം പിടിച്ചു നടക്കുകയാണ്. അവനോട് ഇടപഴകാൻ എനിക്കും സങ്കോചമുണ്ട്. അവ നോട് കൂടുതൽ ചോദ്യങ്ങൾ ചോദിക്കാൻ എനിക്കു ധൈര്യവും വന്നില്ല. മാത്രമല്ല അവന് അറിയാവുന്ന കാര്യങ്ങളൊക്കെ ഞാൻ മനസ്സിലാക്കിയും കഴിഞ്ഞു. ആ ഛായാചിത്രത്തിനപ്പുറം അവൻ എന്തുപറയാനാണ്?

ആ കുട്ടിയുടെ നാവിൽനിന്നും അവന്റെ മമ്മയുടെ പേര് അറിയാതെ വീണു. ആ മനോഹര ചിത്രത്തെ മുൻനിർത്തി എത്ര വേണമെങ്കിലും പ്രയത്നിക്കാൻ ഞാനൊരുക്കമാണ്. ആ ചിത്രത്തിന് എന്തായാലും പതി നഞ്ച് വർഷത്തിൽ കൂടുതൽ പഴക്കം വരും. ഞാനിവിടെ താമസിക്കു മ്പോൾത്തന്നെ ഇസബെല്ല ദെ സെന്റ് ഓറിയോൾ അവളുടെ രഹസ്യ സന്ദർശനം ചെയ്യുകയാണെങ്കിൽത്തന്നെ അവളെ അഭിമുഖീകരിക്കാ നുള്ള ശക്തിയോ ധൈര്യമോ എനിക്ക് ഇല്ല. ആഴ്ചയുടെ അവസാനമായ

പ്പോൾ അവളെപ്പറ്റിയുള്ള ചിന്തകൾ എന്റെ നൈരാശ്യം ഇല്ലാതാക്കി. മാളി കയിലെ അവസാന ദിവസങ്ങൾ എന്നെ ചിറകിലേറ്റി പറപ്പിക്കുകയായി രുന്നു! വാരാന്ത്യമായതുതന്നെ ഞാനറിഞ്ഞില്ല. ഫ്ളേഷ് ഭവനത്തിൽ ഞാൻ കുറെ ദിവസംകൂടി ഉണ്ടാവും എന്ന കാര്യം ഞാനിനിയും മുന്നോ ട്ടുവച്ചിട്ടില്ല. ഞാൻ എന്റെ ഇവിടത്തെ ദൗത്യം ഏകദേശം പൂർത്തീകരി ക്കപ്പെട്ടു. ഒടുവിൽ അവസാനത്തെ പ്രഭാതവും വന്നണഞ്ഞു. ശരത്ക്കാലം വിപുലവും മധുരതരവുമാക്കിയ ഉദ്യാനത്തിലൂടെ അലയുമ്പോൾ എന്റെ ശ്വാസനിശ്വാസങ്ങൾക്കൊപ്പം ഒരു പേരുമാത്രം ഉയർന്നുവന്നു: ഇസബെല്ല! ആദ്യം എനിക്ക് ഇഷ്ടപ്പെടാതിരുന്ന ആ പേര് പിന്നീട് എന്റെ ഉള്ളിൽ അഴകായി നിറയുകയും നിഗൂഢമായ ചാരുതയായി പെരുകുകയും ചെയ്തു. ഇസബെല്ല ഡി സെന്റ് ഓറിയോൾ! ഇസബെല്ല! ഞാൻ നടന്നു പോയ പടികളുടെ ഓരോ വളവിലും അവൾ ധരിച്ചിരുന്ന തുവെള്ള വസ്ത്രം പാറിക്കളിക്കാൻ തുടങ്ങി. പച്ചിലപ്പടർപ്പുകൾക്കിടയിലൂടെ കട ന്നുവന്ന സൂര്യരശ്മികളുടെ പ്രഭ അവളായി. വിഷാദാർദ്രമായ ആ പുഞ്ചിരി എങ്ങും നിറഞ്ഞു. ഇത്രയും കാലം പ്രണയമെന്തെന്ന് അറിയാത്ത ഞാൻ പ്രണയത്തിലായതുപോലെ ഭാവിക്കാൻ തുടങ്ങി. സന്തോഷകരമായ ആ ചിന്തയിൽ ഞാൻ മുങ്ങിപ്പോയി.

എത്ര മനോഹരമാണീ ഉദ്യാനം! അവസാനിക്കാൻ തുടങ്ങുന്ന പുതു വിഷാദങ്ങളെ സ്വാഗതം ചെയ്യാൻ എത്ര കുലീനമായാണത് അണിഞ്ഞൊ രുങ്ങിയിരിക്കുന്നത്! അഴുകിത്തുടങ്ങുന്ന ഇലകളുടെയും ഈറൻ പായ ലുകളുടെയും മണം ഞാൻ ഹർഷോന്മാദത്തോടെ ഉള്ളിലേക്കെടുത്തു. ശിഖരങ്ങൾ നിലം തൊട്ടുനില്ക്കുന്ന കുറ്റൻ ചെസ്നട്ട് മരങ്ങളുടെ ഇല കൾ പാതിയും കൊഴിഞ്ഞിരിക്കുന്നു. ബാക്കിയായവ മരത്തിൽ ചുവന്നു തുടുത്തു നില്ക്കുന്നു. മഴയേറ്റ കുറ്റിച്ചെടിയിലകളിൽ പ്രകാശം ചുവപ്പു രാശി പടർത്തി. പുൽക്കൊടികൾ കൂടുതൽ പച്ചയായി. ഏതാനും ശര ത്കാല സൂനങ്ങൾ ഉദ്യാനത്തിലെ പുൽപ്പരപ്പിൽ വിടർന്നുനിന്നു. അല്പം കൂടി താഴെ, ചെറിയ താഴ്വാരത്തിൽ പാടലവർണ്ണ പുഷ്പങ്ങൾ നിരനി രയായി കാണപ്പെട്ടു. മഴ നിലച്ച കല്ലുവെട്ടാം കുഴിയിൽ നിന്നാൽ ഈ മനോഹര കാഴ്ചകൾ കൂടുതൽ വ്യക്തതയോടെ കാണാം. കാസി മീറുമായി ആദ്യദിവസം പോയപ്പോൾ ഇരുന്ന അതേ പാറമേൽ ഞാനി രുന്നു. പലപ്പോഴും ഇവിടെ വന്നിരിക്കാറുണ്ട്. ഇതേ പാറമേൽ ഇരുന്ന് മിസ്. സെന്റ് ഓറിയോൾ എത്രയോ വട്ടം സ്വപ്നം കണ്ടിട്ടുണ്ടാവണം. അവൾക്കരികിൽ ഇരിക്കുന്നതായി ഞാൻ സങ്കല്പിച്ചു.

പലപ്പോഴും കസിമീർ എനിക്കൊപ്പം വന്നിട്ടുണ്ടെങ്കിലും ഇന്ന് ഒറ്റയ്ക്കു വരാനായിരുന്നു ഞാൻ ഇഷ്ടപ്പെട്ടത്. മിക്ക ദിവസങ്ങളിലും ഉദ്യാനത്തിൽ വച്ച് മഴയേല്ക്കാറുണ്ട്. പിന്നീട് ഈറനൊലിപ്പിച്ച് അടുക്ക ളയിലെത്തി തീ കായും. പാചകക്കാരിയോ ഗ്രാസിയയോ എന്നെ ഇഷ്ട പ്പെട്ടില്ല. ഞാൻ ചില നീക്കങ്ങൾ നടത്തിനോക്കിയെങ്കിലും രണ്ടോ മൂന്നോ വാക്കുകൾക്കപ്പുറം മൊഴിയാൻ അവർ തയ്യാറായിട്ടില്ല. അവിടത്തെ പട്ടി

യുമായും ചങ്ങാത്തം സ്ഥാപിക്കാൻ എനിക്ക് കഴിഞ്ഞിട്ടില്ല. പലപ്പോഴും തടവുകയോ എന്തെങ്കിലുമൊക്കെ തിന്നാൻ കൊടുക്കുകയോ ചെയ്യുമെ ങ്കിലും അവൻ ഇതുവരെ ഇണങ്ങാൻ തയ്യാറായിട്ടില്ല. നെരിപ്പോടിനടു ത്താണ് ടെഹോ സ്ഥിരമായി കിടക്കുന്നത്. എന്നെ കണ്ടാലുടൻ അവൻ മുരളാൻ തുടങ്ങും. നെരിപ്പോടിനടുത്തിരുന്ന് പച്ചക്കറികളുടെ തൊലി കളയുകയോ വായിക്കുകയോ ചെയ്യുന്ന കസിമീർ, പട്ടി എന്നോട് സൗഹൃ ദത്തിലാകാൻ മടിക്കുന്നതിൽ ഖിന്നനാണ്. ഇഷ്ടപ്പെടാത്തമട്ടിൽ അവൻ പട്ടിക്ക് ചെറിയ അടി വച്ചുകൊടുക്കും. കസിമീർ വായിക്കുന്ന പുസ്തകം വാങ്ങി ഞാൻ ഉച്ചത്തിൽ വായിച്ചുകൊടുക്കും. അപ്പോൾ അവൻ എന്റെ ദേഹത്തോട് ഒട്ടിയിരുന്ന് ശ്രദ്ധിക്കും. അവൻ തന്റെ ശരീരം കൊണ്ടുകൂ ടിയാണ് ശ്രദ്ധിക്കുന്നതെന്ന് എനിക്ക് അപ്പോൾ തോന്നാറുണ്ട്.

ഇന്നു പ്രഭാതത്തിൽ പെയ്തിറങ്ങിയത് അസാധാരണമായ മഴയാ യിരുന്നു. മഴ പെട്ടെന്ന് രൗദ്രഭാവം പൂണ്ടതിനാൽ എനിക്ക് മാളികയിലേക്ക് മടങ്ങാനായില്ല. കയറിനില്ക്കാൻ പറ്റുന്ന ഒരു ഇടംതേടി ഞാൻ ഓടി. ഓടിയോടി എത്തിയത് ഉദ്യാനത്തിന്റെ അങ്ങേയറ്റത്തുകണ്ട ഏറക്കുറെ ജീർണ്ണിച്ചതും ആൾപ്പാർപ്പില്ലാത്തതുമായ ഒരു കെട്ടിടത്തിലേക്കായിരുന്നു. അവിടെയുമിവിടെയുമെല്ലാം അല്പസ്വല്പം ഇടിഞ്ഞിരുന്നുവെങ്കിലും ഒരു ആഡംബര സത്രത്തെ ഓർമ്മിപ്പിക്കുന്ന പൂമുഖത്തിന് കേടൊന്നും സംഭ വിച്ചിരുന്നില്ല. പൂമുഖച്ചുവരുകൾ തടികൊണ്ടലങ്കരിച്ചിരുന്നു. തടികളിൽ ചിലത് ഉളുത്തിരുന്നു. ഒന്നുരണ്ടിടത്ത് പട്ടിക തൊട്ടാലുടനെ ഇളകുന്ന പരുവത്തിലായിരുന്നു.

ശരിയായി അടഞ്ഞിട്ടില്ലാത്ത വാതിൽ ഒന്നു തള്ളിയയുടനെ തുറന്നു. ഒരുകൂട്ടം വാവലുകൾ പൊട്ടിയ ജനാലയിലൂടെ ചിറകടിച്ച് പുറത്തേക്കു പോയി. പെട്ടെന്ന് പെരുകിയൊടുങ്ങുന്ന മഴയായിയിരിക്കുമെന്നാണ് ഞാനാദ്യം കരുതിയത്. ക്ഷമയുടെ നെല്ലിപ്പലക കാണുംവരെ കാത്തുനി ന്നിട്ടും മഴ ശമിക്കുന്ന ലക്ഷണം കണ്ടില്ല. ആകാശം പെട്ടെന്ന് ഇരുളു കയും പെരുമഴ കോരിച്ചൊരിയുകയും ചെയ്തു. ഞാൻ അവിടെ ഒരു തടവുകാരനെപ്പോലെയായി. എപ്പോഴെങ്കിലും ഒരവസാനമുണ്ടാകുമെന്ന് ഞാൻ പ്രത്യാശിച്ചു. ഇപ്പോൾ മണി പത്തരയായി. ഉച്ചഭക്ഷണം പന്ത്രണ്ടു മണിക്കുമുമ്പേ തയ്യാറാവുകയില്ല. ആദ്യമണി മുഴങ്ങുന്നതും കാത്ത് ഞാൻ നിന്നു. ഞാൻ നില്ക്കുന്ന സ്ഥലത്ത് മണിയൊച്ച എത്തുമോ എന്ന സംശ യവും എന്നിൽ നാമ്പെടുക്കാതിരുന്നില്ല. എഴുത്തു സാമഗ്രികൾ എന്റെ പക്കലുണ്ടായിരുന്നു. ചില കത്തുകളും എടുത്തിരുന്നു. ഒരു മണിക്കൂർ കൊണ്ട് ഒരു ദിവസത്തെ പണിചെയ്ത് സ്വയം തെളിയിക്കാൻ ഞാനുറച്ചു. എങ്കിലും ഞാൻ എന്റെ ആകാംക്ഷകളുടെയും ഭയത്തിന്റെയും ഉറവിട ത്തെപ്പറ്റിത്തന്നെ ചിന്തിച്ചുകൊണ്ടിരുന്നു. അവളിനിയൊരിക്കലും ഇവിടെ വരില്ല! ഞാനെന്നെ വിശ്വസിപ്പിക്കാൻ പാടുപെട്ടു. അപ്പോഴേക്കും കഠിന മായ മടുപ്പും ദുഃഖവും എന്നെ കീഴടക്കിക്കഴിഞ്ഞിരുന്നു. ഞാൻ വേഗം ഒരു മൂലയിലേക്ക് ചടഞ്ഞുകൂടി. ഇരിക്കാനായി അവിടെ മറ്റൊന്നുമുണ്ടാ

യിരുന്നില്ല. കാണാതായ ഒരു കുട്ടിയെപ്പോലെ ഞാൻ തേങ്ങിക്കരയാൻ തുടങ്ങി. അപ്പോഴത്തെ അസഹനീയമായ മാനസികത്തകർച്ചയെ ദ്യോതി പ്പിക്കുവാൻ മടുപ്പ് എന്ന വാക്ക് മതിയാവുമോ എന്നെനിക്കു സംശയ മുണ്ട്. ഇത്തരമൊരവസ്ഥ ജീവിതത്തിലൊരിക്കലും അനുഭവിക്കേണ്ടി വന്നിട്ടുമില്ല. എന്തുതന്നെയായാലും വാക്കുകൾകൊണ്ട് നിർവ്വചിക്കാനാ കാത്ത എന്തോ ഒന്ന് എന്നെ പിടികൂടി. ഏതാനും നിമിഷങ്ങൾക്കുമുമ്പ് എല്ലാം ചിരിച്ചുകൊണ്ട് ആസ്വദിക്കാമായിരുന്നു. പെട്ടെന്ന് ആത്മാവിന്റെ ആഴങ്ങളിൽനിന്നും എല്ലാം മറയ്ക്കുന്ന മൂടൽമഞ്ഞ് ഉയർന്നുവന്നു. ജീവി താസക്തിക്കുമേൽ അത് പൊതിഞ്ഞുനിന്നു.

ലോകത്തിന്റെ ഊഷ്മളതയും സ്നേഹവും നിറവും ലയവും എല്ലാം വക്രവും വികൃതവും ശിഥിലവുമായ അമൂർത്തതയായി പരിണമിച്ചു. കാര്യ ങ്ങളെപ്പറ്റി നമുക്ക് ബോധ്യമുണ്ട്. എന്നാൽ ആ ബോധ്യം നമ്മെ പ്രവൃ ത്തിയിലേക്ക് എത്തിക്കുന്നില്ല. നമ്മുടെ ആത്മാവിനെ പൊതിഞ്ഞ മൂടൽമ ഞ്ഞിനെ തകർത്തു പുറത്തു കടക്കുവാൻ നാം നടത്തുന്ന ശ്രമം നമ്മെ ഏതെങ്കിലും തരത്തിലുള്ള കുറ്റകൃത്യത്തിലായിരിക്കും കൊണ്ടുചെന്നെ ത്തിക്കുന്നത്. കൊലപതാകമോ ആത്മഹത്യയോ ഭ്രാന്തോ.... അങ്ങനെ യെന്തെങ്കിലും.

ഒരു സ്വപ്നത്തിലെന്നപോലെ ധാരമുറിയാതെ പെയ്തുകൊണ്ടിരുന്ന മഴയുടെ സംഗീതം ശ്രവിച്ച് ഞാനിരുന്നു. പെൻസിൽ മൂർച്ചകൂട്ടാനായി ഒരു പേനാക്കത്തി കൈയിൽ കരുതിയിരുന്നു. ഞാനത് നിവർത്തി. ഒന്നും എഴുതപ്പെടാത്ത തൂവെള്ള കടലാസായിരുന്നു നോട്ടുബുക്കിൽ. ഞാൻ പെട്ടെന്ന് പേനാക്കത്തികൊണ്ട് ചട്ടപ്പലകയിൽ അവളുടെ പേര് കൊത്താൻ തുടങ്ങി. ബോധപൂർവ്വമല്ല അപ്രകാരം ചെയ്തത്. കാമുകീ കാമുകന്മാർ അങ്ങനെ ചെയ്യാറുണ്ടെന്ന് എനിക്കറിയാം. ജീർണ്ണാവസ്ഥ യിലായിരുന്ന ആ ചട്ടപ്പലക പൊട്ടിമാറുകയും അക്ഷരത്തിനുപകരം അവിടെ ഒരു ദ്വാരം പ്രത്യക്ഷമാവുകയും ചെയ്തു. പെട്ടെന്ന് ഞാൻ പേര് കൊത്തൽ നിർത്തി. എന്നാൽ അലസതയോടെയും കേവലമായ നശീ കരണ വാസനയോടെയും ഞാനതിനെ കുത്തിപ്പൊളിച്ചു. ജനാലയുടെ തൊട്ടുതാഴെയുള്ളതായിരുന്നു ആ പലക. അതുപാടെ ഇളകിവന്നു. അതോടെ മൊത്തം ചട്ടപ്പലകയും പൊളിഞ്ഞു മാറുന്നതായി കത്തിയി ന്മേലുള്ള സമ്മർദ്ദം വഴി എനിക്ക് മനസ്സിലായി.

ചില നിമിഷങ്ങൾകൊണ്ട് ഞാനാ ചട്ടപ്പലകയെ ചെറുകഷണങ്ങ ളായി മുറിച്ചു. ജീർണ്ണിച്ച പലക കഷണങ്ങൾക്കൊപ്പം ഒരു കവർ താഴേക്ക് വന്നുവീണു. നിറയെ പാടുകൾ വീണും പൂപ്പൽ പിടിച്ച നിലയിലുമായി രുന്നു ആ കവർ. ഏറക്കുറെ ആ ചുമരിന്റെ നിറമായിരുന്നു കവറിനും. ഞെട്ടലൊന്നും എനിക്ക് അനുഭവപ്പെട്ടില്ല. ഒരു അത്ഭുതവും തോന്നിയു മില്ല. അത് അവിടെയിരുന്നതിൽ സവിശേഷമായി ഒന്നും കണ്ടില്ല. അതി നാലാവണം ആ കവർ തുറന്നു നോക്കാൻ ഒരുതരം വിമുഖത എന്നെ പിടികൂടിയത്. വൃത്തികെട്ടതും നരച്ചതും അഴുക്കു പിടിച്ചതുമായ ഒരു

കവർ. അടർന്നു തറയിൽവന്നുവീണ ഒരു കുമ്മായക്ഷണമായല്ലാതെ എന്റെ തലച്ചോറിൽ അതു രേഖപ്പെടുത്തപ്പെട്ടുമില്ല. അലസതവിടാതെ ഞാനതെടുത്തു പൊട്ടിച്ചു. അതിൽനിന്നും നീളത്തിലുള്ള രണ്ട് കടലാസു താളുകൾ ഞാൻ പുറത്തെടുത്തു. ക്രമരഹിതമായി കുത്തിക്കുറിക്കപ്പെട്ട കടലാസായിരുന്നു അത്. കൈയെഴുത്തുകൾ മാഞ്ഞുതുടങ്ങിയിരുന്നു. ചില ഭാഗങ്ങൾ പൊടിഞ്ഞുപോയിരുന്നു. ഈ കത്ത് ഇവിടെ എന്തെടു ക്കുകയാണ്? ഞാൻ കത്തിന്റെ അവസാനത്തിലുള്ള കൈയൊപ്പിലേക്കു നോക്കിയപ്പോൾ എന്റെ തലചുറ്റാൻ തുടങ്ങി. കടലാസിന്റെ ഏറ്റവും ചുവടെ ഇങ്ങനെ എഴുതിയിരിക്കുന്നു: ഇസബെല്ല!

അവളെപ്പറ്റിയുള്ള ചിന്തകൾ എന്റെ ചിന്തയിൽ നിറഞ്ഞു. ഒരു നിമി ഷത്തെ മിഥ്യാബോധത്താൽ അത് എനിക്ക് എഴുതിയ കത്താണെന്നു തോന്നി:

പ്രിയപ്പെട്ടവനേ ഇതെന്റെ അവസാനത്തെ കത്താണ്.

ഇന്നു രാത്രി എനിക്ക് ഒന്നും മിണ്ടാൻ കഴിയുകയില്ല എന്നതിനാ ലാണ് തിരക്കിട്ടെഴുതിയ ഈ വാക്കുകൾ. ഞാനെന്റെ ചുണ്ടുകൾ നിന്റെ ചുണ്ടുകൾക്കരികിലേക്ക് നീട്ടുമ്പോൾ ചുംബനങ്ങളല്ലാതെ വാക്കുക ളൊന്നും പുറത്തേക്കു വരുന്നില്ല. എന്നിരുന്നാലും വേഗത്തിൽ ഇത് ശ്രദ്ധിക്കൂ.

പതിനൊന്നു മണി വളരെ നേരത്തെയാണ്. പന്ത്രണ്ട് ഉചിതമായിരി ക്കും. അക്ഷമയാൽ ഞാൻ മരിക്കുകയാണ്. കാത്തിരിപ്പ് എന്നെ കൊല്ലുന്നു. ഞാൻ നിന്റേതായി ഉണരുമ്പോഴേക്കും മറ്റുള്ളവർ ഗാഢനി ദ്രയെ പ്രാപിച്ചിരിക്കുമെന്നു നാം ഉറപ്പാക്കണം. അർദ്ധരാത്രി. അതിനു മുമ്പേ അരുത്. എന്നെ കാണാൻ അടുക്കള വാതിൽക്കലേക്കു വരിക. (ഉദ്യാനത്തോടു ചേർന്ന അടുക്കളച്ചുമരുപറ്റി വേണം വരാൻ. അവിടെ യാവുമ്പോൾ നീ നിഴൽ വീഴുന്നിടത്തായിരിക്കും. അതുകഴിഞ്ഞാലവിടെ ഏതാനും കുറ്റിച്ചെടികൾ കാണും.) അവിടെയാണെന്നെ കാത്തുനില്ക്കേ ണ്ടത്; ഉദ്യാനകവാടത്തിലല്ല. ഉദ്യാനം കടന്നുവരുന്നത് പേടിയായതുകൊ ണ്ടല്ല. ഞാൻ കൊണ്ടുവരാൻ പോകുന്ന ബാഗിൽ കുറെ വസ്ത്രങ്ങളാണ്. അതിന്റെ ഭാരം എനിക്കത്രയും ദൂരം താങ്ങാനാവില്ല.

ഇതിനുപുറമേ ഒരു കാര്യം ശ്രദ്ധിക്കണം. ഇടവഴിയുടെ അങ്ങേയറ്റ ത്താവണം വണ്ടിനിർത്തേണ്ടത്. തോട്ടത്തിലുള്ള പട്ടികൾ കുറച്ച് ശബ്ദം പുറപ്പെടുവിക്കുമെന്നതിനാൽ അതാവും സുരക്ഷിതം. പ്രിയപ്പെട്ടവനെ, നേരിൽക്കണ്ട് ഇക്കാര്യങ്ങൾ സംസാരിച്ചുറപ്പിക്കാൻ നമുക്ക് കഴിയില്ല എന്നു നിനക്ക് അറിയാമല്ലോ. ഞാനിവിടെ തടവുകാരിയാണ്. ഇവിടത്തെ വൃദ്ധജനങ്ങൾ എന്നെ പുറത്തേക്കുവിടുകയോ നിന്നെ അകത്തേക്കു കയ റ്റുകയോ ഇല്ലെന്ന് അറിയാമല്ലോ. ഏതുതരം തുറുങ്കിൽ നിന്നാണു ദൈവമേ ഞാൻ രക്ഷപ്പെടുന്നത്! അധികം ഒരു ജോടി ചെരുപ്പുകൂടി ഞാനെടുക്കുന്നുണ്ട്. വണ്ടിയിൽ കയറിയ ഉടനെ അത് ധരിക്കാം. കാരണം തോട്ടത്തിലെ പുല്ലുകൾ മുഴുവൻ നനഞ്ഞതായിരിക്കും.

ഞാൻ തയ്യാറല്ലേ എന്നും തീരുമാനത്തിൽ ഉറച്ചോ എന്നുമൊക്കെ നിനക്ക് എങ്ങനെ ചോദിക്കാൻ കഴിയുന്നു? പ്രിയപ്പെട്ടവനെ, കഴിഞ്ഞ കുറെ മാസങ്ങളായി ഞാനെന്നെ തയ്യാറെടുപ്പിക്കുകയായിരുന്നു! എത്രയോ വർഷങ്ങളായി ഞാൻ ഈ നിമിഷത്തിനായി കാത്തിരിക്കുക യാണ്! എന്തിനെക്കുറിച്ചെങ്കിലും എനിക്കു പശ്ചാത്താപമുണ്ടോ? ഇവി ടെയുള്ള സകലരോടും എനിക്കു വെറുപ്പുമാത്രമാണുള്ളതെന്ന് നിനക്ക് അറിയാത്തതാണോ? ഈ സ്ഥലവുമായി ബന്ധപ്പെടുത്തുന്ന എന്തി നോടും എനിക്ക് വെറുപ്പാണ്. നിന്റെ പ്രിയപ്പെട്ട "ഇസ" തന്നെയാണോ ഇത് സംസാരിക്കുന്നത് എന്നല്ലേ? എന്റെ പ്രിയ കാമുകാ എന്താണു നീയെ ന്നോടു ചെയ്തത്?

ഈ സ്ഥലം എന്നെ ബന്ധനസ്ഥനാക്കുന്നു. എനിക്കുനേരെ തുറ ക്കപ്പെടുന്ന ഏതൊരു സ്ഥലവും എന്റെ സ്വപ്നവും എന്റെ ദാഹവുമാണ്...

ഒരുകാര്യം പറയാൻ മറന്നു. ആ ഇന്ദ്രനീലക്കല്ല് എനിക്ക് പെട്ടിയിൽ നിന്നും എടുക്കാൻ കഴിഞ്ഞില്ല. അടുത്തകാലത്തായി എന്റെ അമ്മായി പെട്ടിയുടെ താക്കോൽ മുറിയിൽ വയ്ക്കാറില്ല. ഞാൻ പല താക്കോൽ കൊണ്ടു തുറക്കാൻ നോക്കിയിട്ടും തുറക്കാൻ കഴിഞ്ഞില്ല. അതിന്റെ പേരിൽ എന്നെ വഴക്കു പറയരുതേ... ഞാൻ മമ്മയുടെ ബ്രേസ്ലെറ്റും പളുങ്ക് മാലയും രണ്ടു മോതിരവും എടുത്തിട്ടുണ്ട്. അതൊന്നും അത്ര വിലപിടിപ്പുള്ളതല്ലെന്ന് എനിക്കറിയാം. മമ്മ അതൊന്നും ധരിക്കുമായി രുന്നുമില്ല. ഒരുകാര്യം, ആ മാല നല്ലതാണ്. പണത്തിന്റെ കാര്യം! പറ്റു ന്നിടത്തോളം എടുത്തിട്ടുണ്ട്. നീയും ആവശ്യത്തിന് എടുത്തിട്ടുണ്ടാവുമ ല്ലോ.

എല്ലാ പ്രാർത്ഥനകളോടും നിന്റെ....
എത്രയും പെട്ടെന്ന് നാം കാണും.

നിന്റെ
ഇസ

ഒക്ടോബർ ഇരുപത്തിരണ്ട് എന്റെ ഇരുപത്തിരണ്ടാം ജന്മദിനമാണ്. എന്റെ പലായനത്തിന്റെ തലേന്നാൾ.

ഒരു നോവലിൽ ഉൾപ്പെടുത്താനാണെങ്കിൽ കത്തു വായിച്ചതിനു ശേഷമുള്ള വിചാരങ്ങളും പരിഭ്രമവും എല്ലാം ചേർന്ന് ഒരു മൂന്നാലു പേജെങ്കിലും എഴുതേണ്ടിവരുമെന്ന് ഞാൻ ഭയപ്പെട്ടു. എന്നാൽ, യഥാർത്ഥ ത്തിൽ ഞെട്ടിപ്പോകുന്ന ഇത്തരം സന്ദർഭങ്ങളിൽ സ്വാഭാവികമായും ഉണ്ടാ കുന്ന ഒരുതരം ആലസ്യം എന്നെയും പിടികൂടി. അവസാനം തലച്ചോറി ലേക്ക് ചോര ഇരച്ചുകയറി സ്തംഭിച്ചിരിക്കുമ്പോൾ ഞാൻ മണിമുഴങ്ങു ന്നത് കേട്ടു. "ദൈവമേ, ഇത് ഉച്ചഭക്ഷണത്തിനുള്ള രണ്ടാമത്തെ മണിയാ ണല്ലോ മുഴങ്ങുന്നത്." ഞാൻ ചിന്തിച്ചു. എന്തുകൊണ്ട് ആദ്യ മണി മുഴ ങ്ങിയത് ഞാൻ കേട്ടില്ല? ഞാൻ പോക്കറ്റ് വാച്ച് പുറത്തെടുത്തു. മണി പന്ത്രണ്ട്. അമൂല്യമായ ആ കത്ത് ഹൃദയത്തോടു ചേർത്ത് ഞാൻ മാളി കയിലേക്കു കുതിച്ചു. അപ്പോഴും പെയ്തുകൊണ്ടിരുന്ന ആ മഴയെ ഞാൻ

ഒട്ടും വകവച്ചില്ല.

എനിക്ക് എന്തുപറ്റിയെന്നറിയാതെ വിഷമിച്ചിരിക്കുകയായിരുന്നു ഫ്ളേഷ് കുടുംബം.

ഞാൻ കടന്നുചെന്നപ്പോൾ അവരിങ്ങനെ പറഞ്ഞു:

"എവിടെ പെട്ടുപോയി. മി. ലെക്കാദ്, നിങ്ങൾ ഞങ്ങളെയാകെ പേടി പ്പിച്ചു കളഞ്ഞല്ലോ!"

ഞാൻ വസ്ത്രം മാറി എത്തുന്നതുവരെ ആരും തീൻമേശയ്ക്കു മുന്നിൽ ഇരിക്കരുതെന്ന് അവർ ആജ്ഞാപിച്ചു. ഞാൻ എത്തിച്ചേർന്ന യുടനെ എന്നെ ചോദ്യം ചെയ്യാനും തുടങ്ങി. സത്രത്തിൽ കയറി നില്ക്കു കയായിരുന്നുവെന്നും മഴ തോരാത്തതിനാൽ അവിടെ പെട്ടുപോകുക യായിരുന്നുവെന്നും ഞാൻ പറഞ്ഞു. തോരാത്ത മഴയിൽ വഴിയാകെ തകർന്ന നിലയിലായിരിക്കുമെന്നതായിരുന്നു അവരുടെ ഉൽക്കണ്ഠ. ഉടനെ രണ്ടാമത്തെ മണിമുഴങ്ങുമെന്നും പതിവുപോലെ ഒന്നാം മണി ഉച്ചത്തിലല്ല മുഴങ്ങിയയതെന്നും അവർ പറഞ്ഞു....

വെർദ്യു ടൗവൽ കൊണ്ടുതന്നു. അത് കഴുത്തിനു ചുറ്റും ചുറ്റിക്കോ ളാൻ അവർ പറഞ്ഞു. അമിതമായി ചുടായതിനാൽ ജലദോഷം പിടി ക്കാൻ ഇടയുണ്ട്. സന്താൾ പിതാവ് എന്നെ നിരീക്ഷിച്ച് അങ്ങനെ നിന്നു. പതിവുപോലെ അദ്ദേഹത്തിന്റെ കൂർത്ത ചുണ്ടുകൾ അടച്ചുപിടിച്ചിട്ടുണ്ടാ യിരുന്നു. എന്നെ സദാ നിരീക്ഷിക്കുന്ന ആ കണ്ണുകൾക്കുമുന്നിൽ കുറുമ്പു കാട്ടിയതിനു പിടിക്കപ്പെട്ട കുട്ടിയെപ്പോലെ ഞാൻ അസ്വസ്ഥനായി. 'എന്തായാലും ഈ പുരോഹിതനെ നിരീക്ഷിക്കുന്നതിൽനിന്നും എനിക്കു പിന്മാറാനാവില്ല.' ഞാൻ ചിന്തിച്ചു. 'അദ്ദേഹത്തിൽ നിന്നു മാത്രമേ എന്തെ ങ്കിലും വിവരം കിട്ടാൻ സാദ്ധ്യതയുള്ളൂ.'

ഈ സ്ഥലത്തെയും സംഭവങ്ങളെയും ചൂഴ്ന്നുനില്ക്കുന്ന നിഗൂഢ തകൾ എനിക്ക് നിർദ്ധാരണം ചെയ്യേണ്ടതുണ്ട്. അതെല്ലാം അറിയാനുള്ള കേവലമായ ആകാംക്ഷയ്ക്ക് അപ്പുറത്തേക്ക് അത് വളർന്നിരിക്കുന്നു. പ്രണയത്തിന്റെ പേരിലാവാമത്. എന്നാലും എനിക്കിതെല്ലാം അറിഞ്ഞേ പറ്റൂ. അതിന് സഹായകരമായ വസ്തുതകൾ വെളിപ്പെടുത്താൻ കഴി യുന്ന വ്യക്തി ഈ പുരോഹിതൻ മാത്രമായിരിക്കും. ചായക്കുശേഷം ഞാൻ പുരോഹിതന് നേരെ വച്ചുനീട്ടിയ സിഗരറ്റ് ഒരു സ്വകാര്യ സംഭാ ഷണത്തിനുള്ള സാദ്ധ്യത തുറന്നു തന്നു. പ്രഭികളെ ബുദ്ധിമുട്ടിക്കാതി രിക്കാനായി ഞങ്ങൾ ബാൽക്കണിയിലേക്കു പോയി.

അല്പം പരിഹാസത്തോടെ പുരോഹിതൻ പറഞ്ഞു.

"ഞാൻ കരുതിയത് നിങ്ങൾ ഒരാഴ്ചക്കാലത്തേക്കു മാത്രമേ ഇവിടെ കാണൂ എന്നായിരുന്നു."

"ഇത്രയും നല്ല ആതിഥേയരെ ഞാൻ ഒട്ടും പ്രതീക്ഷിച്ചിരുന്നില്ല."

"അപ്പോൾ മി. ഫ്ളേഷിന്റെ രേഖകൾ...."

"അതെല്ലാം മനസ്സിലാക്കിക്കഴിഞ്ഞു. എന്നാൽ എനിക്കു താല്പര്യ മുള്ള മറ്റു ചില കാര്യങ്ങൾ കണ്ടെത്തിയിരിക്കുന്നു."

ഇവിടെ ഒരു ചോദ്യം ഞാൻ പ്രതീക്ഷിച്ചു.

എന്നാൽ ഒന്നുമുണ്ടായില്ല.

"ഈ മാളികയുടെ അകവും പുറവും രഹസ്യങ്ങളും അങ്ങേക്ക് അറി യാമായിരിക്കും." അദ്ദേഹത്തിന്റെ കണ്ണുകൾ വികസിച്ചു. പുരികങ്ങൾ ചുരു ങ്ങി. അവിടെ കപടനിഷ്കളങ്കത്വം നിഴലിച്ചുവന്നു.

"എന്തുകൊണ്ട് മദാം അല്ലെങ്കിൽ മിസ് ദെ സെന്റ് ദാറിയോൾ, നിങ്ങ ളുടെ വിദ്യാർത്ഥിയുടെ അമ്മ, രോഗിയായ സ്വന്തം കുഞ്ഞിനെയും വൃദ്ധ രായ മാതാപിതാക്കളെയും പരിചരിച്ച് നമുക്കൊപ്പം ഇവിടെ കഴിയുന്നില്ല?

കപടമായ ഞെട്ടലോടെ അദ്ദേഹം സിഗരറ്റ് വലിച്ചെറിഞ്ഞു. കൈകൾ നിവർത്തി മുഖത്തിന്റെ ഇരുവശവും വിട്ടുവിട്ടു ഉഴിഞ്ഞു.

"മറ്റെന്തോ തിരക്കിനാൽ എത്താൻ കഴിയാത്തതാവും... എന്തൊരു മുനവച്ച ചോദ്യമാണിത്."

അദ്ദേഹം മുറുമുറുത്തു.

"കുറച്ചുകൂടി വ്യക്തമായ ചോദ്യമാണോ വേണ്ടത്? എങ്കിൽ, തന്റെ കാമുകനുമായി ഒളിച്ചോടാൻ മിസ് ഓറിയോൾ തീരുമാനിച്ച ഒക്ടോബർ 22 രാത്രിയിൽ എന്താണവർക്ക് സംഭവിച്ചത്? പറയൂ."

ഇടുപ്പിൽ കൈകൊടുത്ത് അദ്ദേഹം പ്രകോപിതനെപ്പോലെ നിവർന്നു നിന്നു:

"എന്റെ യുവ നോവലിസ്റ്റേ (ചില ദുർബ്ബല നിമിഷങ്ങളിൽ ഞാനദ്ദേ ഹത്തോട്, വളരെ വ്യക്തിപരമായ അടുപ്പമുള്ളവരോട് മാത്രം വെളിപ്പെ ടുത്താൻ പാടുള്ള അക്കാര്യം വെളുപ്പെടുത്തിയിരുന്നു. അത്തരത്തിൽ ഞാൻ പ്രകടിപ്പിച്ച എന്റെ വാസനകളെ അദ്ദേഹം കളിയാക്കാനും തുട ങ്ങിയിരുന്നു. അത് അങ്ങേയറ്റം അസഹനീയവുമായിരുന്നു) താങ്കൾ അല്പം ധൃതിയിലായിപ്പോയല്ലോ...? ഇനി ഞാൻ നിങ്ങളോട് തിരിച്ചൊരു ചോദ്യം ചോദിക്കാം. ഇക്കാര്യങ്ങളൊക്കെ നിങ്ങൾക്കെങ്ങനെ മനസ്സി ലായി?"

"എനിക്ക് മനസ്സിലായതോ? ആ രാത്രിയിൽ ഇസബെല്ല ദെ സെന്റ് ഓറിയോൾ കാമുകന് എഴുകിയ കത്ത് അയാളുടെ കൈകളിലല്ല എന്റെ കൈകളിലാണ് വന്നുചേർന്നത്."

ഞാനത്ര നിസ്സാരനല്ല എന്ന് എനിക്ക് തെളിയിക്കേണ്ടിയിരിക്കുന്നു. അതേ നിമിഷത്തിൽത്തന്നെ ആ പാതിരി തന്റെ ലോഹയിൽ പറ്റിയിരി ക്കുന്ന എന്തോ ഒന്നു കാണുകയും സ്വന്തം നഖമുപയോഗിച്ച് അതിനെ മാന്തുകയും ചെയ്തുകൊണ്ടിരുന്നു. സമനില വീണ്ടെടുക്കാനുള്ള സൂത്ര മാകണമത്.

"എന്നെ അതിശയിപ്പിക്കുന്ന ഒരു കാര്യമുണ്ട്. ഒരാൾ സ്വയംഭൂവായ നോവലിസ്റ്റായി കാണുകയാണെങ്കിൽ അയാൾ വിചാരിക്കും അയാൾക്ക് എന്തുംചെയ്യാൻ അവകാശമുണ്ടെന്ന്! സാധാരണ മനുഷ്യർ മറ്റൊരാളിന്റെ കത്തുപൊട്ടിച്ചു വായിക്കാൻ രണ്ടുവട്ടം ചിന്തിക്കും..."

പാതിരി പറഞ്ഞു.

"അയാൾ അതു വായിക്കരുത് എന്നു തന്നെയാണ് ഞാനും കരുതുന്നത്."

ഞാൻ അദ്ദേഹത്തിന്റെ മുഖത്തേക്ക് തറപ്പിച്ചു നോക്കിയപ്പോൾ അദ്ദേഹം കണ്ണുകൾ താഴ്ത്തി ചുരണ്ടൽ തുടർന്നു.

"നിങ്ങൾക്ക് വായിക്കാനായി ഒരു കത്ത് ആരെങ്കിലും നിങ്ങളുടെ കൈകളിൽ വച്ചുതരുമെന്ന് ഞാൻ കരുതുന്നില്ല."

"ആ കത്ത് യദൃച്ഛയാ എന്റെ കൈകളിൽ വന്നുചേർന്നതാണ്. പഴകി ദ്രവിച്ച പഴയൊരു കവർ പാതി കീറിയ നിലയിലാണെനിക്ക് കിട്ടിയത്. ആരുടെ പേരിലാണ് എഴുതിയത് എന്നതു സംബന്ധിച്ച് ഒരു തുമ്പും അതിന്മേലുണ്ടായിരുന്നില്ല. ആ കവർ തുറന്നു വായിച്ചപ്പോൾ മാത്രമാണ് അത് മിസ് ഓറിയോൾ എഴുതിയതാണെന്നു മനസ്സിലായത്. ആരുടെ പേരി ലുള്ളതായിരുന്നു ആ കത്ത്. പതിനാലു വർഷങ്ങൾക്കുമുമ്പ് മിസ് ഓറി യോൾ കത്തെഴുതിയ ആ കാമുകൻ ആരായിരുന്നു, ഫാദർ?" അദ്ദേഹം എഴുന്നേറ്റു. അങ്ങോട്ടുമിങ്ങോട്ടും അല്പനേരം നടന്നു. തലകുമ്പിട്ട് കൈകൾ പിന്നിൽ പിണച്ചുകെട്ടിയാണ് അദ്ദേഹം നടന്നത്. എന്റെ കസേര പിന്നിട്ട് കഴിഞ്ഞയുടൻ ഒന്നുനിന്നു. അദ്ദേഹത്തിന്റെ ശക്തമായ കരങ്ങൾ എന്റെ ചുമലിൽ അമരുന്നതായി എനിക്ക് അനുഭവപ്പെട്ടു.

"എവിടെ ആ കത്ത്?"

"കത്തു കാണിച്ചാൽ അതെപ്പറ്റി പറയുമോ?"

അദ്ദേഹത്തിന്റെ കൈകൾ എന്റെ ചുമലിന്മേൽ വിറയ്ക്കുന്നതായി എനിക്ക് അനുഭവപ്പെട്ടു.

"അതിന് ദയവായി ഉപാധികൾ വയ്ക്കരുത്. കത്ത് എന്നെ കാണിക്കൂ. അത്രമാത്രം..."

"പോയി എടുക്കാൻ എന്നെ അനുവദിക്കൂ."

പിടിവിടുവിക്കാൻ വേണ്ടി ഞാനങ്ങനെ പറഞ്ഞു.

"കത്തു നിങ്ങളുടെ പോക്കറ്റിലുണ്ട്."

കൃത്യസ്ഥലത്തുതന്നെ അദ്ദേഹത്തിന്റെ കണ്ണുകൾ പതിച്ചിരുന്നു. എന്റെ കുപ്പിയും അതീവ സുതാര്യമായതാണെന്നപോലെ.

അദ്ദേഹമിതാ എന്നെ പരിശോധിക്കാൻ തുടങ്ങുകയാണ്....

സ്വയം പ്രതിരോധിക്കാൻ പറ്റിയ രീതിയിലായിരുന്നില്ല എന്റെ അപ്പോ ഴത്തെ നില. അദ്ദേഹത്തിനാകട്ടെ കാരിരുമ്പിന്റെ കരുത്തും. ഇനി ഞാനെ ങ്ങനെ അദ്ദേഹത്തെക്കൊണ്ട് സംസാരിപ്പിക്കും? ഞാനൊന്നു തിരിഞ്ഞു. എന്റെ മുഖം അദ്ദേഹത്തിന്റെ മുഖത്തിനു സമീപം എത്തി. കോപം കൊണ്ടു ചുവന്നു ചീർത്ത മുഖമാണു ഞാൻ കാണുന്നത്. നെറ്റിയിലേക്ക് വ്യാപിക്കുന്ന രണ്ടു തടിച്ച ഞരമ്പുകളും നീരുകെട്ടി വീർത്ത കൺപോ ളകളും ആ മുഖത്തിന്റെ വൈകൃതം ഇരട്ടിപ്പിച്ചു. കാര്യങ്ങൾ കൈവിട്ടു പോകും എന്നു കാണുകയാൽ ഞാനൊന്നു ചിരിച്ചു.

"ദൈവമേ... അങ്ങേക്ക് ആകാംക്ഷ അടക്കാനാവുന്നില്ലല്ലോ."

അദ്ദേഹം പിടിയൊന്നയച്ചു. ഞാൻ പെട്ടെന്ന് എഴുന്നേറ്റ് മുറിക്കു

പുറത്തേക്കു പോകാൻ നോക്കി.

"അങ്ങ് കൊള്ളക്കാരന്മാരെപ്പോലെ പെരുമാറിയിരുന്നില്ലെങ്കിൽ ഞാൻ ആ കത്ത് എപ്പോഴേ കാട്ടിത്തന്നേനെ." അദ്ദേഹത്തിന്റെ കൈ പിടിച്ചുമാറ്റിക്കൊണ്ട് ഞാൻ തുടർന്നു. "നമുക്ക് സ്വീകരണമുറിയിലേക്കു പോകാം. ആരുടെയെങ്കിലും സഹായം വേണ്ടിവന്നാൽ എനിക്ക് അതു തേടാമല്ലോ...."

വളരെ കഷ്ടപ്പെട്ടാണ് ഞാൻ തമാശരൂപേണ അതു പറഞ്ഞത്. എന്നാൽ എന്റെ ഹൃദയം അപ്പോൾ വേഗത്തിൽ മിടിക്കുന്നുണ്ടായിരുന്നു.

കത്ത് പോക്കറ്റിൽ നിന്നും എടുത്തുകൊണ്ട് ഞാൻ പറഞ്ഞു.

"ഇതാ ആ കത്ത്. എന്റെ മുന്നിൽനിന്ന് വായിക്കണം. പ്രണയലേഖനം വായിക്കുന്ന ഒരു പാതിരിയുടെ മുഖം എങ്ങനെയുണ്ടാവുമെന്ന് എനിക്ക് കാണണം."

അദ്ദേഹം വേഗത്തിൽ സമനില വീണ്ടെടുത്തു. കവിളുകളിലെ മാംസ പേശികളുടെ ദ്രുതചലനമല്ലാതെ മറ്റൊന്നും അദ്ദേഹത്തിന്റെ സംഘർഷ ഭരിതമായ മനസ്സിനെ വെളിപ്പെടുത്തിയില്ല.

കത്ത് വായിച്ചശേഷം അദ്ദേഹമതു മണത്തു. പെട്ടെന്ന് തുമ്മി. മൂക്കിന്റെ ആർത്തികണ്ട് കണ്ണുകൾ ശാസിക്കുംപോലെ തോന്നി. ആ കടലാസുകൾ ഒന്നുകൂടി മടക്കിയശേഷം അദ്ദേഹമത് തിരിച്ചുനല്കി. എന്നിട്ട്, അവനോടെന്നപോലെ ഇപ്രകാരം പറഞ്ഞു:

"അതേ ഒക്ടോബർ മാസം 22 ന് ബ്ലെയ്സ് ദെ ഗുഫ്രിവീൽ പ്രഭു വേട്ടയ്ക്കിടയിലുണ്ടായ അപകടത്തിൽ കൊല്ലപ്പെട്ടു...."

"താങ്കളുടെ വാക്കുകൾ കേട്ട് എന്റെ ചോര ഉറഞ്ഞുപോകുന്നു. (എന്റെ ഭാവന പെട്ടെന്ന് നാടകീയമായി ഉണർന്നു). സത്രത്തിലെ ചട്ടപ്പ ലകയ്ക്കു പിന്നിൽ നിന്നാണെനിക്കീ കവർ കിട്ടിയത് എന്ന കാര്യം മറ ന്നുപോകരുത്! അവിടെന്നായിരിക്കണം ആ കത്ത് തീർച്ചയായും അദ്ദേ ഹത്തിന് കിട്ടേണ്ടിയിരുന്നത്."

സെന്റ് ഓറിയോളിന്റെ വസ്തുക്കളോട് ചേർന്ന പുരയിടത്തിൽ പാർത്തിരുന്ന ഒരു കുടുംബത്തിലെ മൂത്ത മകനായിരുന്നു യുവാവായ ഗുഫ്രിവീൽ പ്രഭു. അദ്ദേഹം ഗേറ്റ് ചാടിക്കടക്കാൻ ശ്രമിക്കവേ വെടിയേറ്റ നിലയിലാണ് അദ്ദേഹത്തിന്റെ മൃതദേഹം കാണപ്പെട്ടത്. അബദ്ധത്തിൽ വെടിപൊട്ടിയതാകാം. എന്നാൽ ആ തോക്കിൽ വെടിത്തിരക്കൂട് ഉണ്ടാ യിരുന്നില്ലത്രെ! ആ അപകടത്തിന് ദൃക്സാക്ഷികൾ ഉണ്ടായിരുന്നില്ല. രഹ സ്യമായാണല്ലോ ആ യുവാവ് അന്ന് പുറത്തേക്കു പോയത്. എന്നാൽ അടുത്ത ദിവസം ലെ ക്യാ ഫുഷിലെ നായ രക്തം നക്കിക്കുടിക്കുന്ന തായി കാണപ്പെട്ടു.

"അക്കാലത്ത് ഞാൻ ലെ ക്യാ ഫുഷിൽ ഇല്ല. പില്ക്കാലത്ത് മനസ്സി ലാക്കിയതാണിതെല്ലാം. ഈ കുറ്റകൃത്യം നടത്തിയത് ഗ്രാസിയയാണെന്ന് എനിക്ക് ഉറപ്പുണ്ട്. പ്രഭുവുമായി ആ യുവതിക്കുള്ള ബന്ധം അയാൾ മന സ്സിലാക്കിയിരുന്നു. ഒരുപക്ഷേ, അവർ ഒളിച്ചോടുന്ന വിവരവും അയാൾക്ക്

അറിയുമായിരുന്നിരിക്കണം. (ഇക്കാര്യം ഈ കത്ത് വായിക്കുന്നതിന് മുമ്പ് എനിക്കറിയില്ലായിരുന്നു). അയാൾ ഒരു പരുക്കനും ക്രൂരനുമാണ്. അയാൾക്ക് അയാളുടേതായ നീതീകരണവുമുണ്ടാവാം. യജമാനന്റെ സ്വത്തുവകകൾ ഒന്നുംതന്നെ നഷ്ടപ്പെടാതെ സൂക്ഷിക്കേണ്ടത് തന്റെ കർത്തവ്യമാണെന്ന് അയാൾ കരുതിയിട്ടുണ്ടാവണം."

"എന്തുകൊണ്ട് അയാളെ അറസ്റ്റ് ചെയ്തില്ല?"

"അതിന് ആർക്കും താല്പര്യമുണ്ടായിരുന്നില്ല. മാത്രമല്ല ഇരു കുടും ബങ്ങളും ദൗർഭാഗ്യകരമായ ഈ സംഭവത്തെ ഒതുക്കിത്തീർക്കാനാണ് ഇഷ്ടപ്പെട്ടിരുന്നതും. ഏതാനും മാസങ്ങൾക്കൊടുവിൽ മിസ് ഓറിയോൾ പതിതനായ ഈ കുഞ്ഞിന് ജന്മവും നല്കി. തന്റെ ഗർഭാവസ്ഥ മറച്ചുപി ടിക്കാൻ മിസ് ഓറിയോൾ നടത്തിയ ശ്രമത്തിനെത്തുടർന്നാവാം കസിമീ റിന്റെ വൈകല്യവും. പിതാക്കന്മാരുടെ പാപം മക്കളുടെ മേൽ പതിക്കു മെന്ന് ദൈവം നമ്മെ പഠിപ്പിക്കുന്നു. എന്നോടൊപ്പം സത്രത്തിലേക്ക് വരൂ. എവിടെ നിന്നാണ് ഈ കത്തു കിട്ടിയതെന്ന് അറിയാൻ എനിക്ക് ആഗ്ര ഹമുണ്ട്."

ആകാശം തെളിഞ്ഞു. ഞങ്ങളിരുവരും ഒരുമിച്ച് പുറത്തേക്കിറങ്ങി.

സത്രത്തിലേക്കുള്ള പോക്ക് വളരെ സുഗമമായിരുന്നു. പാതിരി എന്റെ കൈപിടിച്ച് ഒപ്പം നടന്നു. സംസാരവും സൗഹൃദപരമായിരുന്നു. എന്നാൽ തിരികെ നടക്കുമ്പോൾ കാര്യങ്ങൾ വേറൊരു രീതിയിലായിക്കഴിഞ്ഞി രുന്നു. സംഭവത്തിലെ സാഹസികത രണ്ടുപേരെയും രണ്ടുവിധത്തിൽ അത്ഭുതപ്പെടുത്തി.

പെട്ടെന്ന് നിരായുധനാക്കപ്പെട്ടതിനാലാവാം പുഞ്ചിരിയോടെയും അനുസരണയോടെയും ഒടുവിൽ പാതിരി തനിക്കറിയാവുന്നതെല്ലാം വെളിപ്പെടുത്തി. അദ്ദേഹത്തിന്റെ വൈദികക്കുപ്പായവും എനിക്കുള്ള പരി മിതിയുമെല്ലാം മാറ്റിവെച്ച് ഞങ്ങൾ രണ്ട് ആണുങ്ങൾ എന്ന രീതിയിൽ വർത്തമാനം പറയാൻ തുടങ്ങി.

ഇങ്ങനെയാണ് ആ വാഗ്വാദം തുടങ്ങിയതെന്നാണ് എനിക്ക് തോന്നു ന്നത്.

"മിസ്. ഓറിയോൾ ആ രാത്രിയിൽ എന്തു ചെയ്യുകയായിരുന്നുവെന്ന് ആർ നമ്മോട് പറയും? അവൾ ഉദ്യാനത്തിലാണോ അയാൾക്കായി കാത്തിരുന്നത്? അങ്ങനെയെങ്കിൽ എത്രനേരം? അയാൾ വരാതായപ്പോൾ എന്തായിരുന്നിരിക്കണം അവളുടെ ചിന്തകൾ?" ഞാൻ ചോദിച്ചു.

എന്റെ മനശ്ശാസ്ത്രപരമായ നീക്കത്തിനു മുന്നിൽ പാതിരി സമ്പൂർണ്ണ നിശ്ശബ്ദത പാലിച്ചു.

"ആ പാവം പെൺകുട്ടിയുടെ കാര്യമൊന്ന് ആലോചിച്ചു നോക്കൂ. അവളുടെ ഹൃദയം പ്രണയത്താലും ആകുലതകളാലും നിറഞ്ഞിരുന്നി ട്ടുണ്ടാവണം. അവളുടെ തലച്ചോറിൽ വന്യമായ ഭാവനകൾ വന്നു നിറ ഞ്ഞിട്ടുണ്ടാവണം. പാവം ഇസബെല്ല. അവളുടെ പ്രണയാതുരമായ മന സ്സിനെക്കുറിച്ച് ചിന്തിച്ചു നോക്കൂ."

"നാണം കെട്ട ഇസബെല്ല എന്നു പറയൂ."

പാതിരി ശ്വാസം നിയന്ത്രിച്ചുകൊണ്ട് പറഞ്ഞു.

അയാളെ കേൾക്കാത്തതുപോലെ ഭാവിച്ചുകൊണ്ട് ഞാൻ തുടർന്നു. എന്നാൽ ആകാംക്ഷാഭരിതമായ എന്റെ മനസ്സ് പാതിരിയുടെ അടുത്ത ഇടപെടലിനെ എങ്ങനെ നേരിടാം എന്നുള്ള ചിന്തയിലായിരുന്നു.

"അവളുടെ പ്രതീക്ഷകളെയും തുടർന്നുവന്ന കൊടിയ നൈരാശ്യ ത്തെയുംപറ്റി ഒന്നു ചിന്തിച്ചു നോക്കൂ...."

"എന്തിന് അതൊക്കെ ചിന്തിക്കണം? ആ സംഭവത്തിൽ നിന്നുള്ള പാഠങ്ങളാണ് അല്ലാതെ ആ സംഭവങ്ങളിലേക്ക് ചുഴ്ന്നിറങ്ങലല്ല പ്രധാനം."

പാതിരി വെട്ടിമുറിച്ചു പറഞ്ഞു.

"ഏറിയോ കുറഞ്ഞോ അറിയാവുന്ന കാര്യങ്ങൾ നമ്മെ ചിലതു പഠി പ്പിക്കുന്നുണ്ട്."

"എന്താണു നിങ്ങൾ അർത്ഥമാക്കുന്നത്?"

"സംഭവങ്ങളെക്കുറിച്ചുള്ള നമ്മുടെ ഉപരിപ്ലവ ധാരണകൾ, പിന്നീടു ലഭ്യമാകുന്ന ആഴത്തിലുള്ള അറിവുകളുമായി പലപ്പോഴും പൊരുത്തപ്പെടു ന്നതാവില്ല. അവ നല്കുന്ന പാഠങ്ങളും വിഭിന്നങ്ങളായിരിക്കും. അതി നാൽ വേഗത്തിൽ തീർപ്പുകളിലേക്ക് എത്തുന്നത് അഭികാമ്യമായിരിക്കില്ല."

"സൂക്ഷിക്കൂ സുഹൃത്തേ, വളരെ സൂക്ഷിക്കൂ. വിമർശനാത്മകമായ ആകാംക്ഷയിൽ കലാപത്തിന്റെ അണുക്കൾ കലർന്നിട്ടുണ്ടാവും. നിങ്ങൾ മാതൃകകളായി തിരഞ്ഞെടുത്തിട്ടുള്ളവർ തന്നെ അതുകാണിച്ചു തന്നി ട്ടുണ്ടാവണം....."

"ഞാൻ പ്രബന്ധരചനയ്ക്കായി കണ്ടെത്തിയ മഹാന്മാരായ മനുഷ്യ രെപ്പറ്റിയാണോ..."

"തലനാരിഴ കീറുന്നതിൽ നിങ്ങൾ ഒരു വിദഗ്ദ്ധൻ തന്നെ! അതാ ണതിന്റെ സാരാംശം...."

"എന്റെ പ്രിയപ്പെട്ട അതേ ആകാംക്ഷ തന്നെയല്ലേ എന്നോടൊപ്പം സത്രത്തിലേക്ക് ഇറങ്ങിപ്പുറപ്പെടാൻ അങ്ങയേയും പ്രേരിപ്പിച്ചത്? അവിടെ തകർന്നുകിടക്കുന്ന ചട്ടപ്പലകകൾക്കരികിൽ ഏറെനേരം അങ്ങ് നോക്കി നിന്നതെന്താണ്? അതിൽനിന്നും അങ്ങെന്നോടു പറഞ്ഞ കഥയുടെ വിശ ദാംശങ്ങൾ കണ്ടെത്തണമെന്ന് അങ്ങേക്കും താല്പര്യമുണ്ടാകുന്നില്ലേ?"

പാതിരിയുടെ ചുവടുകൾക്ക് വേഗത കൂടി. ശബ്ദം മൂർച്ചയേറിയ തായി. അക്ഷമയാൽ കൈയിലിരുന്ന പടികൊണ്ട് പലവട്ടം അദ്ദേഹം തറ യിൽ തട്ടി.

"വിശദീകരണങ്ങളുടെ വിശദീകരണങ്ങളിലേക്ക് ആണ്ടുപോകാൻ ഞാൻ നിങ്ങളെപ്പോലെ ആഗ്രഹിക്കുന്നില്ല. വസ്തുതകൾക്കപ്പുറം ഞാൻ പോകില്ല. ഞാൻ നിങ്ങൾക്കുമുന്നിൽ തുറന്നിട്ട ദുഃഖകരമായ സംഭവങ്ങൾ എന്നെ പഠിപ്പിക്കുന്നത്, അങ്ങനെയൊരു പഠനം ഇനിയുമെനിക്ക് വേണ മെന്നുണ്ടെങ്കിൽ, അത് വിഷയാസക്തമായ ഞെട്ടിപ്പിക്കുന്ന പാപത്തെപ്പറ്റി

യാണ്. സ്വന്തം ചെയ്തികളുടെ അനന്തരഫലങ്ങളെ പരിഗണിക്കാത്ത മനുഷ്യന്റെ ദൗർബല്യമാണ് അപലപനീയമായി ഞാൻ കാണുന്നത്. അത് തൃപ്തികരമാണല്ലോ?"

"തീർച്ചയായും അത് അങ്ങനെയല്ല. കാരണം കണ്ടുപിടിക്കാനാവാ ത്തിടത്തോളം കാലം വസ്തുതകളെ ഞാൻ പരിഗണിക്കുന്നില്ല. ഇസ ബെല്ല ദെ സെന്റ് ഓറിയോളിന്റെ രഹസ്യജീവിതം അവൾ കടന്നുപോയ ജീവിതവഴികൾ അതിന്റെ വേദനകൾ, അതിൽ വന്നുമൂടിയ കൊടിയ അന്ധകാരം ഒക്കെ മനസ്സിലാക്കാൻ..."

"എന്റെ പ്രിയപ്പെട്ട യുവാവേ, സൂക്ഷിക്കുക.... നിങ്ങൾ അവളുമായി പ്രണയത്തിൽ വീഴുകയാണ്..."

"തീർച്ചയായും ഞാനതു പ്രതീക്ഷിക്കുന്നു. കാരണം പുറംകാഴ്ച കളിൽ ഞാൻ അഭിരമിക്കുന്നില്ല. വാക്കുകൾ എന്നെ അന്ധനാക്കുന്നു മില്ല - പ്രവൃത്തികൾ പോലും.... നിങ്ങൾ തെറ്റായാണ് അവളെ വിലയിരു ത്തുന്നതെന്ന് തോന്നുന്നില്ലേ... അത് ശരിയല്ലെന്നും...."

"ആ വേശ്യ!"

കടുത്ത കോപം എന്നിൽ വളർന്നു. അത് നിയന്ത്രിക്കാൻ ഞാൻ വല്ലാതെ പാടുപെട്ടു.

"എന്റെ പ്രിയ പുരോഹിതാ... അങ്ങയുടെ വായിൽനിന്നും അത്തര മൊരു വാക്കു പുറത്തുവന്നത് എന്നെ അത്ഭുതപ്പെടുത്തുന്നു. ക്ഷമിക്കാ നാണ് ക്രിസ്തു നമ്മെ പഠിപ്പിച്ചതെന്നാണ് ഞാൻ മനസ്സിലാക്കിയിട്ടുള്ള ത്. ശാപവാക്കുകൾ പറയുവാനല്ലയെന്നും തെറ്റുകൾ ക്ഷമിക്കുന്നിടത്തു നിന്നും ഒരു ചുവടുമാത്രം അകലെയാണ് അതിനെ പ്രോത്സാഹിപ്പിക്കാൻ എന്നും അറിയണം."

"ക്രിസ്തു എന്തായാലും നിങ്ങൾ ചെയ്തതുപോലെ അവളെ അപ ലപിക്കുമായിരുന്നില്ല."

"അതിനെപ്പറ്റി നിങ്ങൾക്ക് എന്താണറിയാവുന്നത്? ക്രിസ്തു സ്വയം പാപം ചെയ്യാത്തവനാകയാലാണ് അവൻ മറ്റുള്ളവരുടെ പാപങ്ങളോടു പൊറുത്തത്. പാപികളായ നാം പാപങ്ങൾക്ക് ന്യായീകരണം ചമയ്ക്കേ ണ്ടതില്ല. പാപത്തിൽനിന്നും ഭയത്തോടെ മാറിപ്പോകൽ മാത്രമാണ് നമുക്ക് കരണീയം."

"ആദ്യം ഒന്നു മണത്തു നോക്കുക, താങ്കൾ ആ കത്തിൽ ചെയ്ത തുപോലെ!"

"ധിക്കാരം പറയാതിരിക്കൂ."

കോപത്തോടെ പാതിരി എന്റെ സമീപത്തുനിന്നും മാറിനടന്നു. വെടി യുണ്ടകൾ പോലെ ചില വാക്കുകൾ അദ്ദേഹം ചീറ്റി. അതിൽ ചിലതു മാത്രമേ എനിക്കു മനസ്സിലായയുള്ളൂ.

ആധുനിക വിദ്യാഭ്യാസം, വിതണ്ഡവാദം.... അരാജകവാദം...

അത്താഴവേളയിൽ കണ്ടപ്പോഴും പാതിരിയുടെ ചൂടാറിയിരുന്നില്ല. എന്നാൽ അത്താഴം കഴിഞ്ഞിറങ്ങുമ്പോൾ അദ്ദേഹം പുഞ്ചിരിയോടെ അടു

ത്തുവന്നു കൈനീട്ടി. ഞാൻ പുഞ്ചിരിയോടെ അതു സ്വീകരിക്കുകയും ചെയ്തു.

ആ സായാഹ്നം എന്നെ സംബന്ധിച്ച് പതിവിലും ശോകമൂകമായി കാണപ്പെട്ടു. പ്രഭു നെരിപ്പോടിനരികിലിരുന്ന് ഉറങ്ങാൻ തുടങ്ങി. മി. ഫ്ലേഷും പാതിരിയും ചതുരംഗപ്പലകയ്ക്കു മുന്നിലിരുന്ന് മൗനികളായി കരുക്കൾ നീക്കി. എന്റെ കൺകോണിലൂടെ ഞാൻ കസിമീറിനെ കാണു ന്നുണ്ടായിരുന്നു.

താടിയിൽ ഇരുകൈകൾ ചേർത്ത് ഇരിപ്പാണവൻ. ഉമിനീരൊഴുകി പുസ്തകത്തിൽ വീഴുകയും തൂവാലകൊണ്ട് അവനത് തുടയ്ക്കുകയും ചെയ്യുന്നുണ്ട്. ചീട്ടുകളിക്കുകയായിരുന്ന ഞാൻ ജയിക്കാൻ മാത്രമുള്ള ശ്രദ്ധയെ കളിയിൽ ചെലുത്തിയിട്ടുള്ളൂ. എന്റെ ഉന്മേഷമില്ലായ്മ കണ്ടതി നാലാവാം മദാം ഷ്ളേഷ് കളി ഉഷാറാക്കാൻ ചില നീക്കങ്ങൾ നടത്തി.

"ഒലാംബേ നീ ഉറങ്ങുകയാണോ... ചീട്ടിറക്ക്."

ഉറക്കമല്ല മരണമാണ് അതിന്റെ തണുതണുത്ത സ്പർശമാണ് എന്റെ ആതിഥേയരെ മരവിപ്പിക്കുന്നത്. മാരകമായ ഒരു നൊമ്പരം എനിക്കും അനുഭവപ്പെട്ടു. ഒരുതരം ഭയം എന്നെ പിടികൂടി. സ്വർഗ്ഗാതിഥികളായ വസ ന്തമേ നിന്റെ സുഗന്ധവും അഭൗമസംഗീതവും മുമ്പൊരിക്കലുമില്ലാത്ത വിധം ഇവിടേക്ക് ഒഴുക്കിയാലും. അങ്ങനെ ചിന്തിക്കുമ്പോൾ, ഇസബെല്ല, ഞാൻ നിന്നെക്കുറിച്ച് ഓർത്തു. ഏതു ശവക്കല്ലറയിൽ നിന്നുമാണ് നീ രക്ഷപ്പെട്ടത്? ഏതുതരം ജീവിതത്തിൽ നിന്നുമാണ് നീ പറന്നകന്നത്? ഏകാന്തമായ ആ വിളക്കുവെട്ടത്തിൽ നീയവിടെ ഇരിക്കുന്നതായി ഞാൻ സങ്കല്പിച്ചു. നിന്റെ വിളറിയ നെറ്റിത്തടങ്ങൾ നിന്റെ ദുർബ്ബല വിരലുക ളിലേക്ക് ചാഞ്ഞിരിക്കുന്നു. നിന്റെ കറുത്ത മുടിച്ചുരുളുകൾ കൈക്കുഴ യിലേക്ക് വീണുകിടക്കുന്നു. ഏതു വിദൂരതയിലേക്കാണു നീ കണ്ണുകൾ നട്ടിരിക്കുന്നത്? ആർക്കും കേൾക്കാനാവാത്ത നിന്റെ നെടുവീർപ്പുകളും ശരീരത്തിന്റെ പേരറിയാത്ത ആലസ്യവും എന്താണെന്നോട് ദുഃഖാർത്ത യായി പറയുന്നത്?

അബോധമായി ഞാൻ ദീർഘമായൊന്ന് നിശ്വസിച്ചു. അത് ഭാഗി കമായി വിതുമ്പലുമായി. അതുകൊണ്ടാവാം തന്റെ കൈയിലെ തുറുപ്പ് ചീട്ട് മേശമേൽ അടിച്ചശേഷം മദാം ദെ സെന്റ് ഓറിയോൾ പറഞ്ഞു.

"മി. ലക്കാദിന് ഉറക്കം വരുന്നെന്നു തോന്നുന്നു."

പാവം സ്ത്രീ!

ആ രാത്രിയിൽ ഞാനൊരു അസംബന്ധ സ്വപ്നം കണ്ടു. ആ സ്വപ്നം വാസ്തവത്തിൽ യാഥാർത്ഥ്യത്തിന്റെ തുടർച്ച മാത്രമായിരുന്നു! സന്ധ്യ കഴിഞ്ഞിരുന്നില്ല. ഞാനെന്റെ ആതിഥേയരുടെ സ്വീകരണ മുറിയിൽ അവർക്കൊപ്പം ഇരിക്കുകയാണ്. മറ്റുചിലരും അവിടെയുണ്ട്. അവരുടെ എണ്ണമാകട്ടെ നിമിഷം പ്രതി പെരുകിവരുന്നു. എന്നാൽ ആരും മുറിക്കുള്ളിലേക്ക് കയറിവരുന്നത് ഞാൻ കാണുന്നുമില്ല. ഏതോ കളി യിൽ മുഴുകിയിരിക്കുന്ന കസിമീറിനു ചുറ്റും ആളുകളിൽ ചിലർ കൂടിനി

ല്പുണ്ട്. എല്ലാവരും പിറുപിറുക്കുകയായിരുന്നതിനാൽ ആരു പറയു
ന്നതും എനിക്ക് വ്യക്തമാകുന്നില്ല. എല്ലാരും അസാധാരണമായ എന്തി
ലേക്കോ വിരൽ ചൂണ്ടുന്നതായി എനിക്കു മനസ്സിലായി. എല്ലാരും അതി
ശയത്തിലാണ്. കസിമീറിന്റെ സമീപത്തായി എല്ലാ മേശകൾക്കുമുന്നിലും
ഇരിക്കുന്നവളെ എന്തുകൊണ്ട് ഞാൻ ശ്രദ്ധിച്ചില്ല? അത് ഇസബെല്ല ദെ
സെന്റ് ഓറിയോളല്ലാതെ മറ്റാരുമായിരുന്നില്ല. മറ്റുള്ളവർക്കിടയിൽ അവൾ
മാത്രമായിരുന്നു വെളുത്ത വസ്ത്രം ധരിച്ചിരിക്കുന്നത്. മറ്റുള്ളവരെല്ലാം
കറുത്തതും. ആദ്യം ഞാൻ കരുതിയത് അവൾ അവളുടെ ചിത്രത്തിൽ
കാണപ്പെട്ടതുപോലെയല്ല, സുന്ദരിയാണെന്നാണ്. എന്നാൽ ഒരു നിമിഷ
ത്തിനുശേഷം എനിക്കു മനസ്സിലായി അവൾ നിശ്ചലയാണെന്ന്. എന്നി
ലേക്ക് മന്ത്രിക്കപ്പെട്ടത് എന്തായിരുന്നുവെന്ന് എനിക്ക് പെട്ടെന്ന് മനസ്സി
ലായി. അവിടെയിരുന്നത് ഇസബെല്ലയായിരുന്നില്ല. അവളുടെ രൂപത്തി
ലുള്ള പാവയായിരുന്നു. യഥാർത്ഥ ഇസബെല്ലയുടെ അഭാവത്തിൽ അവ
അവിടെ വയ്ക്കുകയായിരുന്നു. ആ പാവ ഭയപ്പെടുത്തുന്ന ഒന്നായി
എനിക്കു തോന്നി. അതിന്റെ പ്രകടമായ നിർജ്ജീവിത എന്റെ ഞരമ്പുക
ളിലേക്ക് ഭയമായി ഇരച്ചുകയറി. ആദ്യം അത് നിശ്ചലമായി കാണപ്പെട്ടു
വെങ്കിലും സൂക്ഷിച്ചുനോക്കവേ കുനിഞ്ഞു കുനിഞ്ഞു പോകുന്നതായി
തോന്നി. കുനിയൽ അവസാനിച്ച അതേ നിമിഷത്തിൽ മിസ് ഓലാമ്പ്
സ്വീകരണമുറിയുടെ അങ്ങേ അറ്റത്തുനിന്നും ഓടിയെത്തി. അവൾ തറ
യിലേക്ക് കുനിഞ്ഞ് ചാരുകസേരയുടെ അയഞ്ഞ കവർ എടുത്തുമാറ്റി.
എന്നിട്ട് വിചിത്ര സ്വരത്തിൽ പ്രവർത്തിക്കുന്ന ഒരു യന്ത്രം ആ പാവയെ
ശരിയായി ഉയർത്തിയിരുത്തി. ആ പാവയുടെ കൈകൾ അതിവേഗം,
യന്ത്രംപോലെ, ഭയാനകമായി ചലിക്കാൻ തുടങ്ങി. അപ്പോഴേക്കും പോകാ
നുള്ള സമയമായതിനാൽ എല്ലാവരും എഴുന്നേറ്റു. വ്യാജമായ ആ ഇസ
ബെല്ലയെ അവിടെ ഒറ്റയ്ക്കാക്കി. പ്രഭുവൊഴികെ പുറത്തേക്കു പോകു
ന്നവരെല്ലാം അവൾക്ക് സലാം നല്കുന്നുണ്ടായിരുന്നു. അദ്ദേഹം
അവൾക്കരികിലേക്കുചെന്ന് ഒട്ടും ആദരവില്ലാതെ അവളുടെ വിശ്മാറ്റി
നെറ്റിത്തടത്തിൽ ആക്രമിക്കുന്നതുപോലെയുള്ള രണ്ട് ചുംബനങ്ങൾ
നല്കി. അപ്പോൾ അദ്ദേഹം അടക്കിപ്പിടിച്ച് ചിരിക്കുന്നുണ്ടായിരുന്നു.
എല്ലാവരും പുറത്തുപോയി കഴിഞ്ഞപ്പോഴേക്കും ഇരുട്ട് പരന്നു കഴി
ഞ്ഞിരുന്നു. ആ ഇരുട്ടിലൂടെ ഞാൻ വ്യക്തമായും കണ്ടു; ആ പാവ വിളറി
വിറച്ച് ജീവൻ വയ്ക്കുന്നത്. അവൾ മെല്ലെ എഴുന്നേറ്റു. അത് മിസ് ദെ
സെന്റ് ഓറിയോൾ തന്നെയായിരുന്നു. അവൾ എനിക്കരികിലേക്ക് നിശ്ശ
ബ്ദമായി ഒഴുകിയെത്തി. അവളുടെ ദുർബ്ബലമായ കൈകൾ എന്റെ കഴു
ത്തിൽ അമരുന്നതായി എനിക്ക് പെട്ടെന്ന് അനുഭവപ്പെട്ടു. അവളുടെ ചുടു
നിശ്വാസത്തിന്റെ ഈർപ്പമടിച്ച് ഞാൻ ഉണർന്നു. വളരെ സ്നേഹത്തോടെ
അവൾ എന്നോടിങ്ങനെ പറയുന്നതായി തോന്നി.

"മറ്റുള്ളവർക്കു മുന്നിൽ ഞാൻ ഇല്ല. നിങ്ങൾക്കുവേണ്ടി മാത്രമാണ്
ഞാൻ എത്തിയത്."

ഞാൻ അന്ധവിശ്വാസിയോ ഭയപ്പെടുന്നവനോ അല്ല. മെഴുകുതിരി യൊന്നു കത്തിച്ചിരുന്നുവെങ്കിൽ എന്റെ കണ്ണിൽനിന്നും മനസ്സിൽ നിന്നും ആ രൂപം മാഞ്ഞുപോയേനെ. എന്നാലത് എളുപ്പമായി തോന്നിയില്ല. ഞാന റിയാതെതന്നെ ഞാൻ ശബ്ദങ്ങൾക്കെല്ലാം ചെവികൊടുത്തു.

യഥാർത്ഥത്തിൽ അവൾ വന്നെങ്കിലോ! ഞാൻ വൃഥാവിൽ വായി ക്കുവാൻ ശ്രമിച്ചു. എന്നാൽ എനിക്ക് ഒന്നിലും ശ്രദ്ധിക്കാനായില്ല. അതി രാവിലെ ഞാനൊന്നു കണ്ണടയ്ക്കുമ്പോഴും അവളെപ്പറ്റിയുള്ള ചിന്തയി ലായിരുന്നു ഞാൻ.

അദ്ധ്യായം 6

അങ്ങനെയാണ് ഉയർച്ച താഴ്ചകളിലൂടെ എന്റെ ആകാംക്ഷ ആളിയും അമർന്നും കത്തിയത്. എന്റെ മടങ്ങിപ്പോകൽ ഞാൻ വീണ്ടും പ്രഖ്യാപിക്ക കാരണം ഇനിയുമിവിടെ തുടരുക അസാദ്ധ്യമാവുകയാണ്. ലാ ക്യാ ഫുഷിലെ എന്റെ അവസാന ദിവസമാണിന്ന്. ഇന്നേ ദിവസ മാണ്...

ഉച്ചഭക്ഷണത്തിനുശേഷം തപാൽ ഉരുപ്പടികൾക്കായി ഞങ്ങൾ കാത്തിരിക്കുന്നത് ഒന്നു സങ്കല്പിച്ചു നോക്കൂ. ഗ്രാസിയയുടെ ഭാര്യ ഡെൽഫിന്നാണ് ഉച്ചഭക്ഷണശേഷമുള്ള മധുരം നുണഞ്ഞിരിക്കുന്ന വേള യിൽ തപാൽ ഉരുപ്പടികളുമായി എത്തുന്നത്. ഞാൻ മുമ്പ് പ്രസ്താവിച്ച പോലെ കത്തുകളെല്ലാം ആദ്യം എത്തുന്നത് മദാം ഫ്ളേഷിന്റെ കരങ്ങ ളിലാണ്. അവർ കത്തുകൾ അടുക്കിയെടുത്തശേഷം ജേണൽ ഓഫ് ഡിബേറ്റ്സ് (Journal de's debates*) മി. ഫ്ളേമിന് കൈമാറും അദ്ദേഹം ഞങ്ങൾ അവിടന്ന് പിരിയുംവരെ അതിനുള്ളിൽ തലയും പൂഴ്ത്തി ഒരൊറ്റ ഇരുപ്പിരിക്കും.

ഇന്നു രാവിലെ ഒരു കടലാസ് പൊതിയിൽ നീലനിറത്തിലുള്ള ലക്കോട്ട് കുടുങ്ങിപ്പോവുകയും അത് പെട്ടെന്ന് ഊർന്ന് മദാം ഫ്ളേഷിന്റെ പാത്രത്തിൽ ചെന്നുവീഴുകയും ചെയ്തു. തലേദിവസം ഞാൻ ഹൃദിസ്ഥ മാക്കിയ ധൃതിയിലെഴുതപ്പെട്ട ആ കത്തിലെ കൈപ്പട ഞാൻ പെട്ടെന്ന് തിരിച്ചറിഞ്ഞു. മദാം ഫ്ളേഷും ആ കത്തു തിരിച്ചറിഞ്ഞു. അവർ ധൃതി

---

* *Journal de's debates:* 1789 നും 1944 നും ഇടയിൽ പ്രചാരത്തിലിരുന്ന വർത്തമാ നപത്രം – പത്രത്തിന്റെ പേര് പല ഘട്ടങ്ങളിൽ മാറ്റിയിട്ടുണ്ട്.

പ്പെട്ട് കത്ത് തന്റെ പാത്രത്തിനു ചുവടെ അത് ഒളിപ്പിക്കാനുള്ള വെപ്രാള ത്തിൽപ്പെട്ട് പാത്രം വീണ്ടു ഗ്ലാസിൽ തട്ടി വീഞ്ഞ് മേശവിരിയിൽ പടർന്നു. ഈ ബഹളത്തിനിടെയിൽ വീണുകിട്ടിയ സാഹചര്യം മുതലെ ടുത്ത് മദാം ഫ്ളേഷ് ആ ലക്കോട്ട് കൈയുറയിൽ ഒളിപ്പിച്ചു.

"ഞാൻ ആ ചിലന്തിയെ കൊല്ലാൻ നോക്കിയതാണ്." കുറ്റം ചെയ്ത ഒരു കുഞ്ഞിനെപ്പൊലെ അവർ പറഞ്ഞു. (പഴങ്ങൾ നിറച്ച പാത്ര ത്തിൽനിന്നും പുറത്തുവരുന്ന പ്രാണികളെല്ലാം അവർക്ക് ചിലന്തിയാണ് – അതിനി ചെറിയ കരിച്ചയായയാലും ശരി ചെള്ളായായാലും ശരി).

"ഞാൻ പന്തയം വയ്ക്കാം അത് രക്ഷപ്പെട്ടു.."

മദാം ദെ സെന്റ് ഓറിയോൾ നീരസത്തോടെ പറഞ്ഞു. എന്നിട്ടവർ അവരുടെ തൂവാല നിവർത്തി മേശമേലിട്ടു.

"സഹോദരീ, വേഗം എന്നോടൊപ്പം സ്വീകരണ മുറിയിലേക്കു വരൂ... ക്ഷമിക്കൂ, എന്റെ വയറ് വീണ്ടും പ്രശ്നമുണ്ടാക്കുന്നു..."

അങ്ങനെ ഭക്ഷണം നിശ്ശബ്ദമായി അവസാനിച്ചു. മി. ഫ്ളേഷ് ഒന്നുമേ കണ്ടില്ല മി. ദെ സെന്റ് ഓറിയോളിന് ഒന്നുമേ പിടികിട്ടിയുമില്ല. തങ്ങളുടെ പാത്രങ്ങളിലേക്കു മാത്രം നോക്കി പാതിരിയും മി. വെർദ്യൂവും ഇരുന്നു. കസിമീർ മൂക്കു ചീറ്റുന്നതു കണ്ടില്ലെങ്കിൽ അവൻ കരയുകയായ യിരുന്നെന്നേ ഞാൻ വിചാരിക്കുമായിരുന്നുള്ളു.

ഇന്നത്തെ പ്രഭാതം തികച്ചും ഊഷ്മളമായിരുന്നു. സ്വീകരണ മുറിക്കു പുറത്തുള്ള ചെറിയ മട്ടുപ്പാവിൽ വച്ചായിരുന്നു കാപ്പി സൽക്കരിച്ചത്. വെർദ്യൂവിനും പാതിരിക്കുമൊപ്പം കാപ്പി നുകരാൻ ഞാൻ മാത്രമേ അവിടെ ഉണ്ടായിരുന്നുള്ളു. രണ്ടു കുലീന വനിതകളും സ്വീകരണമുറി യ്ക്കകത്ത് അടച്ചിരിപ്പാണ്. അവർ ഇടയ്ക്കിടയ്ക്ക് കയർത്ത് സംസാരി ക്കുന്നതു കേൾക്കാം. വീണ്ടും അവർ നിശ്ശബ്ദരാവും. പിന്നെ അവർ എഴു ന്നേറ്റ് മുകളിലത്തെ മുറിയിലേക്കു പോയി.

എന്റെ ഓർമ്മ ശരിയാണെങ്കിൽ ഈ നിമിഷത്തിലാണ് അയമോദ കത്തിന്റെ ഇലയുള്ള ഉങ്ങിന്റെ കാര്യം സംഭവിച്ചത്!

പാതിരിയും വെർദ്യൂവും അവിരാമമായ പോരിലാണ്. അവരുടെ യുദ്ധം അത്ര ഗുരുതരമായ കാര്യങ്ങൾക്കു മേലല്ല. ആ യുദ്ധം പാതിരി ശരിക്കും ആസ്വദിക്കുന്നുണ്ടെന്ന് എനിക്കു മനസ്സിലായി. പാതിരിയുടെ പരിഹാസസ്വരമാണ് മറ്റെന്തിനെക്കാളും വെർദ്യൂവിനെ കോപിതയാക്കു ന്നത്. ഓരോ വെടിക്കുമുന്നിലും വെർദ്യു പ്രത്യക്ഷമാകും. പാതിരിയാ കട്ടെ നേരെ തലയിലേക്കാണ് വെടിയുതിർക്കുന്നത്. അവരുടെ സംഘർഷം കൂടാതെ ഒരു ദിവസവും അവിടെ കടന്നുപോകാറില്ല. പാതിരി ഇതിനെ "നേരിട്ടുള്ള ഏറ്റുമുട്ടൽ" എന്നാണ് വിളിക്കുന്നത്. ഇത് ആ വൃദ്ധ യുടെ ആരോഗ്യത്തിന് നല്ലതാണെന്ന് പാതിരി പ്രഖ്യാപിക്കും. പട്ടിയുമായി നടക്കാൻ പോകുന്നതുപോലുള്ള വ്യായാമ ദിനചര്യയായാണത് എന്നാണ് അദ്ദേഹത്തിന്റെ അഭിപ്രായം. നിർദ്ദോഷമായിട്ടായിരിക്കും ഇതു ചെയ്യു ന്നത്. എന്നാൽ അല്പം വിദ്വേഷം അതിൽ കലരാതെയുമില്ല. പ്രകോപ

നമുണ്ടാകാതിരിക്കാൻ അദ്ദേഹത്തിനാവില്ല. അവർക്കു ചെയ്യാനായി ഞാൻ ചിലതു നല്കി. അന്നത്തെ ദിവസത്തിന് കുറച്ച് എരിയും പുളിയും ഉണ്ടാ യിക്കോാട്ടെ.

മധുരം കഴിക്കുന്ന വേളയിലെ ആ ചെറിയ സംഭവം എല്ലാരെയും വിഷമിപ്പിച്ചിരുന്നു. അതിൽനിന്നും ഒരു മാറ്റം ഞാനും ആഗ്രഹിച്ചു. പാതിരി കാപ്പി പകരുമ്പോൾ രാവിലെ നടക്കാൻ പോകുന്ന സമയത്ത് ഉദ്യാന കവാടത്തിനരികിൽ വളർന്നുനിന്ന ചെടിയിൽനിന്നും ശേഖരിച്ച ഏതാനും തളിരുകൾ ഞാൻ പോക്കറ്റിൽനിന്നും പുറത്തെടുത്തു. മിസ്. വെർദ്യുവിനോട് അത് ഏതു ചെടിയുടെ ഇലയാണെന്ന് ചോദിക്കാനാ യിരുന്നു എന്റെ പുറപ്പാട്. അതറിയാനുള്ള ആകാംക്ഷ കൊണ്ടൊന്നുമല്ല അത്. അവരുടെ അറിവിനെ അതൊന്ന് ഊർജ്ജസ്വലമാക്കുമെന്നു ഞാൻ കരുതി.

അവർ എന്തിനെയും സസ്യശാസ്ത്രപരമായി നിരീക്ഷിക്കാൻ ഇഷ്ട പ്പെട്ടിരുന്നു. വല്ലപ്പോഴുമൊക്കെ സസ്യസാമ്പിളുകൾ ശേഖരിക്കാനായി അവർ പുറത്തേക്കു പോകാറുണ്ട്. ഒരു പച്ച സഞ്ചി തോളിൽ തൂക്കി ഒരു അവലക്ഷണംകെട്ട യാത്രയായിരിക്കും അത്. ഗാർഹിക ജോലികളിൽനി ന്നുള്ള അവരുടെ ഒഴിവുവേളകൾ അപഹരിക്കുന്നത് ഉണങ്ങിയ സസ്യ ങ്ങളും ഭൂതക്കണ്ണാടിയുമാണ്. അതിനാൽ മിസ് ഒലാമ്പ് മടിയേതും കൂടാതെ ഇത് അയമോദകത്തിന്റെ ഇലകളുള്ള ഉങ്ങ് എന്നു പ്രഖ്യാപി ച്ചത്.

"അതെന്ത് വിചിത്രമായ പേര്? അണ്ഡാകൃതിയിലുള്ള ഇലകൾക്ക് അതുമായി എന്തെങ്കിലും...."

സംശയത്തോടെ ഞാൻ ചോദിച്ചു.

കഴിഞ്ഞ ഒന്നോ രണ്ടോ മിനിറ്റുകളായി ചിരിച്ചുകൊണ്ടിരുന്ന പാതിരി അലക്ഷ്യമായി ഇങ്ങനെ പറഞ്ഞു:

"അതാണ് ഫാഗസ് പെർസിസിഫോലിയ (fagus persicifolia) യ്ക്ക് ലാ ക്യാ ഫുഷിൽ പറയുന്ന പേര്."

അതിനോട് മിസ് വെർദ്യു ഇങ്ങനെ പ്രതികരിച്ചു....

"താങ്കൾ സസ്യശാസ്ത്രത്തിൽ ഇത്ര പാണ്ഡിത്യമുണ്ടെന്ന് ഞാൻ കരുതിയിരുന്നില്ല, പിതാവേ."

"അങ്ങനെയൊന്നുമില്ല. എനിക്ക് കുറച്ച് ലാറ്റിൻ അറിയാം അത്ര തന്നെ."

എന്നിട്ട് അദ്ദേഹം എന്റെ നേരെ തിരിഞ്ഞു.

"ഇവിടത്തെ പെണ്ണുങ്ങൾ ദ്വയാർത്ഥ പ്രയോഗത്തിൽ അതിവിദഗ്ധ കളാണ്. അവരങ്ങനെ ഉദ്ദേശിച്ചു പറയുന്നതൊന്നുമല്ല, സ്വാഭാവികമായി വന്നുപോകുന്നതാണ്. പ്രിയപ്പെട്ടവളേ പെർസിക്കസ് (Persicus) എന്നു പറഞ്ഞാൽ പീച്ച് മരം എന്നാണർത്ഥം പാർസ്ലെ (Parsley) എന്നല്ല. പാർസ് ലെ എന്നാൽ ഒരുതരം സുഗന്ധ ഇലയാണ്. മി. ലക്കാദ് ശരിയായാണ് അണ്ഡാകൃതിയിലുള്ള ഇല എന്നു പറഞ്ഞത്. അതായത് ഫാഗസ്

പെർസിസിഫോലിയ. അതിന്റെ അർത്ഥം അയമോദകത്തിന്റെ ഇലയുള്ള ഉങ്ങ് എന്നാണ്."

മി. ഒലാമ്പിന്റെ മുഖം ചുവന്നു. പാതിരിയുടെ ഈ നിർമമത്വം അവരുടെ ദേഷ്യം പൂർണ്ണമാക്കി. "സസ്യശാസ്ത്രത്തിൽ ഇത്തരം വിതണ്ഡ വാദങ്ങൾക്കും പൈശാചികത്വത്തിനുമൊന്നും ഇടമില്ല." എന്നുപറഞ്ഞ് അവർ വല്ലവിധേയനെയും പുറത്തുകടന്നു. പോകുന്ന പോക്കിന് അവർ ഒറ്റവലിക്ക് കാപ്പി അകത്താക്കുകയും ചെയ്തു. പാതിരി തന്റെ ചുണ്ടുകൾ പൂട്ടിപ്പിടിച്ച് ഒരേ ഇരുപ്പിരുന്നു. അപ്പോഴത് കോഴിയുടെ പൃഷ്ഠം പോലെ കാണപ്പെട്ടു; ചെറിയ പൊട്ടിത്തെറികളിലൂടെ സംവാദം ഒടുങ്ങാൻ കാത്തിരിക്കുന്നപോലെ!

അതു കണ്ടപ്പോൾ വളരെ പണിപ്പെട്ടാണ് ഞാൻ ചിരിയടക്കിയത്.

"പിതാവേ, അങ്ങൊരു കുബുദ്ധിക്കാരൻ തന്നെ."

"ഒരിക്കലും അല്ല. ആ നല്ല വനിത വേണ്ടത്ര വ്യായാമം ചെയ്യുന്നില്ല. ഇടയ്ക്കെങ്കിലും ആ ശരീരമൊന്ന് ഇളകണം. അവരൊരു കലഹപ്രിയയാണ്. ഞാൻ അവരോട് വാളെടുക്കാൻ മൂന്നുനാൾ വൈകിയാൽ അവർ അവരോടുതന്നെ വാളെടുക്കും. ഈ ലാ ക്യാ ഫുഷ്ശിലാകട്ടെ വേണ്ടത്ര വിനോദോപാധികളുമില്ല!

പിന്നെ, ആരോരുമുരിയാടാതെ ഏറെ നേരമങ്ങനെ ഇരുന്നു. ഞങ്ങൾ അപ്പോഴെല്ലാം ആ ഭക്ഷണ മേശമേൽ വീണ കത്തിനെക്കുറിച്ച് ചിന്തിക്കുകയായിരുന്നു.

"താങ്കൾക്ക് ആ കൈയക്ഷരം തിരിച്ചറിയാനായോ?"

അദ്ദേഹം ചുമൽ കുലുക്കി ഇങ്ങനെ പറഞ്ഞു.

"അല്പം നേരത്തെയോ വൈകിയിട്ടോ ആകട്ടെ വർഷത്തിൽ രണ്ടു പ്രാവശ്യം ഇത്തരമൊരു കത്ത് ഒന്നാം തീയതിക്കുശേഷം ഇവിടെ എത്താറുണ്ട്. അവൾ വരുന്ന വിവരം ആ കത്തുവഴി മദാം ഫ്ളേഷിനെ അറിയിക്കും."

"അപ്പോൾ അവൾ ഇവിടെ വരാൻപോകുന്നു?"

"ഇൾ... നിശ്ശബ്ദനാകൂ. നിങ്ങൾക്ക് അവളെ കാണാനാകില്ല."

"എന്തുകൊണ്ട് എനിക്കവളെ കാണാനാകില്ല?"

"കാരണം പാതിരായ്ക്കാണവളുടെ വരവ്. ഉടൻ തന്നെ പോവുകയും ചെയ്യും. മറ്റാരും അവളെ കാണാൻ അവൾ ആഗ്രഹിക്കുന്നില്ല... ഗ്രാസിയയെ സൂക്ഷിക്കുകയും വേണം."

എന്നെ തുളഞ്ഞു കയറുന്ന രീതിയിൽ ഒന്നു നോക്കിയെങ്കിലും അതു ഗൗനിക്കാതെ അല്പം അസ്വസ്ഥനായി ഞാൻ പറഞ്ഞു:

"ഞാൻ പറഞ്ഞതൊന്നും നിങ്ങൾ കേട്ടില്ല. അത് നിങ്ങളുടെ മുഖത്ത് എഴുതിവച്ചിട്ടുണ്ട്. നിങ്ങളെ ആരോ താക്കീതു ചെയ്തിട്ടുണ്ട്. തീർച്ച. കുഴപ്പമില്ല നിങ്ങടെ ഇഷ്ടംപോലെ ചെയ്തോളൂ. അതെപ്പറ്റിയെല്ലാം നിങ്ങൾ നാളെ പറഞ്ഞുതന്നാൽ മതി."

അദ്ദേഹം എഴുന്നേറ്റ് പോയി. എന്റെ ഉൾക്കണ്ഠയെ അളക്കുക മാത്ര

മായിരുന്നോ പാതിരി? അതോ ഇതിലെല്ലാം രസം കണ്ടെത്തുകയായി രിക്കുമോ?

വൈകുന്നേരമാകുംവരെ ഞാനാകെ ആശയക്കുഴപ്പത്തിൽപ്പെട്ട് ഉഴ ലുകയായിരുന്നു. ആ കാത്തിരിപ്പും ഓരോ നിമിഷത്തെയും മറികടന്നതും എനിക്ക് വിശദീകരിക്കാൻ കഴിയുകയില്ല. യഥാർത്ഥത്തിൽ ഞാൻ ഇസ ബെല്ലയോട് പ്രണയത്തിലായോ? യാതൊരു സംശയവും കൂടാതെ പറ യാം. ഇല്ല. എന്നാൽ എന്റെ ഹൃദയം അക്രമോത്സുകമായി മിടിക്കുമ്പോൾ ഞാൻ മറിച്ചെങ്ങനെ പറയും? എന്റെ ആകാംക്ഷയുടെ തീവ്രതയിൽ നിന്നും ഞാൻ മനസ്സിലാക്കുന്നത് അതിൽ പ്രണയത്തിന്റെ എല്ലാ ലക്ഷ ണങ്ങളുമുണ്ട് എന്നാണ്. അതിയായ ഔത്സുക്യം, വീണ്ടുവിചാരമില്ലാ യ്മ, അക്ഷമ എല്ലാം. പാതിരി അവസാനമായി പറഞ്ഞ വാക്കുകൾ എന്നെ കൂടുതൽ ശ്രദ്ധാലുവാക്കി. ഗ്രാസിയക്ക് എന്താണെന്നെ ചെയ്യാൻ കഴി യുക? തീയായാലും വെള്ളമായാലും ഞാൻ മുന്നോട്ടുതന്നെ!

അസാധാരണമായ എന്തോ ഒന്ന് ഉരുണ്ടുകൂടുന്നുണ്ട്. ആ രാത്രി യിൽ ഏതെങ്കിലും കളി ആരും നിർദ്ദേശിച്ചില്ല. അത്താഴം കഴിഞ്ഞയു ടൻ തന്റെ വയറ് ഉരുണ്ടു കയറുന്നതായി പറഞ്ഞ് മദാം ദെ സെന്റ് ഓറി യോൾ നിഷ്ക്രമിച്ചു. അവർക്ക് ചൂടുള്ള പാനീയം നല്കിയശേഷം വെർദ്യൂവും. കുറച്ചുകഴിഞ്ഞ് മദാം ഫ്ളേഷ് കസിമീറിനെ കിടക്കയിലേക്കു കൊണ്ടുപോയി. പോകുന്നപോക്കിൽ അവർ പറഞ്ഞു:

"മി. ലക്കാദും വല്ലാതെ ഉറക്കം തൂങ്ങുന്നുണ്ട്. അദ്ദേഹത്തിനും കിട ക്കയിലേക്ക് പോകാം. ഞാൻ അനങ്ങുന്നില്ല എന്നു കണ്ടപ്പോൾ അവർ പറഞ്ഞു. നിങ്ങളാരെങ്കിലും ഇന്ന് ഉറക്കമൊഴിയുന്നുണ്ടോ?"

വെർദ്യൂ എഴുന്നേറ്റ് മെഴുകുതിരികൾ കത്തിച്ചു. പാതിരിയും ഞാനും അവരെ പിന്തുടർന്നു. നെരിപ്പോടിനു മുന്നിലിരുന്ന് ഉറങ്ങുന്ന ഭർത്താവി നുമേൽ ചാഞ്ഞ് മദാം ഫ്ളേഷ് നില്ക്കുന്നതു കണ്ടു. അദ്ദേഹം ഉടൻതന്നെ എഴുന്നേറ്റു. പ്രഭുവിനെ പിടിച്ചെഴുന്നേല്പിച്ചപ്പോൾ തനിക്ക് എന്താണ് ചെയ്യാനുള്ളത് എന്ന് മുൻധാരണയുള്ളതുപോലെ അദ്ദേഹം ഒപ്പം ചെന്നു. മെഴുകുതിരികളും കൈകളിലേന്തി പടിക്കെട്ടുകൾക്കരികിൽ നില്ക്കുക യായിരുന്ന ഓരോരുത്തരും സ്വന്തം ലക്ഷ്യസ്ഥാനങ്ങളിലേക്കു നീങ്ങിയ പ്പോൾ പാതിരി എനിക്ക് ശുഭരാത്രി നേർന്നു.

"നന്നായി ഉറങ്ങൂ."

അർത്ഥവത്തായി പുഞ്ചിരിച്ച് അദ്ദേഹം പറഞ്ഞു.

ഞാനെന്റെ മുറിയിലെ വാതിലടച്ച് കാത്തുനിന്നു. ഒമ്പത് മണിയേ ആയിട്ടുള്ളൂ. മദാം ഫ്ളേഷും പിന്നെ വെർദ്യൂവും സംസാരിക്കുന്നത് ഞാൻ കേട്ടു. മദാം ഫ്ളേഷും മദാം ദെ സെന്റ് ഓറിയോളും എന്തോ പറഞ്ഞ് വഴക്കിടുന്നു. മദാം ഓറിയോൾ മുറിയിൽനിന്നും വീണ്ടും പുറത്തിറങ്ങി. വളരെ അകലെയായതിനാൽ അവർ പറയുന്നതെന്താണെന്ന് എനിക്ക് പിടികിട്ടിയില്ല. വാതിലുകൾ അടയ്ക്കുന്ന ശബ്ദം മാത്രം കേട്ടു. പിന്നെ എല്ലാം നിശ്ശബ്ദമായി.

കട്ടിലിൽ നിവർന്നുകിടന്ന് ഞാൻ ചിന്തിക്കാൻ തുടങ്ങി. നന്നായി ഉറങ്ങൂ എന്ന പാതിരിയുടെ വിരോധാഭാസ പരാമർശത്തെപ്പറ്റി ഞാൻ ചിന്തിച്ചു. അദ്ദേഹം ഉറങ്ങാൻ പോവുകയാണോ അതോ എന്റെ മുമ്പിൽ ഒളിച്ചുപിടിച്ച ആകാംക്ഷക്കനുസരിച്ച കാര്യങ്ങളിൽ വ്യാപൃതനാവാൻ പോകുകയാണോ എന്ന് എനിക്ക് അറിഞ്ഞാൽ കൊള്ളാമായിരുന്നു. അദ്ദേ ഹത്തിന്റെ മുറി ഈ കെട്ടിടത്തിന്റെ അങ്ങേ ഭാഗത്താണ്. എന്റെ മുറി യുടെ എതിരെയുള്ള കെട്ടിട സമുച്ചയത്തിൽ. എനിക്കവിടെ പോവുക അസാധ്യവും. ഇടനാഴിയിൽവച്ച് പരസ്പരം കാണുകയാണെങ്കിൽ ആരാ യിരിക്കും വലിയ വിഡ്ഢിയാകുന്നത്! അങ്ങനെയൊക്കെ ചിന്തിച്ച് അസാ ധാരണമായ ആ സാഹചര്യത്തിൽപ്പെട്ട് ഞാൻ അഗാധമായ നിദ്രയെ പ്രാപിച്ചു.

ചെറുതായി പൊട്ടിപ്പൊട്ടിത്തെറിച്ച് അണയാൻ തുടങ്ങുന്ന മെഴുകു തിരി എന്നെ ഉണർത്തി. അതോ, ഉറക്കത്തിലും ഞാൻ കാതോർത്തുകൊ ണ്ടേയിരുന്ന ആ പാദചലനമോ? ഉറപ്പായും ആരോ നടന്നുപോകുന്നുണ്ട്. ഞാൻ എണീറ്റു. അപ്പോൾത്തന്നെ എന്റെ മെഴുകുതിരിയും കെട്ടു. കടുത്ത ഇരുട്ടിൽ അമ്പരപ്പോടെ ഞാൻ നിന്നു. ഒന്നും കാണാനാവുന്നില്ല. കൈയിൽ തടഞ്ഞ തീപ്പെട്ടിയെടുത്ത് ഉരച്ചു. അപ്പോഴേക്കും സമയം ഏക ദേശം പതിനൊന്നര കഴിഞ്ഞിട്ടുണ്ടാവണം. എങ്ങും നിശ്ശബ്ദത. ഞാൻ തപ്പിത്തടഞ്ഞ് വാതിൽക്കലെത്തി. വാതിൽ മെല്ലെ തുറന്നു. എന്റെ ഹൃദ യമപ്പോൾ മിടിച്ചില്ല. ഒഴുകിപ്പോകുന്നതായി എനിക്ക് അനുഭവപ്പെട്ടു. ജാഗ രൂകമായ മനസ്സിൽ ശാന്തതയും ഉറച്ച തീരുമാനവും വന്നു നിറഞ്ഞു.

ഇടനാഴിയുടെ അങ്ങേത്തലയ്ക്കൽ മങ്ങിയ വെട്ടത്തിന്റെ വീചികൾ എനിക്കു കാണായി. അത് നിശ്ചലരാത്രികളിൽ പ്രകാശിക്കുന്നതു പോലെ യായിരുന്നില്ല. മങ്ങിയും തെളിഞ്ഞും കത്തിയശേഷം ആ വെട്ടം തീർത്തും കെട്ടു. ആകാശം ഇരുളടഞ്ഞിരുന്നു. കട്ടിയായ മേഘക്കൂട്ടങ്ങളെ കാറ്റ് ചന്ദ്രനുചുറ്റും വിന്യസിച്ചു. ഞാൻ എന്റെ പാദരക്ഷകൾ അഴിച്ചുമാറ്റി ശബ്ദ മുണ്ടാക്കാതെ മുന്നോട്ടുനീങ്ങി. അവരുടെ സമാഗമം നടക്കുമെന്നു ഞാൻ പ്രതീക്ഷിച്ച, മദാം ഫ്ലേഷിന്റെ മുറിയുടെ സമീപത്തുള്ള, ഒരു ഒഴിഞ്ഞ മുറി നിരീക്ഷണത്തിനായി ഞാൻ ഒരുക്കിയിരുന്നു. അവിടേക്ക് നടന്നു പോകാൻ പറ്റാത്തവിധമുള്ള ഇരുട്ട് ഉണ്ടായിരുന്നില്ല. മദാം ഫ്ലേഷിന്റെ മുറിയുടെ അടുത്തുള്ള ഈ മുറി മുമ്പ് മി. ഫ്ലേഷ് ഉപയോഗിച്ചിരുന്ന തായിരുന്നു. (തന്റെ ഭാര്യയുടെ സാമീപ്യത്തെക്കാൾ പുസ്തകങ്ങളുടെ സാമീപ്യമാണ് അദ്ദേഹം കൂടുതൽ ഇഷ്ടപ്പെട്ടിരുന്നത്.) ആ രണ്ടു മുറി കളിലേക്കും തുറക്കാവുന്ന ഒരു വാതിൽ ഉണ്ടായിരുന്നു. അവിടെ മുകൾച്ച ട്ടത്തോടു ചേർത്ത് ഒരു വിടവ് സൃഷ്ടിച്ച് മുറി ചാരിയിട്ടു. ആ വിടവി ലൂടെ അടുത്ത മുറിയിൽ നടക്കുന്ന കാര്യങ്ങൾ എനിക്ക് കാണാനാവും. ഒരു മേശ വാതിലിനോടു ചേർത്തിട്ടാൽ മുകളിലെ വിടവിലൂടെ എനിക്ക് അടുത്ത മുറി കാണാനാവും.

ആ വിടവിലൂടെ മേൽത്തട്ടിൽ തട്ടി പ്രതിഫലിക്കുന്ന പ്രകാശരശ്മി

കള്‍ കടന്നുവന്നിരുന്നു. അതിനാല്‍ എനിക്ക് ഞാന്‍ നില്‍ക്കുന്ന മുറി വ്യക്തമായി കാണാം. തലേദിവസം ഞാന്‍ ഒരുക്കിയിട്ടതുപോലെ തന്നെ യുണ്ട് കാര്യങ്ങള്‍. ഞാന്‍ മേശമേല്‍ കയറിനിന്ന് അടുത്ത മുറിയിലേക്ക് നോക്കി.

ഇസബെല്ല ദെ സെന്റ് ഓറിയോള്‍ അവിടെ ഉണ്ടായിരുന്നു. ഏതാനും ചുവടുകള്‍ക്കപ്പുറം എനിക്കവളെ കാണാം. ഉയരം കുറഞ്ഞ പീഠങ്ങളി ലൊന്നിലാണവള്‍ ഇരുന്നിരുന്നത്. ഇത്തരം വൃത്തികെട്ട ഒരു പുരാതന ഇരിപ്പിടം മുമ്പ് പൂക്കളുമായി ആ മുറിയില്‍ ചെന്നപ്പോള്‍ എന്റെ ശ്രദ്ധ യില്‍പ്പെട്ടിരുന്നില്ല. മദാം ഫ്ലേഷ് കുഷനിട്ട വലിയ ചാരുകസേരയിലാണ് നിറഞ്ഞിരുന്നത്. അവരുടെ കസേരയ്ക്കു സമീപമിരുന്ന ചെറിയ മേശ മേല്‍ ഒരു വിളക്ക് കത്തുന്നുണ്ടായിരുന്നു. അതില്‍ നിന്നുള്ള പ്രകാശം ഇരുവര്‍ക്കുമേലും പതിച്ചിരുന്നു. എനിക്കു പുറം തിരിഞ്ഞാണ് ഇസബെ ല്ലയുടെ ഇരുപ്പ്. അവള്‍ മുന്നിലേക്ക് അല്‍പം ചരിഞ്ഞാണ് ഇരുന്നിരു ന്നത്. അവള്‍ അവളുടെ ചെറിയമ്മയുടെ മടിയിലേക്ക് കമഴ്ന്ന് കിടക്കു ന്നതായി തോന്നി. അതിനാല്‍ ആദ്യം എനിക്കവളുടെ മുഖം കാണാനാ യില്ല. അധികം വൈകാതെ അവള്‍ മുഖമുയര്‍ത്തി. ഞാന്‍ പ്രതീക്ഷിച്ച തിനെക്കാള്‍ കുറച്ചുപ്രായമേ അവള്‍ക്കുള്ളൂ. ഞാനാ ഛായാചിത്രത്തില്‍ കണ്ട പെണ്‍കുട്ടിയെ അവളില്‍ തിരിച്ചറിയാനായില്ല. അവളുടെ സൗന്ദര്യം കുറഞ്ഞിരുന്നു എന്നല്ല. എന്നാല്‍ അത് വേറൊരു തരം സൗന്ദര്യമായി രുന്നു. കൂടുതല്‍ സ്വാഭാവികതയുള്ള മനുഷ്യമുഖം. ഛായാചിത്രത്തില്‍ കാണപ്പെട്ട മാലാഖാ സമാനമായ നിഷ്കളങ്കതയ്ക്കുപകരം ഒരുതരം സ്നേഹാലസ്യം ദൃശ്യമായിരുന്നു. ഛായാചിത്രകാരന്‍ വരച്ച പാതിതു റന്ന ചുണ്ടുകള്‍ നിര്‍വ്വചനാതീതമായ ആകുലതകളാല്‍ അല്‍പം വള ഞ്ഞിരുന്നു. യാത്രക്കാര്‍ ഉപയോഗിക്കുന്ന തരത്തിലുള്ള വിലക്കുറവുള്ള വലിയൊരു കുപ്പായം ധരിച്ചിരുന്നു. ആ കുപ്പായം അവളുടെ മേനിയാകെ മറച്ചിരുന്നു. കൂട്ടിക്കെട്ടിയ കുപ്പായവിടവിലൂടെ അവള്‍ ധരിച്ചിരുന്ന കറുത്ത പട്ടുപാവാട കാണാം. കൈയുറയാല്‍ മറയ്ക്കാത്ത കൈയില്‍ ചുരുട്ടിപ്പി ടിച്ച തൂവാലയുണ്ട്.

അവളുടെ കൈകള്‍ ദുര്‍ബ്ബലമെങ്കിലും നീളമുള്ളതായിരുന്നു. തല യില്‍ ചെറിയതുവലുകള്‍ വച്ച തൊപ്പി ധരിച്ചിട്ടുണ്ട്. അതില്‍ പട്ടുകിന്ന രികള്‍ തുന്നിച്ചേര്‍ത്തിരിക്കുന്നു. അതിനിടയിലൂടെ പുറത്തേക്ക് നീണ്ട ചുരുള്‍മുടികള്‍ അവള്‍ കുനിയുമ്പോഴൊക്കെ പുറത്ത് കാണാമായിരുന്നു. ഇളം പച്ചനിറത്തിലുള്ള നാട അവളുടെ കഴുത്തിനുചുറ്റും കാണപ്പെട്ടിരു ന്നില്ലെങ്കില്‍ ഒരാള്‍ക്ക് അവള്‍ ദുഃഖാചരണത്തിന്റെ ഭാഗമായാണ് കറുത്ത വസ്ത്രങ്ങള്‍ ധരിച്ചത് എന്ന് തോന്നിയേക്കാം. മദാം ഫ്ലേഷോ ഇസ ബെല്ലയോ സംസാരിക്കുന്നുണ്ടായിരുന്നില്ല. എന്നാല്‍ ഇസബെല്ല അവ ളുടെ വലതുകൈയാല്‍ മദാം ഫ്ലേഷിന്റെ കൈകള്‍ മെല്ലെ തടവുന്നു ണ്ടായിരുന്നു. അതിനുശേഷം ആ കൈകള്‍ അവള്‍ അരികിലേക്കു നീക്കി അതില്‍ ചുംബനം കൊണ്ടു പൊതിഞ്ഞു. അവള്‍ അനങ്ങുമ്പോള്‍ അവ

ളൂടെ മനോഹരമായ ചുരുണ്ട മുടിയിഴകൾ ഇടത്തുനിന്നു വലത്തേക്ക് ആടിക്കൊണ്ടിരുന്നു. മുമ്പെപ്പോഴോ പറഞ്ഞ വാക്കുകളുടെ ആവർത്തന മെന്നോണം അവളിങ്ങനെ പറഞ്ഞു. "എല്ലാം ഞാൻ ചെയ്യാൻ നോക്കി യിരുന്നു.... എല്ലാം.... ഞാൻ ആണയിട്ടു പറയാം."

"വേണ്ട മോളെ നീ ആണയിടുകയൊന്നും വേണ്ട. അതുകൂടാതെ തന്നെ ഞാൻ നിന്നെ വിശ്വസിക്കുന്നു." തന്റെ കൈകൾ ഇസബെല്ലയുടെ ശിരസ്സിൽവച്ച് ആ പാവം വൃദ്ധ പറഞ്ഞു.

ആരെങ്കിലും കേട്ടുപോയാലോ എന്നു ഭയന്നിട്ടെന്നപോലെ ഇരുവരും വളരെ പതുക്കെയാണ് സംസാരിച്ചത്.

അവസാനം മദാം ഫ്ളേഷ് പതുക്കെ കസേരയിൽനിന്നും എഴുന്നേറ്റു ചെന്ന് ഇസബെല്ലയെ അവളുടെ ഇരിപ്പിടത്തിൽനിന്നും പിടിച്ചെഴുന്നേ ല്പിച്ചു. രണ്ടുദിവസങ്ങൾക്കുമുമ്പ് കസിമീർ അവന്റെ മമ്മയുടെ ഛായാ ചിത്രം എടുത്ത എഴുത്തു മേശയ്ക്കരികിലേക്ക് ഇരുവരും ചുവടുകൾ വച്ചു. വലിയൊരു കണ്ണാടി ഘടിപ്പിച്ചിരുന്ന മേശയ്ക്കുമുന്നിൽ അവൾ നിന്നു. അപ്പോൾ മേശവലിപ്പിനരികിൽ പരുങ്ങിനില്ക്കുകയായിരുന്ന മദാം ഫ്ളേഷ് കണ്ണാടിയിലൂടെ ഒരു കാഴ്ച കണ്ടു. ഇസബെല്ല മരതകപ്പച്ചനി റത്തിലുള്ള ഒരു റിബ്ബൺ കഴുത്തിനുചുറ്റും ധരിക്കുകയും പെട്ടെന്നുതന്നെ അഴിച്ചെടുത്ത് വിരലിൽ ചുറ്റുകയും ചെയ്യുന്നു. മദാം ഫ്ളേഷ് തിരിഞ്ഞ് നോക്കുമ്പോഴേക്കും ആ റിബൺ അപ്രത്യക്ഷമായിക്കഴിഞ്ഞിരുന്നു. ഇസ ബെല്ലയാകട്ടെ വിഷാദഭരിതയായി കൈകൾ പിണച്ചുകെട്ടി ശൂന്യതയി ലേക്ക് മിഴികൾ നട്ടുനിന്നു....

പാവം മദാം ഫ്ളേഷ് താക്കോൽക്കൂട്ടം ഒരു കൈയിലും മേശയിൽ നിന്നെടുത്ത ചെറിയ നോട്ടുകെട്ട് മറുകൈയിലുമായി നില്ക്കുകയായി രുന്നു. അതിനുശേഷം തന്റെ ചാരുകസേരയിലേക്ക് ഇരിക്കാൻ തുടങ്ങവെ അതിനെതിരെയുള്ള വാതിൽ പെട്ടെന്നു തുറക്കപ്പെട്ടു. അപ്പോൾ, ബോധം കെട്ടുപോകാതിരിക്കാൻ എനിക്ക് ഏറെ പണിപ്പെടേണ്ടിവന്നു. പ്രഭി അതാ ആ വാതിൽക്കൽ അനങ്ങാതെ നില്ക്കുന്നു! കുറുകിയ കഴുത്തുള്ള നീളൻ കുപ്പായം ധരിച്ചും ചുണ്ടുകൾ കടുത്ത ചായത്താൽ ചുവപ്പിച്ചും സർവ്വാ ഭരണ വിഭൂഷിതയായി അവർ നിലകൊണ്ടു. വാത്തിന്റെ കൂറ്റൻ തൂവൽ കൊണ്ടു നിർമ്മിച്ച ബ്രഷു പോലൊന്ന് അവരുടെ തല കവിഞ്ഞുനിന്നു. ആറ് തിരികളുള്ള വലിയൊരു മെഴുകുതിരിക്കാല് കൈയിലേന്തുക കാരണം അതിന്റെ ഭാരത്താൽ ആടിയാടിയാണവർ വന്നത്. മെഴുകുതിരി വെട്ടത്തിൽ തിളങ്ങിയും കണ്ണീർക്കണങ്ങൾ പോലെ മെഴുക് നിലത്ത് അടർത്തിവീഴ്ത്തിയും അവരങ്ങനെ നിന്നു. അവരുടെ ശക്തിയാകെ ചോർന്നുപോയിരുന്നു എന്നു നിസ്സംശയം പറയാം. അതുകൊണ്ടാവണം വെപ്രാളത്തോടെ ചെന്ന് മെഴുകുതിരിക്കാല് മേശമേലുള്ള കണ്ണാടിക്കു മുമ്പിലായി വച്ചത്. അതിനുശേഷം അവർ നാലുചുവടുകൾ പിന്നോട്ടു വച്ച് വാതിൽക്കലെത്തിച്ചേർന്നു. അതിനുശേഷം വീണ്ടും ഗൗരവത്തോ ടെയും അളന്ന ചുവടുകളോടെയും മുന്നോട്ടുവന്ന് വലിയ വളകൾ

അണിഞ്ഞ കൈ മുഴുവനായും നീട്ടിപ്പിടിച്ചു. മുറിയുടെ ഒത്ത നടുവിലായി നിന്നശേഷം നിന്നനില്പിൽ നിന്നനങ്ങാതെ മകളുടെ നേർക്ക് വെട്ടിത്തി രിഞ്ഞ് കൈകൾ നീട്ടിപ്പിടിച്ച് ചെവി തുളച്ചുപോകുന്ന ശബ്ദത്തിൽ അല റിക്കരഞ്ഞു.

"നന്ദിയില്ലാത്തവളേ എന്റെ പുറകിലേക്കു വരിക. നിന്റെ കണ്ണീർ എന്നിൽ ഒരു മാറ്റവും ഉണ്ടാക്കുകയില്ല. നിന്റെ പ്രതിഷേധങ്ങൾക്ക് എന്റെ ഹൃദയത്തിലേക്കുള്ള വഴി എന്നെന്നേക്കുമായി കൊട്ടിയടയ്ക്കപ്പെട്ടിരി ക്കുന്നു."

സംസാരത്തിൽ ശബ്ദവ്യതിയാനമോ ഉച്ചത്തിലുള്ള ശബ്ദത്തിൽ ഒട്ടെങ്കിലും കുറവോ അവർ വരുത്തിയില്ല. ഈ സമയം ഇസബെല്ല തന്റെ മാതാവിന്റെ കാല്ക്കൽ വീണ് അവരുടെ വസ്ത്രത്തിൽ തെരുപ്പിടിച്ചു. അവൾ ആ വസ്ത്രത്തെ ഒരുവശത്തേക്കു വലിച്ചപ്പോൾ പഴകി പാടുകൾ വീണ രണ്ടു ചെറിയ ചപ്പലുകൾ വെളിപ്പെട്ടു. അവൾ തന്റെ നെറ്റി പല വട്ടം തറയിൽ മുട്ടിച്ചു. അവിടെ പലകമേൽ പരവതാനി വിരിച്ചിട്ടുണ്ടായി രുന്നു. ഒരു നൊടിയിടപോലും മദാം സെന്റ് ഓറിയോൾ തന്റെ മിഴികൾ താഴ്ത്തിയില്ല. നിന്ന നിലയിൽ നേരെ നോക്കിക്കൊണ്ട് തന്റെ തണുത്തു മൂർച്ചയേറിയ വാക്കുകളുപയോഗിച്ച് ഇപ്രകാരം പറഞ്ഞു:

"നിന്റെ മാതാപിതാക്കളുടെ അരികിലേക്ക് ദാരിദ്ര്യം കൊണ്ടുവരു ന്നത് മതിയാകില്ലേ നിനക്ക്? ഇനിയും നീ എന്താണ് പ്രതീക്ഷിക്കുന്നത്."

ശബ്ദം പെട്ടെന്നവരെ പരാജയപ്പെടുത്തി. മദാം ഫ്ളേഷിനു നേരെ തിരിയുമ്പോൾ പരമാവധി ചുരുണ്ടുകൂടി തന്റെ കസേരയിൽ പേടിച്ചിരി ക്കുകയായിരുന്നു അവർ.

"അനുജത്തീ, നിനക്ക് ഇപ്പോഴും തീരെ വയ്യ. (അവർ നിവർന്നി രുന്നു). അവളുടെ അനുനയങ്ങളിൽ പെട്ടുപോകത്തക്കവണ്ണം നീ ദുർബ്ബ ലയായിപ്പോകുന്നുവെങ്കിൽ, ഒരു ചുംബനമോ ഒരു ചില്ലു നാണയമോ നല്കുന്നുവെങ്കിൽ, ഒരു മൂത്ത സഹോദരിക്ക് ഉചിതമായ രീതിയിൽ ഞാൻ നിന്നെ വിട്ടുപോകും. എന്റെ കാവൽ മാലാഖമാർ വഴി സ്വർഗ്ഗത്തിലേക്കു നോക്കി പ്രാർത്ഥിച്ചുകൊണ്ട് ഞാൻ നിന്നെ വിട്ടുപോകും. പിന്നീടൊരി ക്കലും എന്റെ കണ്ണുകൾ നിന്റെമേൽ പതിയുകയുമില്ല."

ഒരു നാടകം കാണുന്നതുപോലെയാണെനിക്ക് തോന്നിയത്. തങ്ങൾ നിരീക്ഷിക്കപ്പെടുന്നു എന്ന കാര്യത്തെപ്പറ്റി ബോധവതികളല്ലാത്ത ഈ പാവക്കൂത്തുകാരികൾ ഇത്തരമൊരു ദുരന്തനാടകം ആർക്കുവേണ്ടിയാണ് കെട്ടിയാടുന്നത്? ആ മകളുടെ പെരുമാറ്റം കാണുമ്പോഴും ആ അമ്മമാ രുടെയത്രതന്നെ കൃത്രിമത്വം എനിക്ക് അനുഭവപ്പെട്ടു. ആ അമ്മമാർ എനിക്ക് അഭിമുഖമായി നിന്നിരുന്നതിനാൽ ഇസബെല്ലയെ പുറകി ലൂടെയാണെനിക്ക് കാണാനാവുന്നത്. ഇപ്പോഴും കമഴ്ന്ന് കാല്ക്കൽ വീണ നിലയിൽ കാണപ്പെട്ട അവൾ താണുവീണപേക്ഷിക്കുന്ന എസ്ത റിനെ ഓർമ്മിപ്പിച്ചു. പെട്ടെന്നു എനിക്കവളുടെ പാദങ്ങൾ കാണായി. അവൾ ധരിച്ചിരുന്ന പാദരക്ഷകൾ എനിക്ക് കാണാൻ കഴിഞ്ഞിടത്തോ

ഉവും ചെളി പുരണ്ടിരുന്നു. തവിട്ടുനിറത്തിലുള്ള പാവാടയ്ക്കിടയിലൂടെ വെള്ളക്കാലുറകൾ കാണപ്പെട്ടു. പാവാടയുടെ അരികുകളിൽ നിറയെ അഴുക്കുപുരണ്ടിരുന്നു.

സാഹസികത്വത്തിന്റെയും ദുരിതത്തിന്റെയും ദൃക്‌സാക്ഷികളായ ഈ പാവങ്ങൾ പറഞ്ഞ സുദീർഘമായ കഥകൾ ആ വൃദ്ധയുടെ ഉച്ച ത്തിലുള്ള അധിക്ഷേപ പ്രസംഗത്തെക്കാൾ ഉച്ചത്തിൽ എന്റെ ഹൃദയ ത്തോടു സംസാരിച്ചു. ഒരു തേങ്ങൽ എന്റെ തൊണ്ടയിലേക്ക് ഇരച്ചുകയറി. ഇസ ഈ വീടുവിട്ടു പുറത്തേക്കു പോകുമ്പോൾ ഉദ്യാനത്തിൽ അവളെ പിന്തുടരാൻ ഞാൻ തീരുമാനിച്ചു.

ഇതിനിടയിൽ മദാം ദെ സെന്റ് ഓറിയോൾ മിസ് ഫ്ലേഷിരിക്കുന്ന കസേരയിലേക്ക് മൂന്നു ചുവടുകൾ വച്ചു.

"ആ നോട്ടുകൾ ഇങ്ങു തരൂ. നിന്റെ കൈവെള്ളയിൽ വച്ചിരിക്കുന്ന ആ കടലാസു ചുരുളുകൾ ഞാൻ കണ്ടില്ലെന്നാണോ നീ കരുതിയത? ഞാൻ അന്ധയെന്നോ ഭ്രാന്തിയെന്നോ നീ വിചാരിച്ചോ? ആ നോട്ടുകൾ വേഗം തരുന്നതാണ് നല്ലത്."

അതിനാടകീയതയോടെ ആ നോട്ടുകൾ തട്ടിപ്പറിച്ച് അവർ മെഴുകു തിരി നാളങ്ങളിലൊന്നിലേക്കു കൊണ്ടുചെന്നു. അവൾക്കിതു കൊടുക്കു ന്നതിനേക്കാൾ നല്ലത് അവയെല്ലാം കത്തിച്ചു കളയുന്നതാണ്. (പക്ഷേ, പറഞ്ഞതുപോലെയൊന്നും അവർ ചെയ്തില്ല)

അവർ ആ നോട്ടുകൾ സ്വന്തം പോക്കറ്റിൽ തിരുകി നാടകം തുടർന്നു:
"നന്ദിയില്ലാത്ത മകളേ, അസ്വാഭാവിക സന്തതീ എന്റെ ബ്രേസ്‌ലെറ്റും വളകളും ഏതുവഴിയാണ് പോയത്? എന്റെ വളകളും ആ വഴിക്കുതന്നെ പോകട്ടെ!"

ഇങ്ങനെയൊക്കെ പറഞ്ഞുകൊണ്ടിരിക്കുമ്പോൾ തന്നെ തന്റെ കൈകൾ നീട്ടിപ്പിടിച്ച് കരവിരുതുള്ള ഒരുവളെപ്പോലെ അവർ ഒന്നുരണ്ടു വളകൾ ഊരി താഴേയ്ക്കിട്ടു. പട്ടിണികൊണ്ടു വലഞ്ഞ ഒരു നായ എല്ലിൻ കഷണത്തിനു നേരെയെന്നപോലെ ഇസബെല്ല അതിന്മേൽ ചാടിവീണു.

"എടുത്തോണ്ടു പോ. നമുക്കു തമ്മിൽ പറയാനായി മറ്റൊന്നുമില്ല. ഞാൻ നിന്നെ അംഗീകരിക്കുന്നുമില്ല."

എന്നിട്ടവൾ മെഴുകുതിരിയണക്കുന്ന അടപ്പെടുത്ത് ഓരോന്നായി അണച്ചശേഷം മെഴുകുതിരിക്കാലുമായി മടങ്ങിപ്പോയി.

മുറി അപ്പോൾ ഇരുട്ടിലായി. ഇതിനിടയിൽ ഇസബെല്ല എഴുന്നേറ്റു കഴിഞ്ഞിരുന്നു. അവൾ മുടിയിഴകളിലേക്ക് വിരൽകടത്തി നിവർത്തിയിട്ട് തൊപ്പി ക്രമപ്പെടുത്തി. ചുമലിൽനിന്നും താഴേക്കു വഴുതിക്കിടന്ന മേൽക്കു പ്പായം ചെറുതായൊന്നു കുടഞ്ഞ് വസ്ത്രം നേരെയാക്കി. അതിനുശേഷം മദാം ഫ്ലേഷിനു നേരെ കുനിഞ്ഞ് വിട ചോദിച്ചു. ആ പാവം സ്ത്രീ അവളോടു സംസാരിക്കാൻ നോക്കുന്നുണ്ടായിരുന്നു എന്നാൽ എനിക്ക് കേൾക്കുവാൻ കഴിയാത്ത വണ്ണം അതീവ ദുർബ്ബലമായിരുന്നു ആ ശബ്ദം. ഇസബെല്ല ആ വൃദ്ധയുടെ വിറയ്ക്കുന്ന കൈകളെടുത്ത് ചുംബിച്ചു.

ഉടൻതന്നെ അവളെ പിന്തുടരാനായി ഞാൻ വേഗത്തിൽ പുറത്തിറങ്ങി.

ഞാൻ പടിക്കെട്ടിലെത്തിയ ഉടൻ എനിക്കു പരിചിതമായ ശബ്ദം കേട്ട് ഞാനൊന്നു നിന്നു. വെർദ്യുവായിരുന്നു അത്. ഇസബെല്ല ഇതി നകം തന്നെ ഹാളിൽ എത്തിക്കഴിഞ്ഞിരുന്നു! പടിക്കെട്ടിന്റെ കൈവരി യിൽ പിടിച്ചുനില്ക്കുമ്പോൾ എനിക്ക് രണ്ടുപേരെയും കാണാം. ഒലാംബ് വെർദ്യുവിന്റെ കൈയിൽ ചെറിയൊരു റാന്തലുണ്ടായിരുന്നു.

"അവന് ഒരു ചുംബനംപോലും നല്കാതെ പോകാൻ പോവുക യാണോ കുഞ്ഞേ നീ."

അവർ പറഞ്ഞു.

പറഞ്ഞത് കസിമീറിനെപ്പറ്റിയാണെന്ന് എനിക്ക് മനസ്സിലായി.

"അപ്പോൾ, നിനക്കവനെ കാണണ്ടേ?"

"വേണ്ട ലോലീ, ഞാൻ ഏറെ തിരക്കിലാണ്. ഞാൻ വന്ന കാര്യം അവനറിയണ്ട."

പിന്നെ അവിടം നിശ്ശബ്ദമായി. ആംഗ്യഭാഷയിൽ എന്തൊക്കെയോ അവിടെ കൈമാറുന്നുണ്ടായിരുന്നു. എന്നാൽ എനിക്കത് ആദ്യം മനസ്സി ലായില്ല. റാന്തൽ നീങ്ങാൻ തുടങ്ങിയപ്പോൾ നിഴലുകൾ ചലിച്ചു. വെർദ്യു മുമ്പേനടക്കുന്നു. ഇസബെല്ല പിൻവാങ്ങുന്നു. ഇരുവരും ആദ്യം നിന്ന ഇടത്തുനിന്നും ഏതാനും ചുവടുകൾ വച്ചു. അപ്പോൾ ഞാൻ കേട്ടു.

"അതെ, അതെ. എന്റെ ഓർമ്മയ്ക്കായി. കുറേയെറെക്കാലമായി ഞാനിത് സൂക്ഷിക്കുന്നു. എനിക്കിപ്പോൾ വയസ്സായി. എന്തിനാണ് ഇനി എനിക്കിത്?"

"ലോലി.... ലോലി. ഞാനിവിടെ വിട്ടുപോകുന്നവരിൽ നിങ്ങളോളം നല്ല മറ്റൊരാളില്ല."

വെർദ്യു അവളെ ഇരു കരങ്ങളാലും കെട്ടിവരിഞ്ഞു.

"എന്റെ പാവം കുഞ്ഞ്... അവളാകെ നനഞ്ഞുകുതിർന്നു."

"എന്റെ മേൽക്കുപ്പായം മാത്രമേ നനഞ്ഞുള്ളൂ.... ഞാനിറങ്ങട്ടെ."

"എന്നാൽ കുടയെടുത്തോളൂ."

"മഴ തോർന്നു."

"റാന്തൽ"

"വേണ്ട. എനിക്കത് വേണ്ട.

വണ്ടി അരികിൽത്തന്നെയുണ്ട്.... കാണാം."

"അപ്പോൾ കാണാം, എന്റെ കുഞ്ഞേ. ദൈവം നിന്നെ..." അവൾ തേങ്ങാൻ തുടങ്ങി.

ഇരുട്ടിലേക്ക് നോക്കി അവർ നിന്നു. അപ്പോൾ വിഷാദം നിറച്ച കാറ്റ് ഉള്ളിലേക്ക് കടന്ന്, പടിക്കെട്ടിലെത്തി. അപ്പോൾ അവർ വാതിൽ അടച്ച് കുറ്റിയിടുന്ന ശബ്ദം കേൾക്കായി.

എനിക്ക് വെർദ്യുവിനെ കടന്നു പോകാനായില്ല. അടുക്കളവാതിൽ പൂട്ടി എന്നും ഗ്രാസിയ താക്കോൽ കൊണ്ടുപോകും. വീടിന്റെ മറ്റേ ഭാഗ ത്തുകൂടി പുറത്തേക്കു പോകാൻ വഴിയുണ്ടെന്നതു ശരിതന്നെ. അതു

വഴി എനിക്ക് എളുപ്പത്തിൽ പുറത്തിറങ്ങാം. എന്നാൽ അത് വളരെ ചുറ്റാ
ണ്. അതുവഴി ഞാനെത്തും മുമ്പേ ഇസബെല്ല വണ്ടിയിൽ കയറിയിട്ടു
ണ്ടാവും. ഞാനവളെ ജനാലവഴി വിളിച്ചാലോ? ഞാനെന്റെ മുറിയിലേക്ക്
വേഗം മടങ്ങി. മുറിയിലും ആകെ ഇരുട്ടായിരുന്നു. കാൽപ്പെരുമാറ്റം അടു
ത്തുവരുന്നതായി തോന്നിയപ്പോൾ ഞാൻ ജനലിനരികിലേക്കു നടന്നു.
ഗ്രാസിയ അടുക്കളയിലേക്കു പോകുമ്പോൾ ശക്തമായ കാറ്റ് വീശിയടിച്ചു.
കാറ്റു പിടിച്ച ഇലകളുടെ മർമ്മരത്തിലൂടെ ഇസബെല്ല സെന്റ് ഓറിയോ
ളിനെയും വഹിച്ചുപോകുന്ന വണ്ടിയുടെ ചിത്രം പതിയുന്ന ശബ്ദം ഞാൻ
കേട്ടു.

അദ്ധ്യായം 7

ഏറെ വൈകിപ്പോയിരുന്നു. പാരീസിൽ എത്തിച്ചേർന്നയുടനെ ഞാൻ എന്റെ നൂറായിരം കാര്യങ്ങളിൽ മുഴുകിപ്പോയി. അപ്പോഴേക്കും എന്റെ ചിന്തയാകെ മറ്റു വഴികളിലേക്ക് തിരിഞ്ഞിരുന്നു. ലാ ക്യാ ഫുഷി ലേക്ക് മടങ്ങിച്ചെല്ലാമെന്ന് ഞാൻ നല്കിയിരുന്ന വാഗ്ദാനം എന്റെ സാഹ സിക പദ്ധതികളുമായി മുന്നോട്ടുപോകാൻ കഴിയാത്തതിലുള്ള വ്യസ നത്തെ തെല്ലൊന്നു ലഘൂകരിച്ചു. ഞാൻ അതെല്ലാം മറക്കാൻ തുടങ്ങു മ്പോഴാണ് ജനുവരി മാസം അവസാനത്തോടെ ഫ്ളേഷ് ദമ്പതികളുടെ മരണം അറിയിച്ചുകൊണ്ടുള്ള കത്ത് എത്തുന്നത്. ആ വൃദ്ധജനങ്ങൾ തങ്ങളുടെ വിറകൊള്ളുന്ന ആത്മാക്കളെ സ്രഷ്ടാവിന്റെ കൈകളിൽ ഭാര മേല്പിച്ചത് ഏതാനും ദിവസങ്ങളുടെ മാത്രം വ്യത്യാസത്തിലാണ്. കവ റിന്മേൽ കണ്ട കൈയക്ഷരം മിസ്. വെർദ്യുവിന്റെതാണെന്ന് ഞാൻ തിരി ച്ചറിഞ്ഞു. എന്നാൽ ദുഃഖം അറിയിച്ചുകൊണ്ട് ഞാൻ കത്തെഴുതിയത് കസിമീറിനായിരുന്നു. രണ്ടാഴ്ചകഴിഞ്ഞ് എനിക്ക് താഴെപ്പറയുന്ന കത്തു ലഭിച്ചു.

എന്റെ പ്രിയപ്പെട്ട മിസ്റ്റർ ജിഹാർ,

(ആ കുട്ടി എന്റെ കുടുംബപ്പേര് വിളിക്കുന്നതിൽ വിമുഖനായിരുന്നു. ഞങ്ങൾ നടക്കാനിറങ്ങിയ ഒരു വേളയിൽ അവൻ ചോദിച്ചു. "നിങ്ങളുടെ പേരെന്താണ്?" "നിനക്ക് ഇതിനകം അത് മനസ്സിലായിട്ടുണ്ടല്ലോ... കസി മീർ. എന്നെ ലക്കാദ് എന്നാണ് വിളിക്കുന്നത്. "അല്ല. ആ പേരല്ല - മറ്റേ പേര്?" അവൻ നിർബ്ബന്ധിച്ചു.)

അത്തരത്തിലൊരു നല്ല കത്തെഴുതിയതിന് നന്ദി. എനിക്കത് ഏറെ ഇഷ്ടപ്പെട്ടു. ലാ ക്യാ ഫുഷ് ഇപ്പോൾ അതീവദുഃഖത്തിലാണ്. എന്റെ

മുത്തശ്ശിക്ക് വ്യാഴാഴ്ച ഹൃദയാഘാതം ഉണ്ടായി. ഇപ്പോൾ അവർ ഒരു മുറിയിൽ മാത്രം ഒതുങ്ങിക്കഴിയുന്നു. എന്റെ മമ്മ ലാ ക്യാ ഫുഷ്ലിൽ എത്തി. ഫാദർ പോയി. അദ്ദേഹം ബുഹായിൽ ശുശ്രൂഷകനായി നിയമിക്കപ്പെട്ടു. എന്റെ അമ്മാവനും അമ്മായിയും മരിച്ചു. ആദ്യം അമ്മാവനാണ് മരിച്ചത്. അദ്ദേഹത്തിന് താങ്കളെ വലിയ ഇഷ്ടമായിരുന്നു. അതു കഴിഞ്ഞുവന്ന ഞായറാഴ്ച അമ്മായിയും മരിച്ചു. അവർ മൂന്നുദിവസം അസുഖമായി കിടന്നു. മമ്മ എങ്ങോട്ടോ പോയി. ഞാൻ ലോലിക്കും ഡെൽ ഫീനും (ഗ്രാസിയുടെ ഭാര്യ) ഒപ്പമാണ് കഴിയുന്നത്. അവർക്ക് തന്നെ വലിയ കാര്യമാണ്. അമ്മായിക്ക് എന്നെ വിട്ടുപിരിയാൻ വലിയ വിഷമമായിരുന്നു. എന്നാൽ അത് അസാദ്ധ്യമാണല്ലോ. ഞാനിപ്പോൾ ഡെൽ ഫീന്റെ മുറിയിലാണ് ഉറങ്ങുന്നത്, കാരണം, ലോലി ഓണിലുള്ള അവരുടെ സഹോദരീ ഭർത്താവിനടുത്തേക്ക് പോയിരിക്കുകയാണ്. ഗ്രാസിയയ്ക്കും എന്നെ വലിയ ഇഷ്ടമാണ്. എങ്ങനെയാണ് മരങ്ങൾ മുറിക്കേണ്ടത് എന്നും ഒട്ടിക്കേണ്ടത് എന്നും എനിക്ക് കാട്ടിത്തന്നു. അത് വളരെ രസകരമാണ്. ഇപ്പോൾ മരങ്ങൾ മുറിക്കാനും ഞാൻ സഹായിക്കുന്നുണ്ട്. താങ്കൾ ഒരിക്കൽ എഴുതി ഒപ്പിട്ടുതന്ന കടലാസ് ഓർമ്മയുണ്ടല്ലോ? അതു നിങ്ങൾ മറന്നേക്കണം. ഒപ്പം താമസിക്കാനായി നിങ്ങൾക്ക് ഇവിടെ ആരും തന്നെ ഇല്ല. എന്നാൽ താങ്കളെ കാണാനാവുകയില്ല എന്നതിൽ എനിക്കു ദുഃഖമുണ്ട്. കാരണം എനിക്ക് താങ്കളെ അത്രയ്ക്കും ഇഷ്ടമാണ്. ഞാനൊരിക്കലും താങ്കളെ മറന്നിട്ടില്ല.

താങ്കളുടെ കൊച്ചുകൂട്ടുകാരൻ
കസിമീർ.

ഫ്ളേഷ് ദമ്പതികളുടെ മരണം എന്നെ സ്പർശിച്ചില്ല. എന്നാൽ ഈ കത്ത് എന്നെ അഗാധമായി സ്പർശിച്ചു. ഞാൻ അപ്പോൾ മറ്റ് കാര്യങ്ങളിൽ വ്യാപൃതനായിരുന്നു. എന്നാലും ഈസ്റ്റർ അവധിക്കാലത്ത് ലെ ക്യാ ഫുഷ്ലിലേക്ക് ഒരു ദൗത്യവുമായി പോകാൻ ഞാൻ തീരുമാനിച്ചു. ഒപ്പം കഴിയാൻ അവിടെയെനിക്ക് ആരുമില്ലെങ്കിൽ എന്ത്? പുലെ ഈ വിഷ്ലിൽ തങ്ങി അവിടെനിന്നും ഒരു കുതിരവണ്ടി വാടകയ്‌ക്കെടുത്ത് പോയിവരാമല്ലോ! അവിടെ ചെന്നാൽ നിഗൂഢതകളൊളിപ്പിച്ച ആ പാവം പെൺകുട്ടി ഇസബെല്ലയെ കാണാൻ സാദ്ധ്യതയുണ്ട് എന്ന കാര്യം പ്രത്യേകം എടുത്തു പറയേണ്ടതില്ല. ഇനിയും പൂർണ്ണമായും ഗ്രഹിക്കാനാവാത്ത ചില കാര്യങ്ങൾ അവന്റെ കത്തിൽ ഉണ്ടായിരുന്നു. വസ്തുതകളെ കൂട്ടിയോജിപ്പിക്കാൻ പ്രയാസമാണ്.

വൃദ്ധയുടെ ഹൃദയാഘാതം, ഇസബെല്ലയുടെ വരവ്, പാതിരിയുടെ പോക്ക്, ഫ്ളേഷ് ദമ്പതിമാരുടെ മരണം, ആ സമയത്ത് ഇസബെല്ലയുടെ അഭാവം, മിസ്. വെർദ്യുവിന്റെ വേർപിരിയൽ. ഇവയെല്ലാം കേവല യാദൃച്ഛിക സംഭവങ്ങളായിരിക്കാം. എന്നാൽ അവ തമ്മിൽ എന്തെങ്കിലും ബന്ധ

മുണ്ടായിരിക്കുമോ? കസിമീറിന് അതൊന്നും അറിയാൻ കഴിയില്ല. പാതിരി അതു പറയുകയുമില്ല. ഏപ്രിൽ മാസം വരെ കാത്തിരിക്കുകയല്ലാതെ മറ്റു പോംവഴികളില്ല. അവധി തുടങ്ങിയതിന്റെ രണ്ടാംനാൾ ഞാൻ യാത്ര തുടങ്ങി.

ബുഹായി സ്റ്റേഷനിൽ തീവണ്ടിയെത്തിയപ്പോൾ നമ്മുടെ പാതിരി അതിൽ കയറുന്നതു കണ്ടു.

ഞാൻ അദ്ദേഹത്തെ വിളിച്ചു.

"ആഹാ! താങ്കൾ വീണ്ടും എത്തിയോ?

"അതെ. സത്യം പറഞ്ഞാൽ ഞാൻ ഉടനെ മടങ്ങുമെന്നു കരുതു ന്നില്ല."

അദ്ദേഹം ഞാനിരിക്കുന്ന കമ്പാർട്ട്മെന്റിൽ കയറി. അവിടെ ഞങ്ങൾ മാത്രമെ ഉണ്ടായിരുന്നുള്ളൂ.

"താങ്കൾ പോയതിനുശേഷം ഇവിടെ വലിയ മാറ്റങ്ങളുണ്ടായി."

"ഞാനറിഞ്ഞു, താങ്കൾ ബുഹായിയിലെ ശുശ്രൂഷകനായി നിയമി ക്കപ്പെട്ട കാര്യം."

"അതല്ല ഞാനുദ്ദേശിച്ചത്."

അദ്ദേഹം കൈകൾ നിവർത്തി പതിവ് ചേഷ്ടകൾ കാണിച്ചു.

"കാര്യങ്ങൾ നിങ്ങളെ അറിയിച്ചോ?"

"അതെ. നിങ്ങളുടെ വിദ്യാർത്ഥിക്ക് അപ്പോൾത്തന്നെ ഞാനൊരു അനുശോചന സന്ദേശം അയക്കുകയും ചെയ്തു. അവനാണ് ചില കാര്യ ങ്ങൾ എന്നെ അറിയിച്ചത്.

എന്നാൽ അവൻ ഒന്നും തുറന്ന് എഴുതിയില്ല. കാര്യങ്ങൾ വിശദ മായി അറിയാനായി ഞാൻ താങ്കൾക്ക് എഴുതാൻ തുടങ്ങുകയായിരുന്നു."

"അങ്ങനെ ചെയ്യണമായിരുന്നു."

"അക്കാര്യങ്ങൾ താങ്കളിൽനിന്നും കിട്ടാൻ എളുപ്പമല്ല എന്ന് ഞാൻ ചിന്തിച്ചിരുന്നു."

ചിരിച്ചുകൊണ്ട് ഞാൻ പറഞ്ഞു.

ലാക്യാഫുഷിൽ വച്ച് ഉള്ളതിനേക്കാൾ വിവേകത്തോടെയാണ് പാതിരി സംസാരിക്കുന്നത് എന്ന കാര്യത്തിൽ സംശയമില്ല. സംസാരി ക്കാൻ സന്നദ്ധനായപോലെ...

"കാര്യങ്ങളാകെ മോശമായി, അല്ലേ?"

അവിടത്തെ മരങ്ങൾ അപ്രത്യക്ഷമായി.

ആദ്യമത് എനിക്ക് മനസ്സിലായില്ല. അപ്പോൾ കസിമീറിന്റെ കത്തിലെ ചില പരാമർശങ്ങൾ മനസ്സിലേക്ക് ഓടിയെത്തി.

അദ്ദേഹം തുടർന്നു.

"മരങ്ങൾ മുറിച്ചു മാറ്റാൻ സഹായിക്കുകയാണ് ഞാനിപ്പോൾ."

"അതിനായി അവർ എന്താണ് ചെയ്യുന്നത്."

അല്പം സാമര്‍ത്ഥ്യത്തോടെ ഞാന്‍ ചോദിച്ചു.

"എന്റെ നന്മയ്ക്കല്ലാതെ മറ്റ് എന്തിനുവേണ്ടി, സര്‍? പണം കടംകൊ ടുത്തവരോട് പോയി ചോദിക്കൂ. പിന്നെ, അത് അവരുടെ പണിയുമല്ല. ഇതെല്ലാം അവര്‍ക്ക് പുറകില്‍നിന്നും ചെയ്യിക്കുന്നതാണ്. നെല്ലിപ്പലക വരെ പണയപ്പെടുത്തിയിരിക്കുകയാണ്."

"മിസ്. സെന്റ് ഓറിയോള്‍ അവള്‍ക്ക് കഴിയുന്നതെല്ലാം വേഗത്തില്‍ ചെയ്യുന്നുമുണ്ട്."

"അവരവിടെ ഉണ്ടോ?"

"താങ്കള്‍ക്ക് അറിയാത്തതുപോലെ!"

"ചില വാക്കുകളില്‍ നിന്നും ഞാനങ്ങനെ ഊഹിച്ചെന്നു മാത്രം...."

"അവള്‍ വന്നതിനുശേഷമാണ് എല്ലാം ആ നായ്ക്കള്‍ക്ക് പോയത്."

കാര്യങ്ങള്‍ മറച്ചുപിടിക്കാന്‍ പാതിരി ശ്രമിച്ചു. എന്നാല്‍ സംസാരി ക്കാനുള്ള ത്വര അതിനെ മറികടന്നു. ഞാന്‍ ചോദ്യങ്ങള്‍ ചോദിക്കാന്‍ വേണ്ടിപ്പോലും അദ്ദേഹം കാത്തില്ല. അദ്ദേഹത്തെ സംസാരിക്കാന്‍ വിടു ന്നതാണു നല്ലതെന്ന് എനിക്കും തോന്നി.

"അവളുടെ അമ്മയ്ക്ക് ഹൃദയാഘാതം വന്ന കാര്യം അവള്‍ എങ്ങനെ അറിഞ്ഞു? എനിക്കിതുവരെ മനസ്സിലായിട്ടില്ല. പ്രഭിക്ക് സ്വന്തം കസേരയില്‍നിന്നും എഴുന്നേല്‍ക്കാനാകില്ല എന്നു മനസ്സിലായതോടെ അവള്‍ പെട്ടിയുമെടുത്ത് അകത്തേക്കു കയറി. അവളെ പറഞ്ഞുവിടാന്‍ മദാം ഫ്ലേഷിനു മനസ്സുവന്നതുമില്ല. അതിനുശേഷമാണ് ഞാനവിടന്ന് ഇറങ്ങിയത്."

"കസിമീറിനെ ആ സാഹചര്യത്തില്‍ ഒറ്റയ്ക്കാക്കിയത് സങ്കടകര മാണ്."

"ശരിയായിരിക്കും. എന്നാല്‍ ആ നാണം കെട്ടവളുമായി ഒരു വീട്ടില്‍ താമസിക്കാന്‍ എനിക്കു കഴിയില്ല. താങ്കള്‍ അവളുടെ പക്ഷത്താണെന്ന കാര്യം ഞാനങ്ങു മറന്നു."

"ഞാനങ്ങനെ ആയിരിക്കുകയും ചെയ്യും പ്രിയ പിതാവേ..."

"നല്ലത്... വളരെ നല്ലത്. അതെനിക്കറിയാം. മിസ്. വെര്‍ദ്യുവും അവള്‍ക്കൊപ്പമാണ്. വൃദ്ധദമ്പതികള്‍ മരിക്കുന്ന ദിവസംവരെ അവര്‍ അവള്‍ക്കൊപ്പം നിന്നു."

ലാ ക്യാ ഫുഷില്‍ വച്ച് പുരോഹിതന്മാര്‍ക്ക് ഇണങ്ങുംവിധമുള്ള കുലീനഭാഷയാണ് അദ്ദേഹം ഉപയോഗിച്ചിരുന്നത്. ഇപ്പോഴത് പൂര്‍ണ്ണ മായും ഉപേക്ഷിച്ചതായി തോന്നി. മോര്‍മണ്ടി ഗ്രാമത്തിലെ ശുശ്രൂഷക രുടെ പ്രത്യേകതരം ഭാഷയാണിപ്പോള്‍ അദ്ദേഹം ഉപയോഗിക്കുന്നത്.

തന്റെ ഓര്‍മ്മകളുടെ തീവണ്ടി അദ്ദേഹം ചലിപ്പിച്ചുകൊണ്ടിരുന്നു.

"അവര്‍ ഒന്നിനുപുറകെ ഒന്നായി മരണപ്പെട്ടപ്പോള്‍ അത് അസാധാ രണമെന്ന് അവള്‍ക്കും തോന്നി."

"അവര്‍..."

"ഇല്ല. ഞാനൊന്നും പറഞ്ഞില്ല..."

അദ്ദേഹം പഴയതുപോലെ ചുണ്ടുകൾ പൂട്ടിപ്പിടിച്ചു.

എന്നാൽ പെട്ടെന്ന് വീണ്ടും സംസാരം തുടങ്ങി:

"അയൽപക്കത്തൊക്കെ ചില അടക്കം പറച്ചിലുകൾ കറങ്ങി നട ക്കുന്നുണ്ട്. അനന്തരവൾ വസ്തുവിൽ കയറിയത് ആളുകൾക്ക് അത്ര ഇഷ്ടപ്പെട്ടിട്ടില്ല. നോക്കൂ, ആ വെർദ്യുവിനു പോലും അവിടന്നു പോകു ന്നതാണു നല്ലതെന്നു തോന്നി."

"ആരാണപ്പോൾ കസിമീറിനെ നോക്കുന്നത്?"

"അപ്പോൾ താങ്കൾക്കുതന്നെ അറിയാം അവന്റെ മമ്മ അവനെ നോക്കാൻ പറ്റിയ ആളല്ലെന്ന്! അവൻ അവന്റെ സമയം മുഴുവൻ ആ തോട്ടം സൂക്ഷിപ്പുകാരനും ഭാര്യക്കും ഒപ്പമാണ് ചെലവിടുന്നത്."

"ഗ്രാസിയ..."

"അതെ. ഗ്രാസിയ തന്നെ. തോട്ടത്തിലെ മരങ്ങൾ മുറിച്ചുവില്ക്കു ന്നതു തടയാൻ അയാൾ പരമാവധി ശ്രമിച്ചിരുന്നു. ഒന്നും നടന്നില്ല. എല്ലാം നശിച്ചുവെന്നു മാത്രം."

"ഫ്ളേഷ് കുടുംബത്തിന് ആവശ്യത്തിന് പണമുണ്ടാകുമല്ലോ..."

"അതൊക്കെ ആദ്യ ദിവസം തന്നെ ആവിയായിപ്പോയി എന്റെ പ്രിയ പ്പെട്ട സർ. മൂന്നു പ്രധാന തോട്ടങ്ങളിൽ രണ്ടെണ്ണം മദാം ഫ്ളേഷിന്റെ പേരിലാണ്. എന്നാൽ പണ്ടുമുതൽക്കേ അവ കുടികിടപ്പുകാരുടെ കൈക ളിലാണ്. മൂന്നാമത്തെ തോട്ടം, "ലെ ഫോണ്ട്" ചെറുതാണ്; അത് ഇപ്പോഴും ഓറിയോൾ പ്രഭുവിന്റെ പേരിലാണ്. അതിൽ കുടികിടപ്പുകാ രില്ല. ഗ്രാസിയയാണത് നോക്കിനടത്തുന്നത്. എന്നാൽ അതും മറ്റേ തോട്ട ങ്ങൾക്കൊപ്പം വില്പനയ്ക്കു വച്ചിരിക്കുകയാണ്."

"ലെ ക്യാ ഫ്ഷും വില്ക്കുമോ?"

"ലേലം ചെയ്തു. എന്നാൽ വരുന്ന വേനൽക്കാലത്തിനു മുമ്പത് ലേലം ചെയ്യാനാവില്ല. ആ സ്ത്രീ അവൾക്കു പറ്റുന്നതൊക്കെ ചെയ്യും. ഇതു നിങ്ങൾ വിശ്വസിക്കണം. എന്നാൽ അവർക്കത്ര എളുപ്പമാവില്ല. അതിനിടയിൽ തോട്ടത്തിലെ മരങ്ങളെല്ലാം മുറിച്ചു വില്ക്കപ്പെടും."

"അവൾക്കതിന്മേൽ അവകാശമില്ലെങ്കിൽ ആരാണത് അവളിൽ നിന്നും വാങ്ങുവാൻ പോകുന്നത്."

"നിങ്ങളിപ്പോഴും ഒരു പച്ചപ്പാവമാണ്. ചുളുവിൽ കിട്ടുകയാണെങ്കിൽ വാങ്ങാൻ ആളുകിട്ടാനാണോ പ്രയാസം?"

"ഏതൊരു കോടതി ഉദ്യോഗസ്ഥനും അതു തടയാമല്ലോ?"

"അവരെല്ലാം വീട് ഈടുനല്കി പണം കടംകൊടുത്തവരുടെ ഏജന്റ് മാരോട് അവിശുദ്ധ കൂട്ടുകെട്ടിലാണ്."

അദ്ദേഹം സംസാരം നിർത്തി മെല്ലെ എന്റെ ചെവിയിൽ ഇങ്ങനെ പറഞ്ഞു:

"അയാൾ അവൾക്കൊപ്പമാണ് അന്തിയുറക്കം. ഇപ്പോൾ എല്ലാം മന

സ്ലിലായില്ലേ?"

"മി. ഫ്ലേഷിന്റെ പുസ്തകങ്ങളും രേഖകളുമോ?"

അവസാനം പറഞ്ഞതിലുള്ള അസ്വസ്ഥത പുറത്തു കാണിക്കാതെ ഞാൻ ചോദിച്ചു.

"ഉടൻ തന്നെ ലൈബ്രറിയും ഉപകരണങ്ങളും ലേലത്തിനുവയ്ക്കും. ഭാഗ്യത്തിന് പുസ്തകം വാങ്ങാനൊന്നും ആരും വരുമെന്നു തോന്നുന്നില്ല. അല്ലെങ്കിൽ എപ്പോഴെ അതും അപ്രത്യക്ഷമായേനെ."

"ഏതെങ്കിലും ഒരു തെമ്മാടി അതിനായും വന്നാലോ?"

"പേടിക്കണ്ട... കച്ചവടം ഉറപ്പിച്ചു കഴിഞ്ഞു. മരിച്ചയാളുടെ വസ്തു വിവരപ്പട്ടിക തയ്യാറാവുംവരെ അതിവിടെനിന്നും മാറ്റാനാവില്ല."

"പ്രഭിയ്ക്ക് ഇതിന്മേലുള്ള അഭിപ്രായം എന്താണ്?"

"എന്താണ് സംഭവിച്ചുകൊണ്ടിരിക്കുന്നതെന്ന് പ്രഭിക്ക് യാതൊരു രൂപവുമില്ല. ഭക്ഷണം അവരുടെ മുറിയിൽ എത്തിച്ചുകൊടുക്കുകയാണ്. മകൾ ഇവിടെയുണ്ട് എന്ന വിവരം പോലും അവർക്കറിയില്ല."

"ഓറിയോൾ പ്രഭുവിനോട് താങ്കൾ ഇതൊന്നും പറഞ്ഞിരുന്നില്ലേ?"

"മൂന്ന് ആഴ്ചകൾക്കുമുമ്പ് യോനിലെ ഒരു ആശുപത്രിയിൽവച്ച് അദ്ദേഹം മരിച്ചു. അദ്ദേഹത്തെ ഇക്കാര്യങ്ങൾ അറിയിച്ചതിനു തൊട്ടുപി ന്നാലെ മരണവും സംഭവിച്ചു."

ഞങ്ങൾ അപ്പോഴേക്കും പുലെ ഈവിഷിൽ എത്തിക്കഴിഞ്ഞിരുന്നു. സന്താൾ പിതാവിനെ കൂട്ടിപ്പോകാൻ ഒരു പുരോഹിതൻ എത്തി. ഒരു ഹോട്ടലിന്റെ പേര് അദ്ദേഹം പറഞ്ഞുതന്നു; സഹായത്തിനു ലഭിക്കാവുന്ന ആളുകളുടെ വിവരവും.

അടുത്തദിവസം വാടകയ്ക്കെടുത്ത കുതിരവണ്ടിയിൽ ഞാൻ ലാ ക്യാ ഫുഷിലെ ഉദ്യാന കവാടത്തിൽ എത്തി. രണ്ടു മൂന്നു മണിക്കൂറിനു ശേഷം എന്നെ കൂട്ടിപ്പോകാമെന്നും അതുവരെ കുതിരകൾ അടുത്തുള്ള തോട്ടത്തിലെ തൊഴുത്തിൽ എവിടെയെങ്കിലും വിശ്രമിക്കുമെന്നായിരുന്നു ഞങ്ങളുണ്ടാക്കിയ ധാരണ.

ഇരുമ്പു വാതിലുകൾ മലർക്കെ തുറന്നിരുന്നു. വലിയ വണ്ടികൾ ഉപയോഗിച്ച് വഴി ഇളക്കിമറിച്ചിട്ടുണ്ട്. ഭയാനകമായ നശീകരണമാണ് ഞാൻ പ്രതീക്ഷിച്ചതെങ്കിലും എന്റെ പഴയ ചങ്ങാതിയായ അയമോദക ത്തിന്റെ ഇലകളുള്ള ഉങ്ങ് നിറയെ മൊട്ടിട്ടുനില്ക്കുന്ന സന്തോഷകരമായ കാഴ്ചയാണ് എന്നെ എതിരേറ്റത്. ഉങ്ങിന്റെ തടി ഗുണമേന്മ കുറഞ്ഞതാ കയാലാണത് രക്ഷപ്പെട്ടതെന്ന് ചിന്തിക്കാതിരിക്കാൻ എനിക്കു കഴിഞ്ഞില്ല. മുന്നോട്ടു പോകുന്തോറും ഏറ്റവും മികച്ച മരങ്ങളെല്ലാം മുറിച്ചുമാറ്റപ്പെട്ട തായി കണ്ടു. ഉദ്യാനത്തിന്റെ ഉള്ളിലേക്ക് കൂടുതൽ കൂടുതൽ കടക്കു ന്തോറും ഇസബെല്ലയുടെ കത്തു കണ്ടെടുത്ത സത്രത്തിൽ പോകാനുള്ള അഭിവാഞ്ഛ എന്നിൽ പെരുകി. എന്നാൽ സത്രവാതിൽ വേറൊരു താഴിട്ട് പൂട്ടിയതായി കണ്ടു. മരം മുറിക്കാൻ എത്തിയവർ തങ്ങളുടെ പണിയാ

യുധങ്ങളും വസ്ത്രങ്ങളും സൂക്ഷിക്കാനുള്ള മുറിയായി ഉപയോഗിക്കു
കയാണെന്ന് പിന്നീടെനിക്ക് മനസ്സിലായി. ഞാൻ പഴയ ഭവനത്തിലേക്ക്
ചുവടുകൾ വച്ചു. ഞാൻ നടന്നുപോയ വഴികൾ നേരെയുള്ളതും ഇരുവശ
ങ്ങളിൽ കുറ്റിച്ചെടികൾ വച്ചുപിടിപ്പിച്ചതുമായിരുന്നു. ആ വഴി പൂമുഖ
ത്തേക്കു നയിക്കുന്നതായിരുന്നില്ല. വശങ്ങളിലെ ഓഫീസ് മുറികളിലേക്കും
അടുക്കളയിലേക്കുമാണ് അത് ചെന്നു ചേരുക. അതിന് ഏതാണ്ട് എതിർവ
ശത്താണ് അടുക്കളത്തോട്ടത്തിലേക്കു തുറക്കുന്ന ഒരു ചെറിയ ഗേറ്റ്
സ്ഥിതിചെയ്യുന്നത്. അവിടെ എത്തുന്നതിനുമുന്നേ കൈക്കുടയിൽ പച്ച
ക്കറിയുമായി കടന്നുപോകുന്ന ഗ്രാസിയെയാണു ഞാൻ കാണുന്നത്.
അയാൾ എന്നെ കണ്ടെങ്കിലും ആദ്യം മനസ്സിലായില്ല. ഞാൻ വിളിച്ചപ്പോൾ
അയാൾ എന്റെ അടുത്തേക്കു വന്നു. "അയ്യോ, മിസ്റ്റർ ലക്കാദ്! താങ്കളെ
ഈ സമയത്ത് ഒട്ടും പ്രതീക്ഷിച്ചില്ല." അയാളുടെ നോട്ടം കണ്ടാലറിയാം
എന്റെ വരവ് അത്ര പിടിച്ചില്ലെന്ന്.

അതെന്തായാലും, അയാൾ മെല്ലെ പറഞ്ഞു.

"ആ പയ്യൻ താങ്കളെ കാണുമ്പോൾ ഏറെ സന്തോഷിക്കും."

ഞങ്ങൾ രണ്ടുപേരും ഒന്നും മിണ്ടാതെ അടുക്കള വാതിൽ ലക്ഷ്യ
മാക്കി നടന്നു. കൂടയിലുള്ളത് അടുക്കളയിലാക്കി വരുന്നതുവരെ കാത്തു
നില്ക്കാൻ പറഞ്ഞിട്ട് അയാൾ അകത്തേക്കു പോയി.

"അപ്പോ ലാ ക്യാ ഫുഷിൽ നടക്കുന്ന കാര്യങ്ങൾ മനസ്സിലാക്കാൻ
വന്നതാണല്ലേ?"

മടങ്ങിയെത്തുമ്പോൾ അയാൾ മാന്യതയോടെ ചോദിച്ചു.

"കാര്യങ്ങൾ അത്ര പന്തിയല്ലെന്നു തോന്നുന്നു?"

ഞാൻ അയാളുടെ മുഖത്തേക്കു നോക്കി. അയാളുടെ താടി വിറ
യ്ക്കുന്നുണ്ടായിരുന്നു. എന്റെ ചോദ്യത്തിന് മറുപടി തന്നില്ല. നിനച്ചിരി
ക്കാതെ അയാൾ എന്റെ കൈകൾ പിടിച്ച് വീടിന്റെ മുൻവശത്തുള്ള
പുൽത്തകിടിയിലേക്ക് കൊണ്ടുപോയി. രാക്ഷസരൂപത്തിൽ വളർന്നു
പടർന്നു പന്തലിച്ച ഓക്കു മരത്തിന്റെ ശരീരം ഞാനവിടെ കണ്ടു. ശരത്
കാലത്ത് ഞാനതിന്റെ ചുവട്ടിൽ നിന്നിരുന്ന കാര്യം ഓർത്തുപോയി.
അതിന്റെ കവരങ്ങളെല്ലാം അരങ്ങി വിറകായി കൂട്ടിയിട്ടുണ്ട്. ചില വിറ
കുകെട്ടുകളും അടുക്കിവച്ചിട്ടുണ്ട്.

"ഇത്തരത്തിലുള്ള ഒരു മരത്തിന്റെ മൂല്യം എത്രയാണെന്ന് അറി
യാമോ? പന്ത്രണ്ട് പിസ്തോൾ!" അയാൾ പറഞ്ഞു.

"അവർ അതിന് എത്രയാണ് നല്കിയത്? വെറും അഞ്ച് ഫ്രാങ്ക്!"

ആ പ്രദേശങ്ങളിൽ പത്ത് ഫ്രാങ്കിനാണ് ഒരു പിസ്തോൾ എന്നു
പറയുന്നത് എന്ന് എനിക്ക് അറിയില്ലായിരുന്നു. വിശദമായി ചോദിക്കാൻ
പറ്റിയ സമയവുമായിരുന്നില്ല അത്. അടക്കിപ്പിടിച്ച ശബ്ദത്തിൽ ഗ്രാസിയ
പറഞ്ഞുകൊണ്ടിരുന്നു. ഞാൻ അയാളുടെ മുഖത്തേക്കു നോക്കാനായി
ഒന്നു തിരിഞ്ഞു. അയാൾ മുഖത്തുനിന്നും പുറം കൈകൊണ്ട് കണ്ണീർ

തുടയ്ക്കുകയായിരുന്നു. അതോ അതു വിയർപ്പുതുള്ളികളായിരുന്നുവോ."

"ക്രൂരന്മാർ!

കൈപ്പത്തി മുറുക്കിപ്പിടിച്ച് അയാൾ പറഞ്ഞു.

"അവന്മാരുടെ വാളും കോടാലിയും മരങ്ങളിൽ വീഴുന്ന ശബ്ദം കേൾക്കുമ്പോൾ എനിക്കു ഭ്രാന്തു പിടിക്കും, സർ. എന്റെ കഴുത്തിലേ ക്കാണ് കോടാലി പതിക്കുന്നതെന്ന് എനിക്കു തോന്നും. കൊലപാതകി കൾ! എന്നെ രക്ഷിക്കൂ എന്ന് ഞാൻ നിലവിളിച്ചുപോകും. കോടാലി അവ ന്മാരുടെ കഴുത്തിൽ പതിപ്പിക്കാൻ എനിക്കപ്പോൾ തോന്നും. ഇന്നലെ പാതി ദിവസവും ഞാൻ അടഞ്ഞമുറിക്കുള്ളിലായിരുന്നു. അവിടെയിരു ന്നാൽ കോടാലി ശബ്ദം ചെറുതായേ കേൾക്കൂ. മരങ്ങളിൽ വീഴുന്ന ശബ്ദം ആദ്യമൊക്കെ കസിമീറിനെ രസിപ്പിച്ചു. മരം വീഴാറാകുമ്പോൾ വടംവലിക്കാൻ അവർ അവനെക്കൂടി വിളിക്കും. എന്നാൽ മരങ്ങൾ മുറിച്ചു മുറിച്ച് വീടിന്റെ സമീപംവരെ എത്തിയപ്പോൾ അവനത് അത്ര രസകര മായി തോന്നിയില്ല. അയ്യോ... അത് മുറിക്കരുതേ... ഇതു മുറിക്കരുതേ എന്നൊക്കെ വിളിച്ച് ആ പാവം കുട്ടി കരയാൻ തുടങ്ങി. ആ മരത്തെപ്പ റ്റിയോ ഈ മരത്തെപ്പറ്റിയോ കരഞ്ഞിട്ടുകാര്യമില്ല അവർ എല്ലാം മുറി ക്കുമെന്ന് ഞാനവനോടു പറഞ്ഞു; ലാ ക്യാ ഫുഷ്ഷിൽ ഇനി താമസിക്കാ നാവില്ലെന്നും. അവൻ കുട്ടിയല്ലേ. അതൊന്നും ഇനിമേൽ അവന്റേതല്ലെന്ന് പറഞ്ഞത് അവന്റെ തലയിൽ കയറിയില്ല. ആ ചെറിയ തോട്ടമെങ്കിലും നിലനിർത്താനായെങ്കിലെന്നാണ് എന്റെ പ്രാർത്ഥന. അതിനുകഴിഞ്ഞാൽ അവനോടൊപ്പം ഞാനവിടെ സന്തോഷത്തോടെ കഴിയും. ആരാണ് അത് വാങ്ങാൻ പോകുന്നതെന്ന് ദൈവത്തിനു മാത്രമേ അറിയാവൂ. ഏതു തെമ്മാടിയാണോ ഞങ്ങൾക്കു പകരം അവിടെ വരാൻ പോകുന്നത്? നോക്കു സർ, ഞാൻ അത്ര വയസ്സനൊന്നുമല്ല. ഇതൊക്കെ കാണുന്നതിനു മുമ്പ് ജീവപര്യന്ത തടവുകാരനായ ഞാൻ മരിച്ചാൽ മതിയായിരുന്നു.

"ആരാണിപ്പോൾ മാളികയിൽ താമസിക്കുന്നത്?"

"എന്നോട് ചോദിക്കരുത്! ആ കുട്ടി ഞങ്ങൾക്കൊപ്പം അടുക്കളയി ലിരുന്ന് ഭക്ഷണം കഴിക്കും. അതെന്തുകൊണ്ടും നന്നായി. മദാം ഏരി യോളിന് ആ മുറിവിട്ടു പോകാനാവില്ല. ആ പാവം വൃദ്ധയ്ക്ക് അതൊരു അനുഗ്രഹമായി. അവർക്ക് ഡെൽഫീൻ പുറകിലെ പടിക്കെട്ടുവഴി ഭക്ഷണം എത്തിക്കും. അതുകൊണ്ട് പേരുപറയാൻ ഞങ്ങൾ ആഗ്രഹി ക്കാത്ത ചിലരെ കാണുന്നത് ഒഴിവാക്കാൻ കഴിയുന്നു. സംസാരിക്കാൻ കാത്തിരിക്കുന്ന അവരിൽ ചിലരുണ്ട്. എന്നാൽ ഞങ്ങൾ സംസാരിക്കില്ല.

"ഫർണിച്ചറുകളും ഉടനെ വിൽക്കുമോ?"

"അത് ആരംഭിക്കുമ്പോൾ നമുക്ക് പ്രഭിയെ തോട്ടത്തിലേക്ക് മാറ്റാം - അതും മാളികയ്ക്കൊപ്പം വിൽക്കാൻ വയ്ക്കും വരെ."

"പ്രഭിയുടെ മകൾ?

ഞാൻ മടിച്ചു മടിച്ചു ചോദിച്ചു. അവളുടെ പേരെടുത്തു വിളിക്കാൻ

എനിക്കു തോന്നിയില്ല." ഞങ്ങളുടെ അടുത്തൊന്നും ഇല്ലെങ്കിൽ അവൾ എങ്ങോട്ടേക്ക് പോകുന്നു എന്നു ഞാൻ അന്വേഷിക്കാറില്ല. ഇതെല്ലാം സംഭവിച്ചത് അവൾ ഒരുത്തി കാരണമാണ്."

അയാളുടെ ശബ്ദത്തിൽ ദേഷ്യവും അഗാധവേദനയും കലർന്നിരു ന്നതായി മനസ്സിലായി. അയാൾ വിറയ്ക്കുന്നുണ്ടായിരുന്നു. തീർച്ചയായും ഈ മനുഷ്യന് അവന്റെ യജമാനന്റെ അഭിമാനം കാക്കാൻ ഒരു കൊടും കുറ്റം ചെയ്യാൻ കഴിഞ്ഞേക്കും.

"അവൾ ഇപ്പോൾ മാളികയിലുണ്ടോ?"

"അവൾ ആ ഉദ്യാനത്തിൽ ഉലാത്തുകയാവും. ഇതൊന്നും അവളെ ബാധിച്ചതായി തോന്നുന്നില്ല. അവൾ മരങ്ങൾ മുറിച്ചിടുന്നതും കണ്ടു നടക്കുകയാണ്. ചില ദിവസങ്ങളിൽ അവൾ മരംവെട്ടുകാരോട് ശൃംഗരി ച്ചുനില്ക്കുന്നത് കാണാം. അവൾക്ക് നാണമെന്നൊന്ന് ഇല്ല. എന്നാൽ മഴസമയത്ത് അവൾ മുറിവിട്ട് പുറത്തേക്കിറങ്ങാറില്ല. അവിടെ, മുകളി ലത്തെ മുറിയുടെ മൂലയിൽ ഇരിക്കുന്നുണ്ടാവും. ജനലിനരികിൽ നിന്ന് ഉദ്യാനത്തിലേക്ക് നോക്കും. അവളുടെ പുരുഷൻ ഇപ്പോൾ ലിസിയു ക്സിൽ അല്ലായിരുന്നെങ്കിൽ ഞാൻ ഇപ്പോൾ ഇങ്ങനെ ഞാനായിരിക്കു മായിരുന്നില്ല. മി. ലക്കാദ് അവർ നല്ല മനുഷ്യരായിരുന്നു. എന്റെ പാവ പ്പെട്ട പഴയ യജമാനന്മാർ മടങ്ങിവരുന്നുവെന്നു സങ്കല്പിക്കുക! ഇതെല്ലാം കാണുമ്പോൾ അവർ വന്ന സ്ഥലത്തേക്കുതന്നെ മടങ്ങിപ്പോവും."

"കസിമീർ ഇപ്പോൾ എവിടെയുണ്ടാവും?"

"അവനും ഉദ്യാനത്തിലുണ്ടാവും. ഞാൻ പോയി അവനെ കൂട്ടിവ രണോ?"

"വേണ്ട. ഞാൻ അവനെ കണ്ടുപിടിച്ചോളാം. അപ്പോൾ നമുക്ക് വീണ്ടും കാണാം. ഞാൻ പോകുന്നതിനുമുമ്പ് തീർച്ചയായും നിങ്ങളെയും ഡെൽഫിനിനെയും വന്നുകാണും."

മരങ്ങൾക്ക് പുതുജീവൻ ലഭിക്കുന്ന ഈ മാസങ്ങളിൽ മരംവെട്ടു കാർ നടത്തിയ സർവനാശം എന്നെ കൂടുതൽ നൊമ്പരപ്പെടുത്തി. സുഖ ശീതളമായ ഇളംകാറ്റേറ്റ് പുത്തൻ ഇലകൾ വിരിഞ്ഞുവരുന്നേയുള്ളു. മുറിച്ചു മാറ്റപ്പെട്ട ശിഖരങ്ങളിൽ പുതുമുകുളങ്ങൾ കാണപ്പെട്ടു. മുറിവുക ളിൽ നിന്നും കണ്ണീർ പോലെ കറ ഊറിനിന്നു. ആ തോട്ടത്തിലൂടെ മെല്ലെ നടന്നുപോകുമ്പോൾ തോന്നിയ നൊമ്പരം എന്റെ അന്തരാത്മാവിലുണ്ടായ വേദനയെക്കാൾ ചെറുതായിരുന്നു. മരിച്ചുകൊണ്ടിരിക്കുന്ന മരങ്ങളുടെ നിശ്വാസവും ഭൂമിയുടെ തേങ്ങലും തലയ്ക്കുപിടിച്ചു. ഈ മൃതദേഹങ്ങളും ജീവൻ വച്ചുവരുന്ന വസന്തകാലവും തമ്മിലെ വൈരുദ്ധ്യം എനിക്ക് ഗ്രഹി ക്കാനായില്ല. കൂടുതൽ പ്രകാശം കടന്നുവന്നതിനാൽ മരണത്തെയും ജീവി തത്തെയും ഒരുപോലെ സ്വർണപ്രഭയിലാക്കി. എന്നാൽ അകലെനിന്നും കേൾക്കാൻ കഴിഞ്ഞ കാറ്റിന്റെ വിഷാദഗീതവും ശ്മശാന മൂകതയും എന്റെ ഹൃദയത്തെ രഹസ്യമായി മിടിപ്പിച്ചുകൊണ്ടിരുന്നു. ഞാൻ ഒപ്പം

കൊണ്ടുവന്ന പഴയ പ്രണയലേഖനം നെഞ്ചോടു ചേർത്തു പിടിക്കുമ്പോ ഴാക്കെയും പൊള്ളുന്നതായി അനുഭവപ്പെട്ടു. എന്തുതന്നെയായാലും ആ കത്ത് ഞാൻ ഉപയോഗിക്കുകയയില്ലെന്ന് ഉറപ്പിച്ചിരുന്നു. ഇന്ന് എനിക്ക് ഒന്നും തടസ്സമാവില്ല. ഞാൻ എന്നോടുതന്നെ പുഞ്ചിരിക്കുകയായിരുന്നു. ഇസബെല്ലയെപ്പറ്റിയുള്ള ഓർമ്മ കടന്നുവരുമ്പോൾ ഞാനറിയാതെ എന്റെ ചുവടുകൾക്ക് വേഗം കൂടി. എന്റെ മനസ്സ് എവിടെയോ ഒളിച്ച് എന്നെ മുന്നോട്ടു കൊണ്ടുപോകുന്ന ശക്തിയായി വർത്തിച്ചു. എന്തു വിചിത്രമാ ണിത്, കൺമുന്നിൽ കാണുന്ന കൊടുംക്രൂരതകൾ പ്രകൃതിയുടെ സൗഹൃ ദത്തെ വർദ്ധിപ്പിക്കുന്നതായി അനുഭവപ്പെടുന്നു. എന്തു വിചിത്രമാണിത്! പാതിരിയുടെ ഏഷണികൾ ഇസബെല്ലയിൽ നിന്നും എന്നെ അകറ്റാൻ ഒട്ടും പര്യാപ്തമാക്കിയില്ല. മാത്രമല്ല, അവളെപ്പറ്റി കേട്ടതെല്ലാം എന്റെ ആഗ്രഹത്തെ വർദ്ധിപ്പിക്കുക മാത്രമാണ് ചെയ്തത്. ബീഭത്സമായ ഓർമ്മ കൾ പേറുന്നവർക്കൊപ്പം ഞാനവളെ എന്തിനു പ്രതിഷ്ഠിച്ചു? ലാ ക്യാ ഫ്രൈഷ് വില്ക്കുന്നതു വഴി അവൾക്കൊന്നും ശേഷിക്കാതെയാകും. എന്തു കൊണ്ടവൾ ഇതിൽ നിന്നെല്ലാം ഓടി അകലുന്നില്ല? എന്റെ കുതിരവ ണ്ടിയിൽ അവളെ ഒപ്പമിരുത്തി ഓടിച്ചു പോകുന്നതായി ഞാൻ സങ്കല്പി ച്ചു. ഞാൻ വേഗത്തിൽ നടക്കുകയായിരുന്നു; അല്ല ഓടുക തന്നെയായി രുന്നു. പെട്ടെന്ന് ഞാൻ അല്പം അകലെയായി അവളെ കണ്ടു. അത് അവൾ തന്നെ. ദുഃഖാചരണ സൂചകമായ വസ്ത്രമാണ് അവൾ ധരിച്ചിരു ന്നത്. എന്നാൽ തല മൂടിയിരുന്നില്ല. വഴിക്കു കുറുകെ അടച്ചിടപ്പെട്ട വൃക്ഷ ത്തിന്റെ തടികളിലൊന്നിലാണ് അവൾ ഇരുന്നിരുന്നത്. എന്റെ ഹൃദയം അമിതമായി മിടിച്ചിരുന്നതിനാൽ ഒരു നിമിഷനേരത്തേക്ക് ഞാനൊന്നു നിന്നു. എന്നിട്ടു അവൾക്കരികിലേക്ക് മെല്ലെ നടന്നു ചെന്നു. മാന്യമായ ഒരു മനുഷ്യൻ നിർമമതയോടെ തന്റെ സായാഹ്ന സവാരിക്കിറങ്ങും പോലെ.

"ക്ഷമിച്ചാലും മദാം... ഇതാണോ ലാ ക്യാ ഫ്രൈഷ് എന്നു പറയാമോ?"

ഏതാനും തടിക്ഷണങ്ങൾക്കു പുറമെ അവളുടെ സമീപത്ത് ചെറി യൊരു കൂടയുണ്ടായിരുന്നു. അതുനിറയെ നൂൽപ്പന്തുകൾ, തയ്യൽ സാമ ഗ്രികൾ, കുറച്ച് ക്രേപ്പ് തുണിത്തുണ്ടുകൾ എന്നിവ കിടന്നിരുന്നു. വൃത്തി രഹിതമായ ഒരു രോമത്തൊപ്പിയിൽ തുണിക്കഷങ്ങൾ തുന്നിച്ചേർക്കുകയാ യിരുന്നു അവൾ. തൊപ്പിയിൽനിന്നും ഇളക്കിയിട്ട പച്ച റിബൺ തറയിൽ കിടക്കുന്നു. അവൾ കറുത്തനിറത്തിലുള്ള ചെറിയൊരു കൈയില്ലാക്കു പ്പായം ധരിച്ചിരുന്നു. അവൾ തലപൊക്കിയപ്പോൾ കഴുത്തിൽ അതിന്റെ കൊളുത്തു കാണപ്പെട്ടു. അവൾ തീർച്ചയായും ദൂരെ വച്ചുതന്നെ എന്നെ കണ്ടിട്ടുണ്ട്. എന്നിട്ടും എന്റെ ശബ്ദം കേട്ട് അതിശയിച്ചതായി തോന്നി യില്ല.

"നിങ്ങൾ ഈ സ്ഥലം വാങ്ങാൻ വന്നയാളാണോ?"
അവൾ ചോദിച്ചു.

അവളുടെ ശബ്ദം തിരിച്ചറിഞ്ഞപ്പോൾ എന്റെ ഹൃദയമിടിപ്പ് വർദ്ധി ക്കാൻ തുടങ്ങി. മറച്ചുപിടിക്കാത്തപ്പോൾ അവളുടെ പുരികങ്ങൾ എത്ര മനോഹരമാണ്!

"വെറുതെ ഒന്നു നോക്കാനിറങ്ങിയതാണ്. ഉദ്യാനകവാടം തുറന്നു കിടന്നു. മാത്രമല്ല അകത്ത് ആളുള്ളതായും തോന്നി. അകത്തേക്ക് വന്നത് അവിവേകമായിപ്പോയയോ?"

"വരാൻ താല്പര്യമുള്ളവർക്കെല്ലാം ഇപ്പോൾ ഇവിടെ വരാം. അവൾ ദീർഘമായൊന്നു നിശ്വസിച്ചു.

ഞങ്ങൾക്കു തമ്മിൽ മറ്റൊന്നും പറയുവാനില്ല എന്നപോലെ അവൾ ചെയ്തുകൊണ്ടിരുന്ന ജോലി തുടർന്നു.

സംസാരം എങ്ങനെ മുന്നോട്ടുനീക്കും എന്നറിയാതെ ഞാൻ കുഴങ്ങി. ഇത്തരമൊരു സാഹചര്യം ഇനി വന്നുചേരണമെന്നില്ല. വളരെ നിർണ്ണാ യകമായ നിമിഷങ്ങൾ. എന്നിട്ടും എല്ലാം തുറന്നു പറയാനുള്ള സാഹ ചര്യം വന്നണഞ്ഞില്ല എന്നൊരു തോന്നൽ. കാര്യങ്ങളെല്ലാം സൂക്ഷിച്ചു വേണം നീക്കാൻ. എന്റെ ഹൃദയവും തലയും പ്രതീക്ഷകളും ഇനിയും രൂപീകരിച്ചിട്ടില്ലാത്ത ചോദ്യങ്ങളും കൊണ്ടു നിറഞ്ഞു. തറയിൽ വീണു കിടന്നിരുന്ന ചെറിയ തടിക്കഷണങ്ങൾ കൈയിലിരുന്ന വടികൊണ്ട് ഞാൻ നീക്കിക്കൊണ്ടിരുന്നു. അത്രമാത്രം ചമ്മിയും വിലക്ഷണമായും മര്യാദ കെട്ടുമായിരുന്നു എന്റെ നില. അവസാനം അവൾ തലയുയർത്തി എന്നെ തുറിച്ചുനോക്കി. അവൾ പൊട്ടിച്ചിരിക്കുവാൻ പോകുകയാണോയെന്ന് പോലും എനിക്കു തോന്നി. കാരണം അക്കാലത്ത് ഞാൻ കട്ടികുറഞ്ഞ ഒരു തൊപ്പിയാണ് ധരിച്ചിരുന്നത്. നീണ്ട തലമുടി കാരണം പ്രത്യേകിച്ചു തൊഴിലൊന്നുമില്ലാത്ത ഒരുവനെപ്പോലെ തോന്നുമായിരുന്നു എന്നെ കണ്ടാൽ.

അവൾ ആകെ ചോദിച്ചത് ഇത്രമാത്രം.

"നിങ്ങൾ ഒരു കവിയാണോ?"

"നിർഭാഗ്യവശാൽ അല്ല"

ചിരിച്ചുകൊണ്ട് പറഞ്ഞു.

"എന്നാൽ അതിനർത്ഥം കവിത ഇഷ്ടമല്ലെന്നല്ല."

അവളുടെ കണ്ണുകളിലേക്ക് നോക്കാൻ എനിക്കു ധൈര്യമുണ്ടായി ല്ലെങ്കിലും അവളുടെ കണ്ണുകൾ എന്റെ കണ്ണുകളിൽ ഊന്നുന്നതായി എനിക്ക് അനുഭവപ്പെട്ടു. ആത്മവഞ്ചനാപരമായ നില അരോചകമായി തോന്നിയതിനാൽ അത് ആവർത്തിക്കാതിരിക്കാൻ ഞാൻ ശ്രദ്ധിച്ചു.

"ഈ തോട്ടം എത്ര മനോഹരമാണ്."

അവൾ സംസാരിക്കാൻ താല്പര്യം കാട്ടിയില്ല. ചിലപ്പോൾ അവളും തന്നെപ്പോലെ ചമ്മലിൽ ആയിരിക്കണം. സംസാരം എങ്ങനെ മുന്നോട്ടു കൊണ്ടുപോകണം എന്ന് അറിയാതെ പതുങ്ങുകയാവും.

പെട്ടെന്നവൾ പറഞ്ഞത് ഈ വർഷം തണുപ്പു കൂടുതലായിരുന്നതി

നാൽ ശീതകാല നിദ്രവിട്ട് അവ ഉണർന്നിട്ടില്ലെന്നും ശരത്കാലത്ത് ഇത് എങ്ങനെയായിരുന്നുവെന്ന് ഊഹിക്കാനാവില്ല എന്നുമാണ്.

"ചുരുങ്ങിയത് മുമ്പ് എങ്ങനെയായിരുന്നുവെന്ന്."

അവൾ വേഗത്തിൽ തിരുത്തി.

"മരം വെട്ടുകാരുടെ പണി പൂർത്തിയാവുമ്പോൾ എന്താണു ബാക്കി യുണ്ടാവുക എന്ന് ആർക്കറിയാം."

"അവരെ തടയാനാവില്ലേ?"

"തടയാനോ"

അവൾ ചുമൽ കുലുക്കിക്കൊണ്ട് പരിഹാസത്തോടെ ആവർത്തിച്ചു.

അവളുടെ ദാരിദ്ര്യത്തിന്റെ പ്രതീകമായി ആ വൃത്തിഹീനമായ തൊപ്പി എന്നെ കാണിക്കുകയാണോയെന്നു ഞാൻ സംശയിച്ചു. എന്നാൽ അവൾ ആ തൊപ്പി തലയിൽ ചൂടി. അവൾ തന്റെ നെറ്റിത്തടം ദൃശ്യമാ കുന്നവിധത്തിൽ അല്പം പിന്നോട്ടു ചരിച്ചാണ് തൊപ്പി വച്ചത്. പോകാൻ തയ്യാറാകുകയാണെന്നു തോന്നുംവിധം അവൾ ക്രേപ്പ് തുണിത്തുണ്ടു കൾ പെറുക്കിയെടുത്തു. ഞാൻ കുനിഞ്ഞ് അവളുടെ പാദത്തിനരി കിൽനിന്നും പച്ച റിബൺ എടുത്തുനല്കി.

"അതിനി എന്തിന്?"

അതു കൈപ്പറ്റാതെ അവൾ പറഞ്ഞു.

"നിങ്ങൾക്കറിയില്ലേ ഞാൻ ദുഃഖാചരണത്തിലാണെന്ന്."

ഫ്ലേഷ് ദമ്പതികളുടെയും പ്രഭുവിന്റെയും മരണം അറിഞ്ഞപ്പോൾ അതിയായ ദുഃഖം തോന്നിയ കാര്യം ഞാൻ പറഞ്ഞപ്പോൾ അവളുടെ കുടുംബത്തെ എനിക്കറിയാമെന്നതിൽ അവൾ അത്ഭുതപ്പെട്ടു. കഴിഞ്ഞ വർഷം ഒക്ടോബർ മാസത്തിൽ പത്തുദിവസം ഞാനവിടെ താമസിച്ചി രുന്ന കാര്യം ഞാനവളോടു പറഞ്ഞു.

"പിന്നെന്തിനാണ് താങ്കൾ എവിടെയാണ് നില്ക്കുന്നതെന്ന് അറി യാത്തപോലെ നടിച്ചത്?"

അവൾ വെട്ടിത്തുറന്നു ചോദിച്ചു.

"നിങ്ങളോടു സംസാരിക്കാനുള്ള ഒരുപായം കണ്ടെത്താൻ."

എല്ലാം തുറന്നു പറയാതെതന്നെ എത്രമാത്രം ആകാംക്ഷയോടെ യാണു ഞാൻ അവളെ കാണാമെന്ന പ്രതീക്ഷയിൽ ലാ ക്യാ ഫുഷിൽ ദിവസങ്ങൾ തള്ളിനീക്കിയതും ഒടുവിൽ (രഹസ്യമായി അവരെ നിരീ ക്ഷിച്ച കാര്യം ഞാൻ പറഞ്ഞില്ല) അവളെ കാണാനാകാതെ പാരീ സിലേക്കു മടങ്ങിയതും. അവളോടു പറഞ്ഞു.

"എന്നെപ്പറ്റി അറിയാനുള്ള ആഗ്രഹം എങ്ങനെയുണ്ടായി?"

അപ്പോൾ അവൾ ഉടനെ പോകാൻ പോകുന്നില്ല!

വലിയെരു തടി വലിച്ചുനീക്കിയിട്ട് അവൾക്ക് അഭിമുഖമായി ഇരുന്നു. അവളെക്കാൾ താണസ്ഥലത്താണ് ഞാനിരുന്നത്. അതിനാൽ

അവളുടെ മുഖം കാണാൻ തല ഉയർത്തി നോക്കണം. അവളപ്പോൾ കുട്ടി
കളെപ്പോലെ അവളുടെ ക്രേപ്പ് തുണി ചുറ്റാൻ തുടങ്ങി. എനിക്കവളുടെ
കണ്ണുകാണാനായില്ല.

ഞാൻ ആ ചെറിയ ഛായാചിത്രത്തെപ്പറ്റി പറഞ്ഞു.

ഞാൻ പ്രണയത്തിലായ ആ ചിത്രത്തിന് എന്തു സംഭവിച്ചുവെന്ന്
ഞാനവളോട് ചോദിച്ചു.

എന്നാൽ അവൾക്കു പറയാനായില്ല.

"ആ അടപ്പ് ഇളക്കിനോക്കിയാൽ അതുകിട്ടുമെന്ന് തോന്നുന്നു.
മറ്റുള്ള വസ്തുക്കൾക്കൊപ്പം അതും ലേലത്തിനുവയ്ക്കും." വിചിത്രമായി
ചിരിച്ചുകൊണ്ട് അവൾ പറഞ്ഞപ്പോൾ അത് കേൾക്കുന്നത് വേദനാജന
കമായി.

"ഇപ്പോഴും അതിനോടു കൗതുകമുണ്ടെങ്കിൽ ഏതാനും പെൻസ്
ചെലവിട്ടാൽ നിങ്ങൾക്കതു കിട്ടും."

അവൾ എന്നെ കാര്യമായി എടുക്കാത്തതിൽ വിഷമം തോന്നി. ആയ
തിനാൽ ഞാൻ പ്രതിഷേധിച്ചു. അവളുടെ ഭാവപ്രകടനം മാത്രമാണ് പെട്ടെ
ന്നുണ്ടായത്, എന്നാൽ അവളുടെ ഈ വികാരങ്ങൾ വളരെക്കാലമായി
എന്നെ അലട്ടിക്കൊണ്ടിരുന്നതാണ്. അവൾ നിസ്സംഗയായിത്തന്നെ
ഇരുന്നു. എന്നാൽ പെട്ടെന്ന് എന്നോട് കൂടുതലൊന്നും പറയേണ്ടതില്ല
എന്നവൾ തീരുമാനിച്ചപോലെ എനിക്കു തോന്നി. സമയം കടന്നുപോയി.
എന്നാൽ അവളെ പ്രതിരോധത്തിലാക്കാൻ പറ്റിയ ചിലത് എന്റെ കൈയി
ലിരുന്ന് വിറയ്ക്കുന്നുണ്ട്. അവളെയൊന്നു സംസാരിപ്പിക്കാനായി എന്റെ
കുടുംബത്തിന് ഗോൺഫ്രെവീൽ കുടുംബവുമായുള്ള ബന്ധത്തെപ്പറ്റി
ഒരു കഥ മെനഞ്ഞെടുത്തു. എന്നാൽ ആ കള്ളക്കഥയിൽ ആ കത്തിനെ
എങ്ങനെ ബന്ധിപ്പിക്കും. കൂടുതൽ ആലോചിക്കാൻ നില്‍ക്കെ കത്തെ
ടുത്ത് അവൾക്കു നേരെനീട്ടി. എന്നാൽ ആ കത്ത് എന്റെ കൈയിൽനിന്നും
താഴെ വീണു.

"അയ്യോ... അതു കീറിക്കളയയല്ലേ.... ഇങ്ങു തരൂ."

അവൾ മൃതദേഹം പോലെ വിളറി വെളുത്തു. തുറന്നു വായിക്കാതെ
അല്പനേരം കാൽമുട്ടിൽത്തന്നെ വച്ചു. അതിലേക്ക് തുറിച്ചുനോക്കിയും
പുരികങ്ങൾ വിറപ്പിച്ചുകൊണ്ടും അവളിങ്ങനെ പിറുപിറുത്തു.

"ഞാനിതു മറന്നു.... എങ്ങനെയാണു ഞാനിതു മറന്നുപോയത്?"

"ഈ കത്ത് അയാൾക്കു കിട്ടിയിരിക്കും എന്നു നിങ്ങൾ കരുതിയിട്ടു
ണ്ടാവും..."

ഞാൻ പറയുന്നത് അവൾ ശ്രദ്ധിക്കുന്നുണ്ടായിരുന്നില്ല.

ആ കത്ത് തിരികെയെടുക്കാനായി ഞാനൊരു നീക്കം നടത്തി.
എന്നാൽ അവളതു തെറ്റിദ്ധരിച്ചു.

എന്റെ കൈ തട്ടിമാറ്റിക്കൊണ്ട് അവൾ പറഞ്ഞു.

"മാറിപ്പോകൂ."

അവൾ എഴുന്നേറ്റ് പോകാൻ നോക്കി. എന്റെ കാൽമുട്ടുകളാൽ തട ഞ്ഞുകൊണ്ട് ഞാൻ പറഞ്ഞു:

"പേടിക്കരുത്.... നിങ്ങൾക്ക് ഒരു ദ്രോഹവും ഞാൻ ചെയ്യില്ല."

അവൾ വീണ്ടും ഇരുന്നു. അതോ കുഴഞ്ഞു വീണോ?

കാലം അവളുടെ രഹസ്യങ്ങൾ സൂക്ഷിക്കാൻ കണ്ടെത്തിയതിന്റെ പേരിൽ എന്നോട് ദേഷ്യം തോന്നരുതെന്ന് ഞാനവളോടു യാചിച്ചു. ആ വിശ്വാസത്തെ ഞാനൊരിക്കലും വഞ്ചിക്കുകയില്ലെന്ന് ഉറപ്പുനല്കി. അവൾ എന്നോടു പറഞ്ഞതിൽ കൂടുതലൊന്നും അറിയാത്ത ഒരു യഥാർത്ഥ സുഹൃത്തായി കണക്കാക്കി അവൾ എന്നോട് സംസാരി ക്കുമോ?

ഇതു പറയുമ്പോൾ എന്റെ കണ്ണുകളിൽ നിന്നു ഒലിച്ചിറങ്ങിയ കണ്ണീർ എന്റെ വാക്കുകളെക്കാൾ കൂടുതൽ ഫലം ചെയ്തിട്ടുണ്ടാവണം.

"ഏതു ദുർവിധിയാണ് ആ കത്ത് നിങ്ങളുടെ കാമുകന്റെ കൈക ളിൽ എത്തിക്കുന്നതിനു തടസ്സമായത്? നിങ്ങൾക്ക് നഷ്ടമായതിനെപ്പറ്റി നിങ്ങൾ എങ്ങനെയാണ് മനസ്സിലാക്കിയത്. അയാൾക്കൊപ്പം ഓടിപ്പോ കാനായി ആ രാത്രിയിൽ കാത്തിരിക്കുമ്പോൾ എന്തായിരുന്നു നിങ്ങൾ ചിന്തിച്ചത്? അയാൾ വരികയില്ലെന്നറിഞ്ഞപ്പോൾ നിങ്ങൾ എന്താണു ചെയ്തത്?"

"നിങ്ങൾക്കെല്ലാം അറിയാമെന്നതിനാൽ ഇതുകൂടി അറിയുക."

ഹൃദയം പൊട്ടിയതുപോലുള്ള വാക്കുകളിൽ അവൾ പറഞ്ഞു. "ഗ്രാസിയയെ ഞാൻ മുൻകൂട്ടി അറിയിച്ചിരുന്നതിനാൽ അദ്ദേഹത്തെ കാത്തിരിക്കുന്ന കാര്യമേ ഉണ്ടായിട്ടില്ല."

മിന്നൽ വെട്ടത്തിലെന്നപോലെ എന്റെ സഹജാവബോധത്തിൽ ആ ഭയാനകമായ സത്യം വെളിപ്പെടുകയും പിന്നീടവൾ പറഞ്ഞ വാക്കുകൾ കേൾക്കുകയും ചെയ്തപ്പോൾ എന്റെയുള്ളിൽ നിന്നും വലിയൊരു നില വിളി പുറത്തേക്കു വന്നു.

"എന്ത്? നിങ്ങളാണോ അദ്ദേഹത്തെ കൊന്നത്?"

ആ കത്തും കൈയിലിരുന്ന തയ്യൽ സാമഗ്രികളും താഴേക്കിട്ട് കൈക ളാൽ മുഖം പൊത്തിപ്പിടിച്ച് നിസ്സഹായയായി അവൾ തേങ്ങാൻ തുടങ്ങി. ഞാനല്പം മുന്നോട്ടാഞ്ഞ് അവളുടെ കൈകൾ കവർന്ന് ആശ്വസിപ്പി ക്കാൻ നോക്കി.

"വേണ്ട. നിങ്ങൾ ക്രൂരനാണ്."

പെട്ടെന്നുള്ള എന്റെ ആശ്ചര്യപ്രകടനം അവളുടെ ആത്മവിശ്വാസം ചോർത്തിക്കളഞ്ഞതിനാലാവാം അവൾ കാഠിന്യത്തോടെ പ്രതികരിച്ചത്. ഞാനപ്പോഴും അവൾക്കു മുന്നിൽത്തന്നെയായിരുന്നു ഇരുന്നിരുന്നത്. അവൾ അവളുടെ ഭാഗം പൂർണ്ണമായും വിശദീകരിച്ചിട്ടല്ലാതെ അവിടെ നിന്നും എഴുന്നേല്ക്കേണ്ടതില്ല എന്നു ഞാൻ തീരുമാനിച്ചു. ഒടുവിൽ അവ

ളുടെ തേങ്ങൽ അവസാനിച്ചു. ഞാൻ മെല്ലെ പ്രോത്സാഹിപ്പിച്ചതിനാ
ലാവാം അവൾ ഏറെക്കാര്യങ്ങൾ എന്നോടു പറഞ്ഞു. സ്വാഭാവികമായും
മറ്റുകാര്യങ്ങളും അവൾക്ക് വെളിപ്പെടുത്തേണ്ടിവന്നു. ആത്മാർത്ഥമായ
അവളുടെ തുറന്നുപറച്ചിൽ അവളെപ്പറ്റി മോശമായി ചിന്തിക്കാൻ ഇടവ
രുത്തിയില്ല. അവൾ സംസാരിക്കാൻ മടിക്കുന്നതിനെക്കാൾ വലുതായി
മറ്റൊന്നും എന്നെ ദുഃഖിപ്പിക്കുകയില്ല. കൈകൾ കാൽമുട്ടിൽ പിണച്ചും
കൂട്ടിപ്പിടിച്ച കൈപ്പത്തിയാൽ മുഖം മറച്ചും അവൾ എന്നോട് വെളിപ്പെടു
ത്തിയത് ഇപ്രകാരമാണ്:

ഒളിച്ചോടാൻ തീരുമാനിച്ചതിന്റെ തലേന്നാളത്തെ കാത്തിരിപ്പിന്റെ
മധുരതരമായ വികാര വിക്ഷോഭത്തിലാണ് അവൾ ആ കത്ത് എഴുതിയ
ത്. അടുത്ത ദിവസം പുലർച്ചയ്ക്ക് അവൾ ആ കത്ത് സത്രത്തിലെ രഹസ്യ
സ്ഥലത്ത് കൊണ്ടുവച്ചു. ബ്ലെയ്സ് ദെ ഗുഫ്രിവീലിനും ആ സ്ഥലം അറി
യാമെന്നതിനാൽ അദ്ദേഹം അത് എടുത്തിട്ടുണ്ടാവുമെന്ന് അവൾ കരുതി.
എന്നാൽ മാളികയിലേക്കു മടങ്ങിയെത്തിയശേഷം എന്നെന്നേക്കുമായി
ഞാൻ ഉപേക്ഷിച്ചുപോകുവാൻ പോകുന്ന മുറിയിലേക്ക് കയറിയപ്പോൾ
പറഞ്ഞറിയിക്കാനാകാത്തതും ഭയാനകമായതുമായ ഒരു ആശങ്ക – അവൾ
അങ്ങേയറ്റം ആഗ്രഹിച്ച അജ്ഞാത സ്വാതന്ത്ര്യത്തെപ്പറ്റിയുള്ള ആശങ്ക,
അവൾ അപ്പോഴും കൊതിച്ചുകൊണ്ടിരുന്ന കാമുകനെപ്പറ്റിയുള്ള ആശങ്ക,
അവളെപ്പറ്റിത്തന്നെയുള്ള ആശങ്ക ഇതുവരെ അവൾ ചെയ്തിട്ടില്ലാത്ത
കാര്യത്തെപ്പറ്റിയുള്ള ആശങ്ക – അവളെ കീഴ്പ്പെടുത്തിക്കഴിഞ്ഞിരുന്നു.
അതെ, അവൾ തീരുമാനിച്ചിരുന്നു. അതെ, അവൾ മനസ്സാക്ഷിക്കുത്ത്
അടക്കിവച്ചിരുന്നു. നാണക്കേടിനെ ഒളിച്ചു പിടിച്ചിരുന്നു. എന്നാൽ ഇപ്പോ
ഴിതാ ഒന്നും അവളെ പിന്നോട്ടു വലിക്കുന്നില്ല. ഓടിപ്പോകാനായി ഇതാ
വാതിൽ മലർക്കെ തുറന്നുകിടക്കുന്നു. പെട്ടെന്ന് അവളുടെ ഹൃദയം
അവളെ തോല്പിച്ചു. ഒളിച്ചോടിപ്പോകലിനെ അവൾ വെറുത്തു, അസ
ഹനീയമാക്കി. അവൾ വേഗത്തിൽ ഗ്രാസിയയുടെ അടുക്കലേക്ക് ചെന്ന്
ഗുഫ്രിവീലിനൊപ്പം ഒളിച്ചോടാനുള്ള പദ്ധതി വെളിപ്പെടുത്തി. സത്ര പരി
സരത്ത് വൈകുന്നേരത്തോടെ എത്തുന്ന അദ്ദേഹത്തെ കാണാമെന്നും
അവിടന്ന് മുന്നോട്ടു നീക്കുന്നതിൽനിന്നും അദ്ദേഹത്തെ തടയണമെന്നും
പറഞ്ഞു.

ഈ ഭ്രാന്തൻ തീരുമാനത്തിനുപകരം സത്രത്തിലെ രഹസ്യസ്ഥല
ത്തെത്തി ആദ്യമെഴുതിയ കത്തിനുപകരം മറ്റൊന്നെഴുതിവച്ച് കാമുകനെ
പിന്തിരിപ്പിച്ചുകൂടായിരുന്നോയെന്ന് ഞാനവളോടു ചോദിച്ചു. എന്നാൽ
പിന്നീടുള്ള എല്ലാ ചോദ്യങ്ങളിൽനിന്നും അവൾ കണ്ണീരോടെ ഒഴിഞ്ഞു
മാറി, എനിക്കതു മനസ്സിലാകില്ല എന്നുമാത്രം ആവർത്തിച്ചുകൊണ്ടിരുന്നു.
ഇതിലും മെച്ചമായി ഇക്കാര്യം വിശദീകരിക്കാൻ കഴിയുകയില്ലെന്നും
അവൾ പറഞ്ഞു. കാമുകന്റെ പിന്നാലെ ചെന്ന് അവനെ പിന്തിരിപ്പിക്കുന്ന
കാര്യവും അവൾ ആലോചിച്ചിരുന്നു.

എന്നാൽ കടുത്ത ഭയം കാരണം സത്രത്തിലേക്ക് ഒറ്റയ്ക്കു മടങ്ങി പ്പോകുന്ന കാര്യം ആലോചിക്കാനെ കഴിയുമായിരുന്നില്ല. മാത്രമല്ല അവ ളുടെ മാതാപിതാക്കൾ പകൽ മുഴുവനും അവളെ നിരീക്ഷിക്കുകയുമാ യിരിക്കും. അതുകൊണ്ടാണവൾ ആ ദൗത്യത്തിന് ഗ്രാസിയെ ചുമതല പ്പെടുത്തിയത്.

"എന്റെ വാക്കുകൾ ഇത്രയധികം ഗൗരവത്തോടെ അയാൾ എടു ക്കുമെന്ന് ഞാനെങ്ങനെ ചിന്തിക്കാനാണ്.... ഞാൻ കരുതി ഗ്രാസിയ അദ്ദേ ഹത്തെ പിന്തിരിപ്പിക്കുക മാത്രമേ ചെയ്യൂ എന്നായിരുന്നു. ഒരു മണിക്കൂർ കഴിഞ്ഞപ്പോൾ ഗേറ്റിനരികിൽ വെടിയൊച്ച കേട്ടു. ഒരിക്കലും ഞാനാഗ്ര ഹിക്കാത്ത ആ ചിന്തയിലേക്കു കടക്കാൻ എന്റെ മനസ്സ് എന്നെ അനുവ ദിച്ചില്ല. മറിച്ച് ഗ്രാസിയയോട് എല്ലാം പറഞ്ഞ് ഏല്പിച്ചിരുന്നതുകാരണം ഒരുതരം സന്തോഷത്തിലായിരുന്നു ഞാൻ. എന്നാൽ രാത്രി വന്നണഞ്ഞ പ്പോൾ, ഞങ്ങൾക്ക് ഓടിപ്പോകാനുള്ള സമയം എത്തിക്കഴിഞ്ഞപ്പോൾ, എന്നെത്തന്നെ വിസ്മയിപ്പിച്ചുകൊണ്ട് മനസ്സ് വീണ്ടും പ്രതീക്ഷാനിർഭര മായി. എന്റെ നിരാശയ്ക്കൊപ്പം ഒരുതരം ആത്മവിശ്വാസം എന്നിൽനിറ ഞ്ഞു. അത് അസ്ഥാനത്തായിരുന്നുവെന്ന് എനിക്കപ്പോൾ അറിയുമായി രുന്നില്ലല്ലോ. ഭീരുത്വവും ഒരു നിമിഷനേരത്തുണ്ടായ ദൗർബല്യവും നിമിത്തം ദീർഘകാലമായി ഞാൻ കണ്ട സ്വപ്നം ഒറ്റയടിക്കു പൊലി ഞ്ഞുപോയി.

അപ്പോഴും ഞാൻ ഉണർന്നിരുന്നില്ല. അതെ, സ്വപ്നത്തിലെന്ന പോലെയാണ് ഞാൻ ഉദ്യാനത്തിലേക്ക് ഇറങ്ങിച്ചെന്നത്. ഓരോ ശബ്ദ ത്തിലും ഓരോ നിഴലിലും കാതും കണ്ണും പതിപ്പിച്ച് ഞാൻ കാത്തിരുന്നു. ഞാൻ വീണ്ടും വീണ്ടും കാത്തിരുന്നു.

അവൾ വീണ്ടും തേങ്ങാൻ തുടങ്ങി:

"ഞാൻ ഒന്നിനെയും കാത്തിരിക്കുകയായിരുന്നില്ല. എന്നോടുണ്ടായ സഹതാപത്തിൽ ഞാൻ എന്നെത്തന്നെ വഞ്ചിക്കാൻ നോക്കി. ആരെയോ കാത്തിരിക്കുന്ന ആരെയോ പ്രതീക്ഷിക്കുന്ന ഒരുവളെപ്പോലെ ഞാൻ അഭി നയിക്കാൻ തുടങ്ങി. വരാന്തകളുടെ ഏറ്റവും താഴെയുള്ള പടിക്കെട്ടിൽ പുൽത്തകിടിയിലേക്ക് കാലുകൾവച്ച് ഞാൻ ഇരുന്നു. എന്തിനെയെങ്കിലും പറ്റി ആലോചിച്ച് വാർക്കുവാനായി എന്നിൽ കണ്ണുനീരുണ്ടായിരുന്നില്ല. ഞാനാരെന്നോ എവിടെയാണെന്നോ എന്തുചെയ്യാൻ പോവുകയാ ണെന്നോ എനിക്കറിയില്ലായിരുന്നു. പുൽക്കൊടിമേൽ പ്രയോഗിച്ചിരുന്ന ചന്ദ്രൻ അപ്രത്യക്ഷമായി. അപ്പോഴേക്കും തണുത്തുറഞ്ഞ ഭയാനകത എന്നെ പൊതിഞ്ഞു. അതെന്നെ മരണത്തിലേക്ക് മരവിപ്പിക്കട്ടെയെന്നു ഞാൻ കൊതിച്ചു. ഞാൻ കടുത്ത രോഗബാധിതയാവുകയും എന്നെ പരി ശോധിച്ച ഡോക്ടർ എന്റെ മമ്മയെ വിളിച്ച് ഞാൻ ഗർഭിണിയാണെന്ന കാര്യം അറിയിക്കുകയും ചെയ്തു."

ഒരുനിമിഷം അവൾ നിശ്ശബ്ദയായി.

"അറിയേണ്ടതെല്ലാം ഇപ്പോൾ താങ്കൾ അറിഞ്ഞു കഴിഞ്ഞു. കഥ ഇനിയും ഞാൻ തുടർന്നാൽ ആ കഥ വേറൊരു സ്ത്രീയുടെതാകും. നിങ്ങൾക്കപ്പോൾ ആ ലോക്കറ്റിൽ കണ്ട ഇസബെല്ലയെ തിരിച്ചറിയാനാ കില്ല."

എന്റെ ഭാവന പ്രണയത്തിലായ ഇസബെല്ലയെ എനിക്ക് തിരിച്ചറി യാനായില്ല. അവളുടെ കഥ സത്യസന്ധവും എന്നാൽ പലപ്പോഴും ആശ്ചര്യചിഹ്നം കലർന്നതുമായിരുന്നു. അവൾ വിധിയെ പഴിച്ചു. ഈ ലോകത്തിലെ കവിതകളും വൈകാരികതയും എപ്പോഴും തെറ്റാണെന്ന വൾ വിലപിച്ചു. അവളുടെ ഹൃദയതാളങ്ങൾ ശ്രുതിമധുരമായ ആ ശബ്ദ ത്തിൽ കേൾക്കാൻ കഴിയാത്തതിലായിരുന്നു ഏറെ ഞാൻ ദുഃഖിച്ചത്. അവളോടുതന്നെയല്ലാതെ മറ്റാരോടും അവൾക്ക് പരിഭവമുണ്ടായിരുന്നില്ല. എന്താണിങ്ങനെ? ഞാൻ ചിന്തിച്ചു. ചിലപ്പോൾ ഇങ്ങനെ മാത്രമായിരി ക്കുമോ അവൾക്ക് പ്രണയിക്കാനാവുന്നത്?

തറയിലേക്കുവീണ അവളുടെ കൂടയിലുണ്ടായിരുന്ന സാമഗ്രികൾ ഞാൻ പെറുക്കിയെടുക്കാൻ തുടങ്ങി. വീണ്ടും ചോദ്യങ്ങൾ ചോദിക്കാ നുള്ള ആഗ്രഹം എന്നിൽ ശേഷിച്ചിരുന്നില്ല. അവൾ എന്ന വ്യക്തിയിലും അവളുടെ ജീവിതത്തിലും എനിക്കുണ്ടായിരുന്ന ആകാംക്ഷകൾ നഷ്ട പ്പെട്ട് രഹസ്യമറിയാനുള്ള കൗതുകം മൂലം കളിപ്പാട്ടം തല്ലിത്തകർത്ത കുട്ടിയെപ്പോലെ ഞാൻ നിന്നു. ഇപ്പോഴും അവളിൽ നിലനില്ക്കുന്ന ശാരീ രികമായ ആകർഷകത്വം അതിന്റെ പരിമിതമായ അർത്ഥത്തിൽപോലും എന്നെ ഒട്ടും ഭ്രമിപ്പിക്കത്തക്കതായി അനുഭവപ്പെട്ടില്ല.

മുമ്പെന്നെ വിറകൊള്ളിക്കുമായിരുന്ന അവളുടെ പുരികക്കൊടിയിലെ കാമോദ്ദീപകമായ വളവുപോലും എന്നെ ഇളക്കിയില്ല. അവളുടെ വരു മാന മാർഗ്ഗങ്ങളെപ്പറ്റിയും ഭാവിയെപ്പറ്റിയും ഞങ്ങൾ സംസാരിച്ചു.

"പിയാനയോ, പാട്ടോ, പഠിപ്പിക്കാൻ ശ്രമിക്കും. അതിന്റെ ശരിയായ വഴികൾ എനിക്കറിയാം."

"നിങ്ങൾ പാടുമോ?"

"പാടും ഉപകരണങ്ങൾ വായിക്കാനും അറിയാം. ഒരുകാലത്ത് ഏറെ പണിപ്പെട്ട് ഞാനത് പരിശീലിച്ചിട്ടുണ്ട്. താൽബെർഗിലെ വിദ്യാർത്ഥിയാ യിരുന്നു.... കവിതകളും എനിക്ക് ഇഷ്ടമാണ്."

മറ്റൊന്നും പറയുവാനില്ലാത്തതിനാൽ ഞാനിങ്ങനെ പറഞ്ഞു:

"ചില കവിതകൾ കാണാപ്പാഠമായിരിക്കുമല്ലോ! എനിക്കുവേണ്ടി ഏതാനും വരികൾ ചൊല്ലുമോ?"

വിരക്തിയും മടുപ്പും

കവിതയെപ്പറ്റിയുള്ള ബാലിശമായ ഈ സംസാരം എന്റെ ഹൃദയ ത്തിൽനിന്നും പ്രണയത്തെ അകറ്റിക്കളഞ്ഞു.

ഞാൻ പോകാനായി എഴുന്നേറ്റു.

"പോകാൻ തുടങ്ങിയയോ?"

"എന്നോടു ക്ഷമിക്കൂ. നിങ്ങൾക്കു തന്നെയറിയാം ഞാനിപ്പോൾ പോകുന്നതാണു നല്ലതെന്ന്. കഴിഞ്ഞ ശരത്കാലത്ത് ഞാൻ നിങ്ങളുടെ ബന്ധുജനങ്ങൾക്കൊപ്പം ലാ ക്യാ ഫുഷിൽ താമസിക്കുമ്പോൾ അവിടത്തെ ഇളംകാറ്റ് എന്നെ താരാട്ടിയുറക്കി. അപ്പോൾ ഞാൻ ഒരു സ്വപ്നത്തെ പ്രണയിച്ചു. ഞാനിപ്പോൾ ഉണർന്നെഴുന്നേറ്റിരിക്കുന്നു. നന്നായിരിക്കട്ടെ."

അല്പം മുടന്തി മുടന്തി ഒരു രൂപം വഴിയുടെ അങ്ങേത്തലയ്ക്കൽ പ്രത്യക്ഷമായി.

"അതാ കസിമീർ വരുന്നെന്നു തോന്നുന്നു.

"എന്നെ കാണുന്നത് അവന് സന്തോഷമായിരിക്കും."

"അവനിവിടേക്കാണു വരുന്നത്. അവനുവേണ്ടി അല്പസമയം കൂടി നില്ക്കൂ."

അല്പം ചാടിച്ചാടിയാണവന്റെ വരവ്. അവന്റെ ചുമലിൽ ഒരു മൺവെട്ടിയുണ്ട്.

"അനുവദിക്കുമെങ്കിൽ ഞാനവനെപ്പോയി സ്വീകരിക്കാം. എന്നെ നിങ്ങളോടൊപ്പം കാണുന്നത് അവന് നാണമായിരിക്കും..."

തിരക്കിട്ട് യാത്ര പറഞ്ഞ് ആദരസൂചകമായി അവളെ വണങ്ങിയ ശേഷം ഞാനിറങ്ങി.

പിന്നീടൊരിക്കലും ഞാൻ ഇസബെല്ല ദെ സെന്റ് ഒറിയോളിനെ കാണുകയോ അവളെപ്പറ്റി കേൾക്കുകയോ ഉണ്ടായില്ല. ഒന്നുകൂടി. അടുത്ത ശരത്കാലത്ത് ഞാൻ വീണ്ടും ലാ ക്യാ ഫുഷിൽ എത്തിയപ്പോൾ ഗ്രാസിയ പറഞ്ഞത് ഗൃഹോപകരണങ്ങളെല്ലാം വിറ്റുകഴിഞ്ഞപ്പോൾ കരാറുകാരൻ അവളെ തഴഞ്ഞുവെന്നും ഒരു കുതിരവണ്ടിക്കാരനൊപ്പം അവൾ പോയി എന്നുമാണ്.

"മി ലക്കാദ്... അവൾക്കൊരിക്കലും ഒറ്റയ്ക്കു ജീവിക്കാനാകില്ല. അവൾക്ക് എപ്പോഴും ഏതെങ്കിലും ഒരാണിന്റെ തുണവേണം."

ലാക്കോട്ട് ഫോച്ച് ലൈബ്രറി വേനൽക്കാലത്തിന്റെ മദ്ധ്യത്തോടെ വിറ്റു. ഞാൻ മുൻകൂട്ടി പറഞ്ഞിരുന്നുവെങ്കിലും എന്നെയത് അറിയിച്ചില്ല. വില്പനയുടെ ചുമതലയുണ്ടായിരുന്ന ലയാനിലെ പുസ്തകവ്യാപാരി എന്റെയോ പുസ്തകങ്ങളെപ്പറ്റി അറിയാവുന്ന ആരുടെയെങ്കിലുമോ സാന്നിദ്ധ്യം തീർത്തും ആഗ്രഹിച്ചിരുന്നുമില്ല. അല്പം ദേഷ്യത്തോടെയും അതിശയത്തോടെയും ഞാൻ പിന്നീട് മനസ്സിലാക്കിയത് ആ മനുഷ്യൻ ആ പ്രശസ്തമായ ബൈബിൾ വെറും എഴുപത് ഫ്രാങ്കുകൾക്കാണ് പഴയ പുസ്തകങ്ങൾ വില്ക്കുന്ന ഒരുവന് വിറ്റതെന്ന്. മുന്നൂറ് ഫ്രാങ്കുകൾക്ക് അയാളത് മറിച്ചുവിറ്റു. ആർക്കാണത് വിറ്റതെന്ന് എനിക്കു കണ്ടുപിടിക്കാനായില്ല. പതിനേഴാം നൂറ്റാണ്ടിലെ എം എസ് എസ് അവർ കാറ്റലോഗിൽ പോലും ഉൾപ്പെടുത്തിയില്ല. പാഴ്ക്കടലാസുകൾക്കൊപ്പം എവി

ടെയോ കളഞ്ഞു.

ഗൃഹോപകരണങ്ങളുടെ കച്ചവട സമയത്ത് അതിൽ പങ്കെടുക്കാൻ ഞാൻ ആഗ്രഹിച്ചിരുന്നു; കാരണം ഫ്ളേഷ് കുടുംബത്തിന്റെ ഓർമ്മ യ്ക്കായി എന്തെങ്കിലും ചെറിയ സാധനങ്ങൾ വാങ്ങി സൂക്ഷിക്കണമെ ന്നുണ്ടായിരുന്നു.

എന്നാൽ വളരെ വൈകിയിട്ടാണ് വില്പനവിവരം ഞാൻ അറിയു ന്നത്. പുലെ ഇവിഷിൽ ഞാൻ എത്തിച്ചേരുമ്പോഴേക്കും മാളികയും തോട്ടവും ലേലംചെയ്യുന്ന സമയമായിരുന്നു. അപ്പോഴേക്കും ലാ ക്യാ ഫുഷിൽ നിസ്സാരവിലക്ക് ഇടനിലക്കാരനായ മുഷേ ഷിംദി കൈക്കലാ ക്കിക്കഴിഞ്ഞു. അമേരിക്കക്കാരനായ ഒരു കക്ഷിക്കുവേണ്ടി ഈ തോട്ട ത്തെയാകെ പുൽമേടാക്കി മാറ്റാൻ അയാൾ പദ്ധതി തയ്യാറാക്കിയിരുന്നു. എന്നാൽ എന്തുകൊണ്ടാണയാൾ ഇതുവരെ ഈ രാജ്യത്ത് എത്താത്ത തെന്നും ഈ മാളിക ഇക്കാണുന്ന രൂപത്തിൽത്തന്നെ അവശേഷിപ്പിച്ച തെന്നുമുള്ള കാര്യങ്ങൾ അജ്ഞാതമായി ശേഷിക്കുന്നു.

അക്കാലത്ത്   ഞാൻ സാമ്പത്തിക ഭദ്രതയുള്ളയാളായിരുന്നില്ല. വെറും ഒരു കാഴ്ചക്കാരനായാണ് ഞാൻ ലേലപരിപാടികൾ വീക്ഷിച്ചത്. എന്നാൽ അന്നു രാവിലെ കസിമീറിനെ കാണാനിടയായതു മുതൽക്കാണ് ഞാൻ ലേലപരിപാടികൾ ശ്രദ്ധിക്കുന്നത്. ആ പാവം കുഞ്ഞിന്റെ ഭാവി യോർത്ത് എനിക്ക് മനസ്സാക്ഷിക്കുത്ത് അനുഭവപ്പെട്ടു. ഗ്രാസിയ വാങ്ങാ നാഗ്രഹിച്ച ചെറിയ തോട്ടം അവനുവേണ്ടി വാങ്ങണമെന്ന് പെട്ടെന്നു ഞാൻ തീരുമാനിച്ചു. "അത് എന്റെ തോട്ടമാണെന്ന് താങ്കൾക്ക് അറിയു കയില്ലേ?" ഗ്രാസിയ ചോദിച്ചിരുന്നു. എന്നാൽ അക്കാര്യം പൂർണ്ണമായും അറിയുന്നതിനുമുമ്പാണ് ഞാൻ ലേലത്തിൽ പങ്കെടുത്തത്. അതൊരു മണ്ടത്തരമായി.

എന്നാൽ ആ കുഞ്ഞിന്റെ വിഷാദഭരിതമായ സന്തോഷം എന്തിനെ ക്കാളും വലിയ നഷ്ടപരിഹാരമായി തോന്നി. ഗ്രാസിയയ്ക്കും കസിമീ റിനുമൊപ്പം ആ ചെറിയ തോട്ടവസതിയിൽ ഞാൻ ഈസ്റ്റർ അവധിയും അതിനെത്തുടർന്നുവന്ന വേനലവധിക്കാലവും ചെലവിട്ടു. മദാം ദെ സെന്റ് ഓറിയോൾ ഇപ്പോഴും ജീവിച്ചിരിപ്പുണ്ട്. അവർക്കായി ഞങ്ങൾ ഏറ്റവും നല്ലൊരു മുറി മാറ്റിവെച്ചു. അവർക്കിപ്പോൾ ഓർമ്മപ്പിശകുണ്ട്. എന്നാൽ അവർക്ക് എന്റെ പേർ പൂർണ്ണമായല്ലെങ്കിലും ഇപ്പോഴും ഓർമ്മ യുണ്ട്.

"താങ്കളുടെ വലിയ കരുണ മി. ലാ കേസ്.." വീണ്ടും ആദ്യമായെന്നെ കണ്ടവേളയിൽ അവർ ആവർത്തിച്ചുകൊണ്ടിരുന്നു. അവരെ കാണാൻ മാത്രമായാണ് ഞാൻ എത്തിയതെന്നു പറഞ്ഞപ്പോൾ അവരൊന്നുയർന്നു.

അവരുടെ മാറിയ സാഹചര്യം സ്വയം ബോദ്ധ്യപ്പെടുത്താനായോ അല്ലെങ്കിൽ എന്നോടു വിശദീകരിക്കാനായോ ആവണം ആത്മവിശ്വാസ ത്തോടെ അവരിങ്ങനെ പറഞ്ഞു.

"അവർ മാളിക പുതുക്കിപ്പണിയുകയാണ്. അത് ഗംഭീരമാവും..."

ഗൃഹോപകരണങ്ങൾ ലേലം ചെയ്ത ദിവസം അവരെ വലിയ കസേ രയിലിരുത്തി സ്വീകരണമുറിയിൽ നിന്നും വരാന്തയിലൂടെ പുറത്തേക്കു കൊണ്ടുവന്നു. കച്ചവടത്തിനു മേൽനോട്ടം വഹിച്ചയാളിനെ പാരീസിൽ നിന്നും മാളിക പുതുക്കിപ്പണിയാനായി എത്തിച്ച വാസ്തുവിദ്യാ വിദ ഗ്ദ്ധനുമായി പരിചയപ്പെടുത്തി. പിന്നെ, ഗ്രാസിയ, കസിമീർ ഡെൽഫീൻ എന്നിവർ ചേർന്ന് അവരെ തോട്ടവസതിയിലെ മുറിയിലേക്കു കൊണ്ടു പോയി. പിന്നെയും മൂന്നുകൊല്ലം കൂടി അവർ ജീവിച്ചുവെങ്കിലും ഒരി ക്കലും തോട്ടവസതിയിലെ മുറിയിൽനിന്നും അവർ പുറത്തേക്കു പോയ തേയില്ല.

അക്കാലത്തെ വേനലവധിക്കാലങ്ങളിലൊന്നിലാണ് ഞാൻ "ബി" മാരെ പരിചയപ്പെടുന്നത്. അവരുടെ മൂത്തമകളെ പിന്നീട് ഞാൻ വിവാഹം കഴിച്ചു. "ലാ ആർ" എന്റെ ഭാര്യയുടെ മാതാപിതാക്കളുടെ കാലശേഷം ഞങ്ങൾക്കുവന്നു ചേർന്നു. നിങ്ങൾക്ക് കാണാനാവുന്നതുപോലെ അത് ലാ ക്യാ ഫുഷിൽ നിന്നും ഏറെ അകലെയല്ല. വർഷത്തിൽ രണ്ടോ മൂന്നോ തവണ ഞാനവിടെ പോയി ഗ്രാസിയക്കും കസിമീറിനുമൊപ്പം താമസിക്കും. അവർ അവരുടെ ഭൂമിയിൽ നല്ലരീതിയിൽ കൃഷിയിറക്കി ചെറിയൊരു വാടക കൃത്യതയോടെ എനിക്കു നല്കാറുമുണ്ട്. ഇന്നു വൈകുന്നേരം നിങ്ങളെ ഇവിടെയാക്കിയശേഷം ഞാൻ പോയത് അവി ടേക്കാണ്.

ജിഹാർ കഥ പറഞ്ഞ് അവസാനിപ്പിക്കുമ്പോഴേക്കും രാവ് ഏറെക്ക ഴിഞ്ഞിരുന്നു. അതേ രാത്രിയിലാണ് കിടക്കയിലേക്ക് വീഴുംമുമ്പ് ജാംസ് തന്റെ നാലാമത്തെ വിലാപകാവ്യം പൂർത്തിയാക്കിയത്.

അതിലൊന്ന് ഇങ്ങനെ തുടങ്ങുന്നു:

"ഉപേക്ഷിക്കപ്പെട്ട ഉദ്യാനത്തെപ്പറ്റി ഒരു വിലാപകാവ്യം എഴുതാ നാണ് നീയെന്നോട് പറഞ്ഞത്. അവിടെയാണ് വലിയ കൊടുങ്കാറ്റ്....."

www.ingramcontent.com/pod-product-compliance
Lightning Source LLC
Chambersburg PA
CBHW061448150726

47987CB00001B/371